தழல் வீரம்

R.P. ராஜநாயஹம்

JAIRIGI

ஜெய்ரிகி பதிப்பகம்

52/1, 2-வது கிராஸ், 2-வது மெயின் பிரகாஷ் நகர், பெங்களூரு - 560021.

8643 842 772 • ajbookworld@gmail.com

JAIRIGI

தழல் வீரம் • (கட்டுரைகள்) • R.P. ராஜநாயஹம்

முதல் பதிப்பு: அக்டோபர் 2023

வெளியீடு:
ஜெய்ரிகி பதிப்பகம்
52/1, 2-வது கிராஸ், 2-வது மெயின் பிரகாஷ் நகர், பெங்களூரு - 560021.
8643 842 772 • ajbookworld@gmail.com

•

Thazhal Veeram • (Essays) • R.P.Rajanayahem ©

First Edition: October 2023

Cover Design & Book Layout: Pon.Vasudevan
1/8 Demy Size | NS Maplitho | 272 pages

Published by:
Jairigi Pathippagam
No.52/1, 2nd Cross, 2nd Main Prakash Nagar, Bangalore - 560021.
8643 842 772 • ajbookworld@gmail.com

ISBN: 978-81-962001-8-3

₹ 300

சமர்ப்பணம்

மாண்புமிகு முதல்வர் **முத்துவேல் கருணாநிதி ஸ்டாலின்** அவர்களுக்கும்
மாண்புமிகு அமைச்சர் **உதயநிதி ஸ்டாலின்** அவர்களுக்கும்

1. கூத்துப்பட்டறை ந.முத்துசாமி
2. சாரு நிவேதிதா

ஆகியோருக்கும்.

முன்னுரை

சரவணன் மாணிக்கவாசகம்

ப.சிங்காரத்தைப் பார்க்கப் போயிருந்தோம். தமிழுக்கு இரண்டு நல்ல இலக்கிய நூல்களைக் கொடுத்தவர், முதுமை வாடை வீச அமர்ந்திருந்தார். அவரது படைப்புகள் குறித்து எதுவும் சிலாக்கியமான அபிப்ராயம் அவருக்கில்லை. அவரைப் பார்த்துவிட்டு வந்த பிறகு, அன்றைய பொழுது முழுக்க சிங்காரம் குறித்து, 'புயலிலே ஒரு தோணி' குறித்து நெருங்கிய ஒருவரின் துயரத்தைச் சொல்வது போல் அங்கலாய்த்துக் கொண்டே இருந்தார். அதுதான் ராஜநாயஹம்.

இந்தத் தொகுப்பில்தான் மிக முக்கியமான கட்டுரையான 'ஊட்டியில் தளையசிங்கத்திற்கு நடந்த தொழுகை', 'அக்கட்டுரையின் பின்னான அரசியல்' என்ற இணைப்புக் கட்டுரையும் இருக்கின்றன.

'ஊட்டிக்குப் போகாமல் சின்னவனின் சைக்கிளை சரி பண்ணியிருக்கலாம்' என்று முடியும் கட்டுரை இயலாமையையும், வேதனையையும் மட்டும் சொல்லவில்லை. தமிழ் இலக்கியவாதிகள் தீவிர வாசகர்களுக்கு கையளிக்கும் பதில்மொய் வரிசையையும் சொல்கிறது.

இன்னொரு பிரபல எழுத்தாளர் நாங்கள் இருவரும் இருக்கையில்தான் சொன்னார்

'வாசகன் என்பதற்காகக் கிரீடம் எல்லாம் நாங்கள் வைக்க முடியாது'.

இன்னமும், எல்லாக் காலங்களிலும் எழுத்தாளர்களை நேரில் சந்திக்க வாசகர்கள் சாரைசாரையாய் போய்க் கொண்டிருக்கிறார்கள். As flies to wanton boys நாம் எழுத்தாளர்களுக்கு.

The Catcher in the Rye இருவரில் யார் யாருக்குப் பரிந்துரை செய்தோம் என்பது நினைவிலில்லை. 2012ல் இந்த அமெரிக்க நாவல் குறித்து ராஜநாயஹம் எழுதி இருக்கிறார் என்பது நினைவிலிருந்தது.

தமிழில் பலரால் மறக்கப்பட்ட, கிருஷ்ணன் நம்பி, சார்வாகன், கோபி கிருஷ்ணன், சம்பத் போல யாருடைய பெயருக்குப் பின்னாலும் Slash ராஜநாயஹம் என்று டைப் செய்து பாருங்கள். கண்டிப்பாக ஒரு பதிவேனும் இருக்கும். இத்தொகுப்பிலும் சம்பத், கிருஷ்ணன் நம்பி குறித்து கட்டுரைகள் உள்ளன. கிருஷ்ணன் நம்பியின் 'தங்க ஒரு கதை' தமிழில் நல்லதொரு மாய யதார்த்தக் கதை.

கு.அழகிரிசாமி பற்றிய கட்டுரை கதைகளைப் பற்றி மட்டும் பேசாது, அவர் வெளியில் செருப்பை விடும் பாணியையும் சொல்கிறது.

1993ல் ஏ.வி.எம்.ராஜனின் பிரச்சாரம் குறித்த கட்டுரையில், 1965ல் 'என்னதான் முடிவு' படத்தில் ஏசுவைப் பற்றி அவர் சொல்வதும் வருகிறது. நினைவுகள் கால் நூற்றாண்டைத் தாண்டி ஒன்றுடன் ஒன்றை முடிச்சிடுகின்றன. நினைவுகள் சிலுவைகளாவது இப்படித்தான்.

இத் தொகுப்பில் இன்னும் எத்தனையோ பேர் வந்து போகிறார்கள். அவர்களை சுவாரசியமாக்குவது இவர் எழுத்து.

ஒன்றை வாசிக்கையில் வேறொன்று நினைவுக்கு வருவது தவிர்க்க இயலாதது. அது பிரத்யேக வாசிப்பு அனுபவம். அதைத்தான் Mobi-dick - வாடிவாசல் கட்டுரை சொல்கிறது.

போர்ஹேயின் கதைகள் குறித்த கட்டுரையைப் படித்த உடனேயே, மதுரை சோமுவின் இசை பற்றிய கட்டுரை. சட்டென்று மாறும் சூழல் சர்ரியல் உலகை நினைவுறுத்திப் பின் சுயநினைவுக்கு வருகிறோம்.

இதுதான் இவர் எழுதுவார் என்பதை யாரும், எப்போதும் யூகிக்கமுடியாது. அதுவும்தான் ராஜநாயஹம்.

❋

R.P. ராஜநாயஹம் பற்றி சாரு நிவேதிதா

ராஜநாயஹம் பற்றி தமிழ்ச் சமூகத்துக்குத் தெரிய வேண்டும் என்று நினைக்கிறேன். நான் அவரைப் பற்றி பலமுறை எழுதியிருக்கிறேன். 'வீழ்ந்தாலும் லியர் மன்னன் லியர் மன்னனே' என்ற என்னுடைய ஒரு கட்டுரை போதும், அவருடைய பெருமையைச் சொல்ல. அவர் மாதிரி ஆட்கள் ஒரு பல்கலைக்கழகத்தின் துணைவேந்தராக இருக்க வேண்டியவர்கள்.

எனக்கு ஷேக்ஸ்பியரில் ஏதேனும் சந்தேகம் ஏற்பட்டால் அவருக்குத்தான் போன் போட்டுக் கேட்பேன். நம்ப முடியாத அளவுக்கு ஞாபக சக்தியும் ஞானமும் கொண்டவர்.

லௌகீகம் என்றால் என்னவென்றே தெரியாது எனக்கு என்று நினைத்துக் கொள்வேன். ஆனால் ராஜநாயஹத்தைப் பார்த்தால் நானெல்லாம் லௌகீகத்தில் ஜாம்பவான் என்றே சொல்லிக் கொள்ளலாம். லௌகீகத்தில் ஒரு மண்ணும் தெரியாது.

பெரும் செல்வந்தராக வாழ்ந்தவர். வருகிறவன் போகிறவனுக்கெல்லாம் பணத்தை வாரி இறைத்து விட்டு இப்போது அந்தக் கால பாரதியைப் போல் வாழ்ந்து கொண்டிருக்கிறார்.

இரண்டு பையன்களுக்கும் திருமணம் செய்து விட்டார் என்பதுதான் அவரது லௌகீக சாதனை. திருப்பூரில் அவர் வசித்த போது அவரைப் பார்க்க வேண்டும் என்பதற்காகவே சென்னையிலிருந்து திருப்பூர் போய் பார்த்தேன்.

ராஜநாயஹம் ஒரு நடமாடும் நூலகம். அவரிடம் உள்ள தகவல்கள் அனைத்தும் புத்தகமாகத் தொகுக்கப்பட வேண்டும். எழுதுங்கள் எழுதுங்கள் என்று அவரைப் பார்க்கும் போதெல்லாம் நச்சரித்துக் கொண்டிருக்கும் நண்பன் நான் என்பதால் இதையெல்லாம் சொல்ல எனக்கு உரிமை இருக்கிறது என்று நம்புகிறேன்.

ராஜநாயஹம் தமிழின் சொத்து.

மேலும் ஒரு விபரம், தி.ஜானகிராமனை நான் 'ஒரு refined பாலகுமாரன்' என்று முட்டாள்தனமாகத் திட்டிக் கொண்டிருந்த காலகட்டத்தில் பொறுமையாக 'உங்கள் வாழ்நாளில் ஒரு நாள் தி.ஜா.வை கடவுள் ஸ்தானத்தில் வைத்துக் கொண்டாடப் போகிறீர்கள்; அதை நான் பார்க்கத்தான் போகிறேன்' என்று முப்பது ஆண்டுகளாகச் சொல்லிக் கொண்டிருந்தார். இப்போது அவர் வாக்கு பலித்து விட்டது.

✺

உள்ளடக்கம்

1. Che sara, sara ‘கே சரா, சரா’
2. கெட்ட கெட்ட வார்த்தைகள்
3. எட்வர்ட் நிர்மல் மங்கத் ராய்
4. குஷ்வந்த் சிங் மனைவி
5. Power is the ultimate aphrodisiac
6. Paradise will be a kind of library
7. என் அம்மா சொன்ன சொலவடைகள்
8. அப்பா... என் அப்பா
9. Persona என்ற இங்க்மார் பெர்க்மன் படத்தில் ஒரு வசனம்
10. A few dark clouds appear on my horizan
11. ஸ்டீபன் ஹாக்கிங் நூலில்...
12. Hollow eye and Wrinkled brow
13. இடைச்செவலா? புதுவையா?
14. உண்டிங்கு ஜாதி எனில்
15. Proverbs and Slangs
16. க.நா.சு.வுக்கு ராஜநாயஹம் கடிதம் - 1988இல் எழுதப்பட்டது
17. சாரு நிவேதிதாவின் முதல் நாவல் - ராஜநாயஹம் விமர்சனம் (1990)
18. புதுமைப்பித்தன் தழுவல் கதைகள் பிரச்சனையில் ராஜநாயஹத்தின் குரல்
19. குருவி உட்கார பனம்பழம் விழுந்த கதை
20. கி.ரா. அறியாத பலகாரமும், புலவர் பிரபஞ்சனும் (1991)
21. இமையத்தின் ‘ஆறுமுகம்’

R.P. ராஜநாயஹம் • 9

22. ஊட்டியில் தளையசிங்கத்திற்கு நடந்த தொழுகை
23. தளையசிங்கம் கருத்தரங்கத்தை அடுத்து ராஜநாயஹத்தின் மீதான பின் அரசியல்
24. தூங்காம சாப்பிடாம 'பீ' பேலாம எழுதின புத்தகம்
25. பிரபஞ்சன்
26. அரங்கவியல் நாயகர் சே.ராமானுஜம்
27. சாருவும், தி.ஜா.வும், ராஜநாயஹமும்
28. சார்வாகன்
29. யானை, ஒட்டகம், பல்லக்கு
30. துர்வாச முனி சி.சு.செல்லப்பா
31. மோபி டிக் - வாடிவாசல்
32. Every friendship is not meant to last a lifetime
33. எதுவுமே அவ்வளவு முக்கியமில்ல
34. அரும்பில் குறும்பு
35. மதுரை அமெரிக்கன் கல்லூரி
36. நாத்திகமும் ஒரு சித்தி நிலைதான்
37. எழுத்தாளர் டெய்லர் கர்ணன்
38. போர்ஹேஸ் எழுதிய இரண்டு கதைகள்
39. இசைப்பேரறிஞர் மதுரை சோமுவின் விழா
40. கு.அழகிரிசாமி
41. தாயின் பிணத்துடன் பச்சை பாலகர்கள்
42. தவிச்ச முயல அடிக்கிற கத
43. ஒன்னாங்கிளாசிலேயே சேட்டையாடா?
44. Interrogation
45. எனவேதான் ஆஸ்பத்திரி மற்றும்...
46. மிசா ராமசாமி

47. மோத்தி
48. The Significant Other
49. பிடில் வாத்தியார்
50. 'ஏசுவின் அடிமை'யின் ஜெபக்கூட்டம்
51. புதிய கூண்டு
52. உருளக்கெழங்கு
53. J.D.Salinger's Catcher in the rye
54. ஆர்தர் ரைம்போ
55. சப்தஸ்வரங்களும் நாரதரும்
56. Christ never laughed
57. சீதை
58. கலைஞர், தேங்காய் சம்பந்தப்பட்ட ஒரு சம்பவம்
59. திருச்சியின் கலாச்சார அடையாளம்
60. மௌத் ஆர்கன்
61. தவிட்டெண்ணெயும், தியேட்டர் முதலாளியும்
62. சக்ரவாகமா? சரஸாங்கியா?
63. ஐம்பம்
64. சிலராமன்
65. குசு வந்த சிங்
66. Ignorance with wings
67. ஆண்டாளே
68. ஜாதி அரசியல்
69. டாக்டர் செந்தில்வேலன் I.P.S.
70. டாக்டர் ச.வீரப்பிள்ளை
71. லல்லு லொள்ளு

Che sara, sara 'கே சரா, சரா'

ஹிட்ச்காக்கின் படம் *The Man who knew too much.* இதில் டோரிஸ் டே பாடிய பாடல் *que sera sera (Spanish Language).* கிறிஸ்டோபர் மார்லோவ் *Che sara sara (Italian Language).*

(There is a reference that Marlowe's 'Che sara,sara' would not be quite grammatically correct in Italian, the correct form being "quello che sarà, sarà." However, it seems more likely that Marlowe was rendering a Latin phrase, as is consistent with other quotations in the play.)

படிக்கிற காலத்தில் பள்ளியிலும் கல்லூரியிலும் நான் எப்போதும் பாடியிருக்கிறேன். இந்தப் பாடலை நான் ஸ்போக்கன் இங்கிலீஷ் டீச்சராய் இருந்த போது கொஞ்சம் மாற்றிப் பாடுவேன்.

திருப்பூர் விகாஸ் வித்யாலயா பள்ளிக் குழந்தைகள், கிட்ஸ் க்ளப் மெட்ரிகுலேசன், சி.பி.எஸ்.இ. ஸ்கூல் குழந்தைகள் அனைவருக்கும் நான் பாடி இந்த 'கே சரா, சரா' பாடல் ரொம்ப பிரபலம்.

திருப்பூரில் இருந்து இப்போது கூட மாணவ மாணவியர் என் பாடல்களை நினைவில் வைத்திருப்பதாக

என்னிடம் கூறுகிறார்கள்.

சென்னையிலும் கூத்துப்பட்டறையிலும் கே சரா, சரா பிரபலமாகி விட்டது.

Che sara, sara என்ற இந்த வார்த்தை கிறிஸ்டோபர் மார்லோவின் டாக்டர் ஃபாஸ்டஸில் வரும் வார்த்தை.

Che sara, sara is a latin world which means What ever will be will be. என்ன நடக்குமோ அது தான் நடக்கும்.

நான் மார்லோவின் வரிகளை ஆரம்ப வரிகளாக கொள்கிறேன்.

டோரிஸ் டே வரி சரணங்களை மாற்றி பாடுகிறேன்.

என்னுடைய வெர்சன் இது.

When I was just a child

I asked my mama what will I be?

Will I be a doctor? Will I be an actor?

This what she said to me

Che sara, sara

Whatever will be will be

Future is not ours to see

Che sara, sara

When I just entered school

I asked my teacher

What will I be?

Will I be a major

Will I be a Colonel

This what she said to me
Che sara, sara
Whatever will be will be
Future is not ours to see
Che sara, sara Che sara sara
When I just entered teens
I asked my sweet heart
What will I be?
Will I be a rainbow day after day
This what she said to me
Che sara, sara
What ever will be will be
Future is not ours to see
Che sara, sara
Che sara, sara, Che sara, sara

'ஆரவல்லி' படத்தில் எஸ்.ஜி.ஈஸ்வர், மைனாவதி (பண்டரி பாய் தங்கை) இருவரும் பாடுவதாக வரும் பாடல்,

"சின்னப்பெண் ஆன போதிலே என் அன்னையிடம் நான் ஒரு நாளிலே எண்ணம் போல் வாழ்வு ஈடேறுமா? அம்மா நீ சொல் என்றேன்.

வெண்ணிலா, நிலா என் கண்ணல்லவா கலா

உன் எண்ணம் போல் வாழ்விலே இன்பம் காண் நிலா."

Che sara மெட்டிலேயே அமைந்த பாடல்.

நான் பாடும் மற்ற பாடல்கள்:

1. Do re me, Do re me fa so la ti
2. There's a sad sort of clanging from the clock
3. Rain drops keep falling on my head
4. The green grass grows all around
5. Congratulations and celebrations
6. Five little ducks went out one day
7. Feelings, feelings They are a part of me
   Feelings, Feelings Hey, I just want to be me.
8. Everybody, Do what you are doing
9. We shall overcome, we shall overcome

✦

கெட்ட கெட்ட வார்த்தைகள்

கிருஷ்ணன் நம்பியின் 'தங்க ஒரு...' சிறுகதையை 2019ல் கூத்துப்பட்டறையில் வாசித்து விளக்கிப் பேசினேன். நடிகர்களிடம் இந்த கதை மிகுந்த தாக்கத்தை ஏற்படுத்தியதை அப்போது கண் கூடாகக் கண்டேன். சென்னையில் வாடகை வீட்டு பிரச்சனையின் மீதான அங்கதம் இந்த மாய யதார்த்தக் கதையில் வெளிப்பட்டிருக்கிறது.

நகுலன் இந்தக் கதை பற்றி 'தங்க ஒரு...' இடம் கிடைக்கவில்லை என்பதில் ஒரு இலக்கியத்தன்மை இருக்கிறது. இது ஸ்விஃப்ட் எழுதிய கலிவரின் யாத்திரையைப் பின்பற்றுகிறது. கேலிச் சுவையைக் கலாபூர்வமாக ஆள்வதில் புதுமைப்பித்தனின் 'கடவுளும் கந்தசாமி பிள்ளையும்' கதையை விட சிறப்பாக வந்திருக்கிறது' என்று குறிப்பிட்டிருக்கிறார்.

கிருஷ்ணன் நம்பியின் 'விளையாட்டுத் தோழர்கள்' கதை பற்றி அவருடைய தம்பி கிருஷ்ணன் வெங்கடாசலம் ஒரு விஷயம் சொன்னார். குட்டிப்பையன் சங்கா பள்ளிக்கூட விடுமுறை நாளில் விளையாடத் தவிப்பான். விளையாண்டு கொண்டிருக்கும் தோழர்களிடம் "நானும் வரேன்டா" என்று கெஞ்சுவான்.

கிருஷ்ணன் நம்பி இதற்கு ஒரு சிறுவன் சொல்லும் பதிலாக "போலே தாயோளி, நீ ஒன்னும் வாண்டாம்" என்று எழுதியிருந்திருக்கிறார். பத்திரிகையாசிரியர் 'போலே தாயோளி' என்பதை நீக்கி வெளியிட்டாராம்.

விஜய பாஸ்கரன் ஆசிரியராய் இருந்த 'சரஸ்வதி'யில் 1961இல் வந்த கதை 'விளையாட்டுத்தோழர்கள்'. சுந்தர ராமசாமியிடம் "உங்க கதையில் வர்ற 'முலை'ய மட்டும் வெட்டிடறேனே" என்று ட்ரங்க் கால் போட்டு சத்தமாகக் கூப்பாடு போட்டுப் பேசியவர் விஜய பாஸ்கரனாய்தான் இருக்குமோ?

சு.ரா.வின் கதைகள் சரஸ்வதியில் பிரசுரமாகி ,ருக்கிறது. அவருடைய நாவல் 'புளிய மரத்தின் கதை'யின் ஆரம்ப அத்தியாயங்கள் கூட 'சரஸ்வதி'யில் வந்தது.

'சீர்த்த முலை பற்றி வாங்க குடம் நிறைக்கும்

வள்ளல் பசுக்கள்' என்பதாகவும்,

'என் தடமுலைகள் மானிடவர்க்கெனில்

வாழ்கிலேன்' எனவும் முலையை கிலேசமின்றி சகஜமாக ஆண்டாள் பயன்படுத்தி எழுதியிருக்கிறாள்.

இப்போது கூட கெட்ட வார்த்தை எழுத்தில் வரக்கூடாது என்கிற கூச்சம் (கொள்கை?) நிறைய பேருக்கு இருக்கிறது.

என்னை முப்பது வருடங்களுக்குப் பின் தேடிக் கண்டு பிடித்த என் காதலியொருவர் என் எழுத்தில் நிறைய கெட்ட வார்த்தைகள் இருப்பதாக கடும் அதிருப்தி தெரிவித்தார். கெட்ட வார்த்தைகள் எழுதுவதை நிறுத்துமாறு மீண்டும் மீண்டும் வலியுறுத்தினார்.

✦

எட்வர்ட் நிர்மல் மங்கத் ராய்

எட்வர்ட் நிர்மல் மங்கத் ராய் ஒரு ஐ.சி.எஸ். அதிகாரி. கிறிஸ்தவர். குஷ்வந்த் சிங்குடன் டெல்லி செயிண்ட் ஸ்டீபன் கல்லூரியில் படித்தவர். அதி புத்திசாலி மாணவன். 'பன்ச்சி' என்ற செல்லப்பெயர் கொண்ட எட்வர்ட் நிர்மல் மங்கத். இண்டர்மீடியட் முடித்தவுடன் லாகூர் அரசு கல்லூரியில் படிக்க குஷ்வந்த் செல்ல இருப்பதை அறிய வந்தவுடன் மங்கத் பிரிவாற்றாமையில் அழுதிருக்கிறார்.

குஷ்வந்த் ஐ.சி.எஸ். பரிட்சையில் தோற்றவர். மங்கத் ராய் நல்ல ரேங்கில் ஐ.சி.எஸ். தேறியவர். குஷ்வந்த் சிங் மிகக் கடுமையான போட்டியில் கவல் மாலிக் மனம் கவர்ந்து திருமணம் செய்ய இருந்த போது *Wrong choice* என்று மங்கத் அபிப்ராயப்பட்டவர். "இவ என்ன பெரிய அழகியா? அறிவிலும் ரொம்ப சுமார்" என்று ஏகடியம் பேசியவர் மங்கத் ராய்.

குஷ்வந்த் சிங்கின் தந்தை சர். ஷோபா சிங் டெல்லியில் பெரிய கட்டட காண்ட்ராக்டர். இந்தியா கேட், சௌத் ப்ளாக் உள்ளிட்டவையெல்லாம் ஷோபா சிங் கை வண்ணம்தான்! பகத் சிங் டெல்லி அசெம்பிளி குண்டு வெடிப்பில் 'ஷோபா சிங்'தான் பகத் சிங்கிற்கு எதிராக சாட்சியம் சொன்னவர்.

குஷ்வந்த் சிங்கின் அப்பாவும் ரொம்ப பெரிய ஆள். Khushwant singh's father and father-in-law were knighted by British. குஷ்வந்த் சிங்கின் சொந்த சித்தப்பா 'உஜ்ஜல் சிங்'தான் அண்ணாத்துரை தமிழக முதல்வரான போது இங்கே கவர்னர். குஷ்வந்த் சிங் பாகிஸ்தான் ஹடாலியில் பிறந்தவர்.

கவல் மாலிக்- குஷ்வந்த் திருமணம் டெல்லியில் விமரிசையாக நடந்தது. முகம்மது அலி ஜின்னா இந்தத் திருமணத்தில் முக்கிய விருந்தாளியாகக் கலந்து கொண்டார்.

குஷ்வந்த் வக்கீல் ப்ராக்டிஸ் செய்ய புதுப் பெண்ணுடன் லாகூரில் குடியேறிய போது எட்வர்ட் நிர்மல் மங்கத் ராய் ஐ.சி.எஸ்.க்கு அங்கே உத்யோகம். பல கிறிஸ்தவ குடும்பங்களுக்கு எலிஜிபிள் பேச்சிலர் எட்வர்ட் மங்கத் மீது கண். மங்கத் இலக்கிய ஆர்வம் கொண்டவர். எழுத்தார்வம் மிக்கவர். தன் வீட்டிற்கு நண்பர்களை அழைத்து தான் எழுதியவற்றை வாசித்துக்காட்டுவதுண்டு.

மங்கத் ராய் ஆபீஸ் வேலை முடிந்து சைக்கிளில் (கவனிக்க: ஐ.சி.எஸ். அதிகாரி சைக்கிளில்!) திரும்பும் போது குஷ்வந்த் வீட்டிற்கு வர ஆரம்பித்தார். கவல் பற்றி லண்டனில் மங்கத் கொண்டிருந்த அபிப்ராயம் மறைந்தே விட்டது. கவல் மீது கவனம் அதிகமாகி மையல் ஏற்பட்டுப் போனது. குஷ்வந்த் சிங்கிற்கே மங்கத் ராய் கடிதம் எழுதுகிறார். "உன் மனைவியை நான் காதலிக்கிறேன். உன் மனைவியை தினமும் தரிசிக்க உன் அனுமதி வேண்டுகிறேன்."

கவல் மாலிக்கிற்கோ பெருமை பிடிபடவில்லை. ஓவியம் வரைவதில் கவல் அந்த நேரத்தில் ஈடுபாடு கொண்டிருந்தார். அவர் செல்லும் ஸ்டுடியோவிற்கே

மங்கத் போய் 'ஓவியம் அத்துணை சிறந்த பொழுதுபோக்கே அல்ல' என்று தூபம் போட, கவல் ஓவியம் வரைவதை கை விட்டு டென்னிஸ் விளையாடப் போகிறார். மங்கத் அப்போது சைக்கிளிங் செய்யச் சொல்லி வற்புறுத்துகிறார். சீக்கிய மதச் சடங்குகளைத் தவறாது கடை பிடிக்கும் கவலிடம் 'இதெல்லாம் என்ன மூட நம்பிக்கை!' (கிறிஸ்தவ புத்தி!) என மூளைச் சலவை செய்கிறார். கவல் மதப் பிரார்த்தனையைக் கைவிடுகிறார்.

லாகூரில் ஒரு கிறிஸ்தவப் பெண். ரயில்வேஸ்டேசனில் இருந்து மங்கத் ராய் அவளுக்கு லிப்ட் கொடுத்தால் அந்தப்பெண் ஃப்ரண்ட் பாரில் உட்கார்ந்து விடுகிறாள். அதனால் கிளர்ந்தெழுந்த காமம் இருவரையும் அன்றே மங்கத் படுக்கை வரை கொண்டு சென்று விட்டது. மங்கத் ராய் மனசாட்சி அவரை கொல்கிறது. குற்றவுணர்வால் தவிக்கிறார். எப்படி?

"அடடே! குஷ்வந்த் மனைவி கவல் மீது காதல் கொண்ட நான் இப்படி இன்னொரு பெண்ணுடன் படுத்து விட்டேனே!"

கவல் இது பற்றி கோபப்படாமல், அவமதிப்பாக எடுத்துக்கொள்ளாமல் மங்கத் ராயின் Frankness பற்றி பூரித்துப் பெருமிதம் கொள்கிறார். லாகூரில் கவல் - மங்கத் ராய் தொடர்பு அதிகம் பேசப்படும் விஷயமாகியிருக்கிறது.

குஷ்வந்த் சிங்கை விட கவல் இரண்டு வயது இளைய பெண். அறுபது வருடங்களுக்கும் மேலாக மனைவியுடன் தாம்பத்யம் நடத்தியவர். தன் மனைவி பற்றி சொல்வது: "இந்திரா காந்தி இந்தியாவை ஆட்சி செய்த அதே சர்வாதிகாரத்துடன் குடும்பத்தை கவல் ஆட்சி செய்தார்."

பள்ளிப் பருவத்திலேயே குஷ்வந்த் டெல்லி மாடர்ன் ஸ்கூலிலேயிருந்து மனைவியை அறிந்திருந்தார். ஒரே

பள்ளியில் இருவரும் படித்தவர்கள்.

"She was very possessive and aggressive, and resented it when I, even very casually, met a woman friend. She would sulk. This in spite of the fact that my wife had, from the very beginning of the marriage, probably from the very first year, got close to one man in particular. Their relationship carried on for about TWENTY YEARS and this was something that affected me deeply, snapping something inside me, changing something within me for ever." - Khushwant Singh.

எட்வர்ட் நிர்மல் மங்கத் ராய்க்கு ஒரு உடன் பிறந்த தங்கை ஷீலா. இவளுடைய கணவர் ஆர்தர்லால் ஒரு ஐ.சி.எஸ்.தான். வி.கே.கிருஷ்ண மேனன், பிஜூ பட்நாயக் என்று ஆரம்பித்து இவளுடைய காதலர்கள் லண்டனிலேயே எண்ணி முடியாது.

பிஜூ பட்நாயக் தி.மு.க.வையும் அ.தி.மு.க.வையும் இணைக்கும் முயற்சியில் ஈடுபட்ட முன்னாள் ஒரிசா முதல்வர். இன்றைய ஒரிசா முதல்வர் நவீன் பட்நாயக் தந்தை! மங்கத் ராய் பெண் தேட ஆரம்பித்தார். கிறிஸ்தவப் பெண் வேண்டும். வனத்தில மேஞ்சாலும் இனத்தில அடையனுமே!

லஜ்வந்தி என்ற கிறிஸ்தவப் பெண். ஆங்கில இலக்கியம் படித்தவள். கல்யாணப் பத்திரிகை அடித்து விநியோகம் செய்த பிறகு மங்கத் ராய் கல்யாணத்தை நிறுத்தி விட்டார். லஜ்வந்தி "போடா போ" என்று முகமது யூனுஸ்ஸை கல்யாணம் செய்து விட்டாள். இந்த முகமது யூனுஸ் பின்னால் இந்திரா காந்தியின் கை பாணம். இந்திரா காந்தியின் அத்யந்த பக்தன். எமர்ஜென்சியின் போது ரொம்பப் பிரபலம்.

அடுத்து சாம்பா என்ற இன்னொரு கிறிஸ்தவப் பெண். ஆங்கில இலக்கியம் படித்தவள்தான். சர்ச் சம்பிரதாயங்களுடன் மங்கத் திருமணம் செய்து கொண்டார். இந்தத் திருமணத்திற்கு பின்னரும் மங்கத் ராய் மீண்டும் கவல் மாலிக்கை சந்திக்க குஷ்வந்த்தின் வீட்டிற்கு வருவது, காதல் கடிதம் எழுதுவது என்று ஆரம்பித்துவிட்டார்.

சாம்பா - மங்கத் திருமணத் தோல்வி 'முறை கெட்ட' விசித்திரமானது. ஒரு கோடையில் சிம்லாவில் குஷ்வந்த் தம்பதியர் இருந்த போது அங்கே லக்கர் பஜாரில் மங்கத் ராய் - சாம்பா தம்பதியர் மங்கத் ராயின் தங்கை ஷீலா-ஆர்தர் லால் தம்பதியர் வந்திருந்திருக்கிறார்கள்;

சிம்லாவில் ஒரு *Trekking programme.* ஒரு வாரம் போய் வர ஏற்பாடு. கடைசி நேரத்தில் அண்ணன் மங்கத், தங்கை ஷீலா இருவரும் போகவில்லை. அண்ணன் மனைவி சாம்பாவும் தங்கை கணவர் ஆர்தர் லாலும் மட்டும் ஜாலியாக ஹிமாலய வெளியில் நடைப் பயணம் போயிருக்கிறார்கள். திரும்பி வரும்போது ஆர்தரும் சாம்பாவும் *Made for each other* என்ற காதல் போதையில் திருப்தியடைந்த நிலையில் இருந்திருக்கிறார்கள்.

மங்கத் ராய் மனைவியை விவாகரத்து செய்ய உடனே, உடனே ஒத்துக் கொண்டாகிவிட்டது. ஷீலாவுக்கும் ஆர்தரிடம் இருந்து தப்பித்து விடுதலை ஆகிற திருப்தி. ஆனால் சாம்பாவின் பெற்றோர் விஷயம் கேள்விப்பட்டு பதறிப் போய் ஓடிவந்து சாம்பாவை 'குலத்தை கெடுக்க வந்த கோடாரி காம்பே! நீயெல்லாம் ஒரு பெண்ணா? உன்ன பெத்த வயித்தில பெரண்டையைத்தான் அள்ளி வச்சிக் கட்டனும்' என்று கண்டபடி திட்டி கண்டித்து விட்டார்கள். சாம்பா உடனே திருந்தி கணவன் மங்கத்திடம் மன்னிப்பு கேட்டிருக்கிறாள்.

" மேயா குல்ப்பா, மேயா குல்ப்பா, மேயா மாக்சிமா குல்ப்பா... என் பாவமே, என் பாவமே, என் பெரும் பாவமே... எனக்கிதுவே துக்கமில்லாமல் வேறே துக்கமில்லை. எனக்கிதுவே வெட்கமில்லாமல் வேறே வெட்கமில்லை..."

மங்கத் ராய் விவாகரத்துக்கு ஒத்துக்கொண்ட அதே வேகத்திலேயே இப்போது மனைவியை மன்னித்து அருளி ஏற்றுக் கொண்ட அதிசயம் நடந்தேறியிருக்கிறது. என்றாலும் பின்னர் இந்தத் திருமணம் நீடிக்கவில்லை.

குஷ்வந்த் சிங்கிற்கு இரண்டு குழந்தைகள். ராகுல் சிங், மாலா. ராகுல் சிங்கிற்கு இன்று எழுபது வயதிற்கு மேல் ஆகி விட்ட நிலையில் திருமணமே செய்து கொள்ளவில்லை. இப்பவும் சிங்கிள்தான்.

குஷ்வந்த் சிங்கிற்கு Outlook பத்திரிக்கையில் இரங்கல் எழுதிய பாய்சந்த் பட்டேல் ஒரு சுவாரசிய சம்பவம் பற்றி குறிப்பிடுகிறார்.

"நானும் ராகுல் சிங்கும் வெளி நாட்டில் இருந்து திரும்பியவுடன் ஒரே பெண்ணை விரட்டிக்கொண்டு திரிந்தோம். ஆனால் அவள் எங்கள் இருவருக்குமே பெப்பே காட்டி விட்டு இன்னொருவனை மணந்து கொண்டாள். ஆனால் நானும் ராகுல் சிங்கும் நண்பர்களாகவே இருக்கிறோம்."

குஷ்வந்த் சிங் மகன் ராகுல் சிங் ஒரு ஜார்னலிஸ்ட். தன் தாயார் பற்றி வெளிப்படையாக 'In the name of the father' நூலில் குறிப்பிடுகிறார்.

"என் அம்மா ஒரு கட்டத்தில் என் தந்தை குஷ்வந்த் சிங்கை விவாகரத்து செய்து விட்டு எட்வர்ட் நிர்மல் மங்கத் ராயை திருமணம் செய்ய முடிவே கட்டி விட்டார். ஆனால் இது என் மேலும் என் தங்கை மாலா மீதும் ஏற்படுத்த

நேரும் பயங்கர பின் விளைவுகளை எண்ணியே அந்த முடிவை என் பெற்றோர் நிராகரிக்க நேர்ந்திருக்கிறது. *Mangat Rai was something of an enigma to me."*

எட்வர்ட் நிர்மல் மங்கத் ராய் வாழ்வில் மிக சுவாரசியமான விஷயம் அவர் ஜவஹர்லால் நேரு குடும்பத்திற்கு நெருங்கிய உறவினர் ஆகியதுதான்.

நேருவின் தங்கை விஜயலட்சுமி பண்டிட். விஜயலட்சுமி பண்டிட்டின் மகள் நயன்தாரா சாகல். அழகான இந்தப் பெண் நாவலாசிரியர். தாரா வயதில் மங்கத் ராயை காட்டிலும் மூத்தவர் என்று ராகுல் சிங் தன் அப்பா பற்றி எழுதியுள்ள நூலில் குறிப்பிடுகிறார். ஆனால் மங்கத் ராயை விட இப்போது உயிருடன் இருக்கும் தாரா இளையவர் தான். *(Born 10 May 1927)*

ஏற்கெனவே திருமணம் ஆகியிருந்த நயன்தாராவும் மங்கத் ராயும் காதல் வலையில் வீழ்ந்து விட்டனர். தெய்வீகக் காதல்.

ஆனால் குஷ்வந்த் சிங் போல தாராவின் கணவர் கௌதம் சாத்வீகமானவர் அல்ல. மங்கத் ராய் அவர்கள் அன்னார் கௌதமால் வெளுத்து விரியக் கட்டப்பட்டார். கௌதம் பின்னியெடுத்துவிட்டார். மங்கத் படுகாயம்.

ஆனால் நயன்தாராவோ தன் காதலில் உறுதியாக நின்று கௌதமை 'ச்சீ... காலிப்பயலே போடா' என்று விவாகரத்து செய்து விட்டு மங்கத் ராயுடன் போய் விட்டார். நயனும் மங்கத் ராயும் திருமணம் செய்து கொண்டார்கள். ஆக, மங்கத் இப்போது ஜவஹர்லாலின் உறவினராக ஆகி விட்டார்.

எட்வர்ட் நிர்மல் மங்கத் ராய் இந்திய சிவில் சர்விஸ் பணியில் மிகச் சிறந்த அதிகாரி. அப்பழுக்கற்றவர். மிகச் சிறந்த நேர்மையாளர்.

பஞ்சாப்பில் பிரதாப் சிங் கெய்ரோன் முதலமைச்சராக இருந்த போது மாநிலத்தின் தலைமைச் செயலர் மங்கத் ராய் காஷ்மீர் மாநிலத்திலும் தலைமைச் செயலராக பணியாற்றியவர். பஞ்சாபிலும், காஷ்மீரிலும் பல சீர்திருத்தங்கள், சாதனைகள் புரிந்தவர் என்றே கருதப்படுபவர். இவர் தலைமைச் செயலராக பணிபுரிந்த காலம் பொற்காலம் என்றே கணிக்கப்படுகிறது.

நேருவின் தங்கை மகள் நயன்தாராவை சந்திக்கும் வரை எட்வர்ட் நிர்மல் மங்கத் ராய் துயரமான, நிறைவில்லாத வாழ்க்கை வாழ்ந்தவர்.

மொரார்ஜி பிரதமராக இருந்த போது நயன் தாராவை ரோமுக்கு (வாட்டிகனுக்கும் சேர்த்து) தூதராக அப்பாயிண்ட் செய்த போது பதவி விலக நேர்ந்து விட்டது. சரண்சிங் ஏக் தீன் கா சுல்தான் பதவி காலியாகி ஒரு வழியாக தேர்தலில் மீண்டும் இந்திரா ஜெயித்தவுடன் உடனே, உடனே ரோமுக்கு நயன்தாரா தூதராகப் போக வேண்டாம் என்று கேன்சல் செய்தார். எட்வர்ட் நிர்மலையும் பணியிலிருந்து விலகச் சொல்லி வற்புறுத்தி வெளியேற்றி விட்டார்.

இந்திராவிற்கு எட்வர்ட் நிர்மல் மங்கத் ராய் போன்ற நேர்மையான, திறமையான அதிகாரி தேவையில்லை. விஜயலட்சுமி பண்டிட்டின் மகளையும் அவள் கணவரையும் பழி வாங்குவதுதான் முக்கியம்.

டேராடூன் அருகில் நயன்தாராவுடன் வாழ்ந்து மறைந்த மங்கத் ராய் முதுமையில் அல்சைமர் வியாதியால் அவதிப்பட்டார்.

குஷ்வந்த் சிங் மனைவி வாழ்வும் அல்சைமர் வியாதியில்தான் முடிவுக்கு வந்தது.

✦

குஷ்வந்த் சிங் மனைவி

சுய சரிதை என்பது என்ன? வான்கோழி கையில் மயிலிறகு என்று தமிழன்பன் கவிதை சொல்வது நினைவுக்கு வருகிறது. ஆனால் குஷ்வந்த் சிங் சுய சரிதை *Truth, Love and a Little Malice* படிக்கும்போது எழுத்தின் நேர்மை பற்றி நினைக்க வேண்டியிருக்கிறது.

குஷ்வந்த் சிங் *Autobiography is the child of ageing lions* என்கிறார். குஷ்வந்த் சிங் மிகப்பெரிய குடும்பத்தைச் சார்ந்தவர். அவருடைய அப்பா புது டெல்லியில் பல முக்கிய கட்டிடங்களை நிர்மாணித்தவர். வெள்ளைக்காரனால் சர் பட்டம் கொடுக்கப்பட்ட ஷோபா சிங். அவருடைய மனைவி குடும்பமும் மிகவும் பிரபலமான பணக்கார பாரம்பரியம் கொண்டது. மனைவியின் அப்பா கூட சர் பட்டம் வாங்கிய சிங்தான். குஷ்வந்த் சிங்கின் பூர்வீகம் லாகூர்.

இந்த சுய சரிதையில் இல்லாத விஷயம் குஷ்வந்த் அப்பா ஷோபா சிங் தான் டெல்லி அசெம்பிளி குண்டு வெடிப்பில் பகத் சிங்கை அடையாளம் காட்டிய கனவான்.

'பந்தியிலே சாப்பாடு கெட்டாலும் வீட்டிலே பெண் கெட்டாலும் வெளியே சொல்லக்கூடாது?!'

குஷ்வந்த் சிங் தன் மனைவியை சத்திய சோதனை செய்துள்ளார். லண்டனில் இவர் அந்தப் பெண்ணை சந்தித்த காலத்தில் அவள் உலக அழகிக்கான அங்க அமைப்பு தனக்கு இருப்பது பற்றிய பிரக்ஞையுடன் இருந்திருக்கிறாள். அவளிடம் இதயத்தைப் பறி கொடுத்தவர்கள் பற்றி ஒரு லிஸ்ட் குஷ்வந்த் சிங் தருகிறார். பிரதாப் லால், அமர்ஜீத், பரத்ராம். இவர்களில் பரத்ராம் திருமணமாகி குழந்தையும் உள்ளவன். குஷ்வந்த் சிங் அந்தப் பெண் கவல் மலிக் திருமண நிச்சயதார்த்தம் நடந்த பிறகு இந்த பரத்ராம் குடும்பத்துடன் கவல் மலிக் ஜெர்மனிக்கு போகிறாள்.

மங்கத் ராய் மட்டும் குஷ்வந்த் சிங் தன் மனைவியைத் தேர்ந்தெடுப்பதில் தவறு செய்து விட்டதாக திரும்ப திரும்பச் சொல்கிறான்.

திருமணம் செய்த பின் தன் மனைவி இன்னும் கன்னி கழியாதவள் என்று தேன் நிலவின் போது தெரிய வரும்போது குஷ்வந்த் சிங் ஆச்சரியப்படுகிறார். ஆனால் குஷ்வந்த் சிங் திருமணம் செய்து கொண்ட பின் அவர் மனைவியை தான் உயிருக்குயிராய் காதலித்ததாக மங்கத் ராய் சொல்கிறான். தினமும் தான் கவல் மாலிக்கை சந்திக்க அனுமதிக்க வேண்டும் என்று கெஞ்சிக்கேட்கிறான். குஷ்வந்த் சிங் சம்மதிக்கிறார்!

மங்கத் ராய் ஆக்கிரமிப்பின் காரணமாக கவல் மாலிக் ஓவியம் வரைவதையும் டென்னிஸ் விளையாடுவதையும் கை விட்டு விட்டு மங்கத் ராயுடன் சைக்கிளிங் செல்கிறாள்.

குஷ்வந்த் சிங்கின் மனைவி அவர் பேச்சைக் கேட்காமல் பரத்ராம், மங்கத்ராய் சொல் பேச்சைத்தான் கேட்டுக் கொண்டிருந்ததால் சிங்கின் தன்னம்பிக்கை பாதிக்கப் பட்டிருக்கிறது. லண்டன் தூதரகத்தில் தான் வேலை பார்த்த போது ஹைகமிஷனர் கிருஷ்ண மேனன்

ஆக்கிரமிப்பில் குஷ்வந்த் சிங்கின் மனைவி இருந்ததைப் பற்றியும் குறிப்பிட்டுள்ளார்.

பிஜு பட்நாய்க் (முன்னாள் ஒரிசா முதல்வர்தான். இன்றைய ஒரிஸ்ஸா முதல்வர் நவீன் பட்நாய்க்கின் தந்தை!) தன் மனைவிக்கு நூல் விட்டுப்பார்த்து படியுமா என்று ட்ரை பண்ணிய விஷயத்தை குஷ்வந்த் சிங் எழுதியிருக்கிறார்.

ஃப்ரான்சில் UNESCO-வில் வேலை பார்த்த போது பரத்ராம் இவர் மனைவி மீது ஜொள்ளு விட்டு தேடி வந்ததைப்பற்றி குறிப்பிடுகிறார். கவல் மாலிக்கை ரெஸ்டாரண்ட்டுக்கு அழைத்துச் செல்ல விரும்புவதாக அனுமதி கேட்ட போது பாரீஸ் சில் மிக காஸ்ட்லியான ரெஸ்டாரண்ட்டுக்கு அழைத்துக்கொண்டு போகச்சொல்லி சிபாரிசு செய்து விட்டு குஷ்வந்த் சிங் தன் மனைவியிடம் "இந்த ரெஸ்டாரெண்ட்டுக்கு உன் வாழ்வில் நீ இந்த ஒரு முறை மட்டும்தான் போகமுடியும்!" என்கிறார். ஆனால் அந்த ரெஸ்டாரண்ட் மெனு கார்ட் பார்த்து விட்டு மிரண்டு போய் பரத்ராம் கவனமாக நழுவி வேறொரு சாதாரண ரெஸ்டாரெண்ட்டுக்கு அவளை அழைத்துச் செல்கிறான்.

இல்லஸ்ட்ரேட்டட் வீக்லி எடிட்டராக குஷ்வந்த் சிங் இருந்த போது அவர் பேரும் புகழும் அடைந்த கால கட்டத்தில் மனைவியாலும் மகள் மாலாவாலும் தனக்கு கௌரவ பங்கம் ஏற்பட்டதாக போகிற போக்கில் குறிப்பிடுகிறார்.

கடவுள் நம்பிக்கையைத் துறந்தவர். ஆனால் மனைவி தன்னை விட்டு நிரந்தரமாகப் பிரிய விரும்புவதாகச் சொன்ன போது குருத்வாராவில் இரவு முழுதும் மனம் உடைந்து பிரார்த்தனை செய்திருக்கிறார். இருவருக்கும் இரண்டு வயது வித்தியாசம்.ஐம்பதை ஒட்டிய வயதிலும் கூட இவர் மனைவி டைவர்ஸ் வாங்க முயற்சித்திருக்கிறார்.

மனைவியுடனான உறவு மிகவும் மோசமானதைப் பற்றிக் குறிப்பிடுகிறார்.

இவ்வளவிலும் இருவரும் அறுபத்து மூன்று வருடங்கள் சேர்ந்து வாழ்ந்திருக்கிறார்கள். ஒரு மகன் ராகுல் சிங். மகள் மாலா. முதுமையில் தன் மனைவி Alzheimer's Disease-இல் பாதிக்கப்பட்ட நிலையில் உருக்கமாக எழுதுகிறார். தன் மனைவி இறந்து விட்டால் தான் எழுதுவதை நிறுத்தி விடுவேன் என்று தான் சுயசரிதையை முடிக்கிறார்.

I was always certain she would outlast me by many years. I am no longer sure that she will. But I have a gut feeling that if she goes before me, I will put away my pen and write no more.

இதுதான் கடைசி வரிகள்.

குஷ்வந்த் சிங் மனைவி இந்த புத்தகம் வெளி வந்த 2002இல் இறந்து விட்டார்.

தன் 90 வயதில் குஷ்வந்த் சொன்னார்: 'என் மனைவி இறந்து மூன்று வருடங்கள் ஓடி விட்டன. ஆனால் நான் இன்னும் எழுதி சம்பாதித்துக்கொண்டுதான் இருக்கிறேன்.'

'இன்னும் நான்கைந்து வருடத்தில் வரப்போகும் சாவை எதிர்கொள்ளத் தயாராயிருக்கிறேன்' என்று அப்போது சொன்ன குஷ்வந்த் சிங் 99 வயதில் மறைந்தார்.

✦

Power is the ultimate aphrodisiac

"I am not an admirer of great people. The few I got to know at close quarters turned out to have feet of clay:they were pretentious, feckless, lying and utterly commonplace."

- Khushwant Singh in 'Truth, Love & a Little Malice'

கிருஷ்ண மேனன் பற்றி இந்தியர்களுக்கு ஒரு அதீத பிம்பம் உண்டு. ஐக்கிய நாடுகள் சபையில் 13 மணி நேரம் மேனன் நிகழ்த்திய பேருரை பற்றி அந்தக் கால பெரிசுகள் கண் விரியச் சொல்வார்கள். கிருஷ்ண மேனனும் விஜயலட்சுமி பண்டிட்டும் கட்டிப்பிடித்தபடி விமானத்திலிருந்து இறங்கி வரும் புகைப்படம் அந்தக் காலத்தில் பார்க்கக்கிடைத்ததுண்டு. அவர் ராணுவ மந்திரியாய் இருந்த போதுதான் இந்திய சீன யுத்தம்.

இறப்பதற்கு முன் கேசுவலாக ஒரு டீ சாப்பிட்டு விட்டு அவர் படுத்ததை எங்கள் அமெரிக்கன் கல்லூரியில் ஆங்கில பேராசிரியர் வசந்தன் சுவாரசியமாக சொன்ன போது பிரமிப்பாய் கூட இருந்தது.

குஷ்வந்த் சிங் காட்டும் கிருஷ்ண மேனன் பற்றிய குறிப்புகள் இந்த விக்கிரகத்தை உடைத்து விடுகிறது. ஒரு முழுமையான வில்லன் போலவேதான் கிருஷ்ண மேனன்

பற்றித் தெரிய வருகிறது.

13 மணி நேரம் காஷ்மீர் பற்றி ஐ.நா.சபையில் பேசியதன் output என்ன? காஷ்மீர் பற்றிய இந்திய நிலைப்பாட்டிற்கு எதிராகத்தான் ஐக்கிய நாடுகள் சபையில் ஓட்டு போட்டார்கள். A unanimous vote against India! சீன சண்டையில் இந்தியாவின் தோல்விக்கு கிருஷ்ண மேனன்தான் பொறுப்பாளி.

எப்படியோ நேருவை கிருஷ்ண மேனன் இன்ஃப்ளுயன்ஸ் செய்ய முடிந்திருக்கிறது. அவர் சுதந்திர இந்தியாவின் இங்கிலாந்து தூதராக ஆக முடிந்திருக்கிறது. ஹை கமிஷனராக லண்டனில் அவர் செயல்பாடுகள் பற்றி குஷ்வந்த் சிங் எழுதுவதைப் படிக்கும் போது கோபமே வருகிறது.

இப்படிப்பட்டவர்கள் பற்றி அறிய வரும் போது நீட்ஷே சொன்னதுதான் எப்போதுமே நினைவில் வருகிறது, 'அவ்வப்போது ஆபாசம்தான் அரியணையில் அமர்கிறது. அவ்வப்போது அரியணையே ஆபாசத்தின் மேல்."

கிருஷ்ண மேனன் ஒரு *womanizer, sadist and a liar* என்றாலும் ஒரு *Bachelor.* உண்மையே பேச மாட்டார். தனக்குப் பிடிக்காத சுதிர் கோஷ் பற்றி நேருவிடம் இவன் வல்லபாய் படேலுடைய ஆள் என்று போட்டு விட்டு வேலையை காலி பண்ணியிருக்கிறார். தூதரகத்தில் வேலை பார்த்த கமலா ஐஸ்பால் என்ற மேனாமினுக்கி *(A designing seductress)* இவருடைய *mistress.*

குஷ்வந்த் சிங் வார்த்தைகள் *"Krishna Menon treated the husbands of good-looking women as friends. If he sensed tension between the couple, he became considerate towards them. Menon had great understanding for misunderstood wives. Sheila Lall and my wife fell in that category. Arthur and I became his number one and number two favourites.*

குஷ்வந்த்சிங் இந்திய தூதரகத்தின் *public relations officer.*

சுதந்திர இந்தியாவின் முதல் பிரதமரின் முதல் இங்கிலாந்து விஜயம். நேருவுடன் அவருடைய செக்ரட்டரி 'எம்.ஓ.மத்தாய்'தான் வருகிறார்.

According to M.O.Matthai Neither Nehru nor Indira Gandhi was sexully inhibited. ஆபாசம்தான் அரியணையில் அமர்கிறது.

நேரு நள்ளிரவில் விமானத்தில் லண்டன் வருகிறார். தான் தங்க வேண்டிய ஹோட்டலுக்கு போவார் என்று பார்த்தால் நேராக லேடி மவுண்ட் பேட்டனைப் பார்க்க செல்கிறார்.

மவுண்ட் பேட்டன் அப்போது லண்டனில் இல்லை. நேருவுக்காக நைட் கவுனோடு லேடி எட்வினா மவுண்ட் பேட்டன் கதவை திறந்து விடுகிற போட்டோ 'தி டெய்லி ஹெரால்ட்' செய்தித்தாளில் வருகிறது. தலைப்பு *"Lady Mount batten's Midnight Visitor."* லண்டனில் லார்ட் மவுண்ட் பேட்டன் அன்று இல்லை என்பதையும் டெய்லி ஹெரால்ட் சொல்கிறது.

கிருஷ்ண மேனன் அன்று பி.ஆர்.ஓ. குஷ்வந்த் சிங்கைப் பார்த்து குரைக்கிறார். "டெய்லி ஹெரால்ட் பாத்தியாய்யா? நேரு ஒன் மேல ரொம்ப கோபமா இருக்கிறார்"

குஷ்வந்த் சிங் பரிதாபமாக "எனக்கெப்படிங்க தெரியும். நேரு ஹோட்டலுக்குப் போகாம இப்படி அந்தம்மாவைப் பாக்கப்போவாருன்னு."

பத்திரிகையாளர்களுக்கு நேரு தன் ஹோட்டலில் பேட்டி கொடுக்கிற காட்சி.

கிருஷ்ண மேனன் தலையைத் தொங்கப் போட்டு தூங்குகிறார். நேரு உடனே குஷ்வந்த் சிங்கிடம் கோபமாய் சொல்கிறார். "என்னய்யா இது உங்க ஹை கமிஷனருக்கு உடம்பு சரியில்ல போலருக்கு. *You must not expose him to outsiders like this*" ஆனால் கொஞ்ச நேரத்தில் அத்தனை பத்திரிகையாளர்கள் முன்னிலையில் நேருவும் தலையை நெஞ்சில் தொங்கப்போட்டு நித்திரையில் ஆழ்கிறார்.

Pandit Nehru had a couple of days free to indulge in his favourite hobbies, buying books and seeing Lady Mountbatten.

நேரு ஒரு க்ரீக் ரெஸ்டாரெண்ட்டுக்கு வரும்படி லேடி மவுண்ட் பேட்டனை அழைக்கிறார். ரெஸ்டாரண்ட் ஓனர் உடனே பத்திரிகைகளுக்கு தொலைபேசி தகவல் கொடுக்கிறார். ரெஸ்டாரெண்ட்டுக்கு பப்ளிசிட்டியாம்! அடுத்த நாள் காலை பேப்பர்களில் இருவரும் நெருக்கமாக இருக்கும் புகைப்படங்கள் வெளியாகின்றன.

பி.ஆர்.ஓ. குஷ்வந்த் சிங்கிடம் நேரு எரிச்சலுடன் சொல்கிறார். *"You have strange notions of publicity!"*

கிருஷ்ண மேனன் பற்றி குஷ்வந்த் சிங்,

Menon was a complex Character, the most unpredictable and prickly I have ever met... Menon's bad temper and discourtesy had to be experienced to be believed... Menon was full of acid wit and sarcasm...

Next to Nehru, it was Mountbattens that Krishna Menon relied on to keep him where he was...Women found him handsome... Menon was not generous with his money, except when it came to his lady friends and children... Menon's first reaction to any proposal put to him was to reject him...He has a strong streak of sadism... Merit did not matter very much to Menon; Unquestioned loyalty did. Lying was Menon's second nature and came as easily to him as discourtesy...Why Menon got where he did under the patronage of Pandit Nehru remains, and probably will remain, unexplained.

லண்டனில் ரெஸ்ட்ராண்ட்களில் வெயிட்டராக வேலை பார்த்த மேனன் பின்னர் அதே லண்டனில் இங்கிலாந்தின் இந்திய தூதராக ஆகி, இந்திய எம்.பி. ஆகி இந்திய ராணுவ மந்திரியாகி... ஆகா சினிமாவாக எடுத்தால் கூட சற்று மிகையாகத்தான் தெரியும்.

பின்னால் லண்டனில் இந்தியா ஆபீஸ் லைப்ரரியில் வேலை பார்த்த குஷ்வந்த் அப்போது ஷீலா லாலுடன் தங்கியிருந்த காலத்தில் 'நான் உன்னை ரகசியமா வைப்பாட்டியா வச்சுக்கிறேன்' என்று ஷீலாவை கிருஷ்ண மேனன் தொந்தரவு செய்து கொண்டிருந்திருக்கிறார். போனில் வந்த மேனனிடம் "பாஸ்டர்ட்... நீ யாருன்னு எனக்கு தெரியும்டா... நேரங்கெட்ட நேரத்தில போன் பண்றதெ நிறுத்திக்க. இல்லன்னா ரொம்ப அசிங்கமா பேசிடுவன்டா" என்று குஷ்வந்த்சிங் கத்தியிருக்கிறார்.

ஜெனரல் சிவ் வர்மா கிருஷ்ண மேனனைப்பற்றி சொன்னது நூத்துக்கு நூறு சரி என்று குஷ்வந்த் சொல்வது சுவாரசியம்.

"Krishna Menon was a bachelor, the same as his father."

◆

Paradise will be a kind of library

1995 செப்டெம்பர் மாதம் கோணங்கியின் 'கல்குதிரை' சிறப்பிதழ் ஒன்று வெளிவந்தது. கேபோவுக்குத்தான். லத்தீன் அமெரிக்க உலகம் அன்போடு கேபிரியல் கார்ஸியா மார்க்வஸ் என்பவரை 'கேபோ' என்றுதான் குறிப்பிடும். மாஜிக்கல் ரியலிசம்... 1982இல் வாங்கிய நோபல் பரிசு... பாப்லோ நெரூடாவின் நண்பர்... ஃபிடல் காஸ்ட்ரோவின் நெருங்கிய நண்பர்...

கல்குதிரைக்கு *Gabriel* என்ற பெயரைக் குறிப்பிடுவதிலேயே ரொம்ப சிரமம் இருந்தது. அட்டையில் 'காப்ரியல்'. முதல் பக்கத்தில் 'காப்ரியேல்' என்று சந்தேகத்துடன் இரண்டு விதமாக அச்சேற்றியிருந்தார்கள். இத்தனைக்கும் கேபிரியல் என்ற கிறிஸ்தவப் பெயர் ஒன்றும் அன்னியமானது ஒன்றும் இல்லை. அதோடு அதற்கு பல வருடங்களுக்கு முன்னாலே *Gabriel Shock Absorbers* விளம்பரம் மிகவும் பிரபலம்.

பைபிளில் கன்னி மேரியிடம் காட்சி தரும் ஏஞ்சல் *"I am Gabriel! The angel of God!"* என்று தன்னை சுய அறிமுகம் செய்து கொள்கிற காட்சி உண்டு.

நவீன தமிழ் இலக்கிய கர்த்தாக்களுக்கு இவ்வளவு

குழப்பம் கேபிரியல் என்ற பெயரில் இருந்த போது கல்குதிரை அவர் படைப்புகளை ஆங்கில வழியாக தமிழில் மொழிபெயர்ப்பதில் எத்தகைய துயர அனுபவமாய் இருந்திருக்கும் என்பதை சொல்ல வேண்டியதே இல்லை.

அப்போதெல்லாம் கல்குதிரை ஒவ்வொரு இதழுக்கும் கணிசமான தொகை நான் நன்கொடையாக கொடுப்பது வழக்கம். முதல் இதழை கோணங்கி என்னிடம் கொடுத்த போது, நான் ஒரு நன்கொடை கொடுத்தேன். அவன் சொன்னான். "வண்ணதாசன் கூட இவ்வளவு பெரிய தொகை தரவில்லை."

கேபிரியல் கார்ஸியா மார்க்வஸ் சிறப்பிதழ் கல்குதிரையின் 12ஆவது இதழ்.

Gabriel என்ற பெயரை கேப்ரியல் என்று எழுதுவதிலும் ஒரு சிக்கல் இருக்கிறது. 'ப்' என்பது 'ஙி' உச்சரிப்பாக இல்லாமல் 'றி' உச்சரிப்பாக அதாவது *Gapriel* என்று மாற வாய்ப்பு அதிகம் என்பதால் 'கேப்ரியல்' என்று எழுதாமல் 'கேபிரியல்' என்றே எழுத வேண்டியுள்ளது.

கிறிஸ்தவர்களிலும் ப்ராட்டஸ்டண்ட் இனத்தவர்கள் சரியாக 'கேபிரியல்' என்று சரியாக உச்சரிக்கிறார்கள். ஆனால் ரோமன் கத்தோலிக்க பிரிவினர் *Gabriel* என்பதை தமிழ்ப்படுத்தி 'கபிரியேல்' என்று பாடாய்ப் படுத்துகிறார்கள்.

இப்போது காலச்சுவடு க்ளாசிக் வரிசையில் வரிசை வெளியீடு 'தனிமையின் நூறாண்டுகள்' நூலில் 'காப்ரியேல் கார்சியா மார்க்கேஸ்' என்று குறிப்பிட்டிருக்கிறார்கள். மொழிபெயர்ப்பு: சுகுமாரன்.

ஆல்பர் காம்யூ பெயரை ஒவ்வொருவரும் ஒவ்வோர் விதமாக உச்சரிப்பதைப் பற்றி சுந்தர ராமசாமி 'ஜேஜே சில குறிப்புகள்'நாவலில் குறிப்பிட்டு விட்டு தன் அத்தை

மகள் பெயர் காமு என்பதால் நான் வசதிக்காக காமு என்று சொல்ல ஆரம்பித்தேன்' என்பார்.

லத்தீன் அமெரிக்கப் படைப்புகளை ஆங்கில மொழிபெயர்ப்பாகப் படிப்பதுதான் ஓரளவு நல்லது. தமிழ் மொழிபெயர்ப்புகளில் படிப்பது தலைவிதிதான். ஆங்கிலம் தெரியாத வாசகர்களும், எழுத்தாளர்களும் தமிழ் இலக்கிய உலகில் மிக, மிக அதிகம். மொழிபெயர்ப்பே மூல ஆசிரியரை சிதைக்கிற விஷயம் என்கிற போது ஆங்கில மொழிபெயர்ப்பின் வழியாக தமிழில் மொழிபெயர்த்து, அதை படிப்பதென்பது ஒருவகை 'ஊனம்'.

ஆல்பர் காம்யூவின் 'அந்நியன்' பிரஞ்சு மொழியில் இருந்து நேரடியாக் மொழிபெயர்க்கப்பட்டதால் விசேஷமானதாய் இருந்தது. நாகார்ஜுனன் பிரஞ்சு மொழியிலிருந்து ரைம்போ, பாதலேர் கவிதைகளை ஆங்கில வழியாக அல்லாது தமிழில் மொழி பெயர்த்துள்ளார்.

சாதாரணமாக ஒரு முதியவர் இறப்பென்பது அனுபவச்செறிவு காரணமாக துயரமானது. ஒரு நூலகம் மறைந்து போவதைப் போன்றது. போர்ஹே சொல்வார்: 'சொர்க்கம் என்பது எப்படி இருக்கும்? எனக்கென்னவோ சொர்க்கம் என்பது ஒரு வகையான லைப்ரரிதான்' என்பார்.

87 வயதில் கேபிரியல் கார்ஸியா மார்க்வெஸ் இறந்திருக்கிறார்.

ஒரு முதிய எழுத்தாளரின் மறைவு நிஜமாகவே மிக மகத்தான இழப்புதான். ஒரு பிரமாதமான, பிரமிப்புக்குரிய அற்புத நூலகம் திடீரென்று காணாமல் போய் விடுகிறது என்றால் தாங்கிக்கொள்ளவே முடியவில்லை.

◆

என் அம்மா சொன்ன சொலவடைகள்

என் அம்மா எப்போதும் பேச்சிற்கிடையில் இயல்பாய், பொருத்தமாய் பல சொலவடைகள் சொல்வார்.

1. தாங்குவார் கோடியிருந்தா தளர்ச்சிக்கேடு ரொம்பவாம்

2. சும்மாயிருக்கிற அம்மையாருக்கு அரைப்பவுன் தாலி காணாதாம்.

3. தரையில கிடந்தவன் பாய்க்கு வருவான். பாயில படுத்தவன் தரைக்கு வருவான்.

4. சாஸ்திரம் பார்த்தா சடலம் கூட எடுக்க முடியாது.

5. மறந்த சொத்து பிள்ளைகளுக்கு ஆவாது.

6. ஆட்டை அறுக்கும் முன்னே, காதை எனக்கு சுட்டுக் கொடுன்னானாம் ஒருத்தன்.

7. நூலோடு வந்தவ நூறோடு போவா

   நூறோடு வந்தவ நூலோடு போவா.

8. கூத்துக்கு பிள்ளை பெத்து கோமாளின்னு பேர் விட்ட கதையால்ல இருக்கு.
9. யானைய குடுத்துடுவான். அங்குசத்த குடுக்க மாட்டான்.
10. உடம்பு ஒருத்தருக்கு பொறந்திருந்தா நாக்கு பல பேருக்கு பொறந்தது.
11. பீத்தல் ஆத்தோட போனா பிள்ளக் குட்டியெல்லாம் பின்னாடியே போச்சாம்!
12. சொக்கனுக்கு சட்டி அளவு.

◆

அப்பா... என் அப்பா

அப்பா... என் அப்பா செத்துப்போய் விட்டார்... தாயன்பை விடவும் தகப்பனின் ஆளுமையும் அன்பும் மகத்தான எல்லையை தொடக்கூடியது.

எதிர்மறையாக சுகுமாரன் எழுதிய அப்பா பற்றிய கவிதை நினைவுக்கு வருகிறது.

புதுமைப்பித்தனுக்கு மறுமணம் செய்துகொண்ட அப்பாவுடன் சீரான உறவு இருந்ததில்லை.

ஜெயகாந்தன் அப்பா ஆஸ்பத்திரியில் இறந்த செய்தியை சாவகாசமாக வீட்டுக்கு வந்து சாப்பிட்டு விட்டு ஒரு தூக்கம் போட்டு எழுந்து அத்தையிடம் சொன்னதும், பின் சில மாதங்களுக்கு பின் இரவு தூக்கம் விழித்து 'அப்பா அப்பா' என்று கதறி அழுதார் என்பதும் நினைவுக்கு வருகிறது.

'அப்பா' ஒவ்வொருவருக்கும் ஒவ்வொரு விதமாக தோற்றமளிக்கிறார்.

மறக்க முடியாத மற்ற சில அப்பாக்கள்...

1. க.நா.சு.வின் அப்பா.
2. சுந்தர ராமசாமியின் அப்பா.

3. அசோகமித்திரனின் அப்பா (அப்பாவின் மரணம் பற்றி எவ்வளவு எழுதியிருக்கிறார்!)

4. ந.முத்துசாமியின் ஏழாவது வயதில் மறைந்த அப்பா.

பல வருடங்களுக்கு முன் புதுவையில் பிரபஞ்சன் ஒரு நாவல் - 'மகாநதி' எழுதும் போது என்னிடம் சொன்னார்.

அப்போது அவருக்கு அப்பாவுடன் பேச்சு வார்த்தை கிடையாது. மனஸ்தாபம். பாரதி வீதி அப்பா வீட்டில் பிரபஞ்சன் மாடியில் குடும்பத்துடன் குடியிருந்தார்.

'மகா நதி' நாவல் அவருடைய அப்பாவைப்பற்றி. அப்பா மதுக்கடைகள் நடத்தியவர். ஆனால் ஒரே மனைவிதான் அவருக்கு. பிரபஞ்சனின் அம்மா. புதுவை கலாச்சார சூழலில் மதுக்கடை முதலாளிகள் பல தாரங்கள் உள்ளவர்களாய் இருப்பதுதான் இயல்பு. அப்பா எப்படி பல திருமணம் செய்யாமல் இருந்தார்.

இந்த ஆச்சரியம்தான் தன்னை 'மகாநதி' நாவலை எழுதத் தூண்டியதாக பிரபஞ்சன் புதுவையில் என்னிடம் கூறினார்.

◆

Persona என்ற இங்க்மார் பெர்க்மன் படத்தில் ஒரு வசனம்

Persona என்ற இங்க்மார் பெர்க்மன் படத்தில் ஒரு வசனம். " *Life is trickled in everywhere and you are forced to react.*"

பாரதி சொன்னது -

"மூட நெஞ்சே

தலையிலிடி விழுந்தால் சஞ்சலப்படாதே

ஏது நிகழினும் நமக்கேன் என்றிரு

கவலைப்படுதலே கருநரகம்

கவலையற்றிருத்தலே முக்தி. ".

நெஞ்சம் துவளாதிருத்தல் சுகம் என்றும் பாரதியால் எழுதி விட முடிகிறது.

♦

A few dark clouds appear on my horizan

A few dark clouds appear on my horizan.
Make my bed softly for I am sick
...

The thankless position of the father in the family -- the provider for all, and the enemy of all. The most unsung, unpraised, unnoticed, and yet one of the most valuable assets...

The storm of feelings that accompanies my father's death. The grief caused by the loss of my father.

✦

ஸ்டீபன் ஹாக்கிங் நூலில்...

பிரபஞ்சம் என்பது எங்கிருந்து வந்தது? எப்படி, ஏன் துவங்கியது? அது ஒரு முடிவுக்கு வருமா? எனில் எவ்வாறு முடிவு என்பது நிகழும்? என்ற கேள்விகளை முன் வைத்து ஸ்டீபன் ஹாக்கிங் எழுதிய மிகப் பிரபலமான 'A Brief History of Time' நூலில் அவர் ஐன்ஸ்டின், ஐசக் நியூட்டன், கலிலியோ பற்றி எழுதியுள்ளவை பற்றி...

ஐன்ஸ்டின் வாழ்க்கை என்பது அவரே சொன்னது போல சம நிலைக்கும் அரசியலுக்கும் இடையில் பிரிக்கப்பட்டது. ந்யூட்ரா பாம் அரசியலுக்கும் அவருக்குமான தொடர்பு அறியப்பட்ட விஷயம்.

ஐன்ஸ்டினுடைய ஆரம்ப அரசியல் நடவடிக்கை முதல் உலகப் போர் போது அவர் பெர்லினில் பேராசிரியராய் இருந்த போதே துவங்கியது. மனித உயிர் விரயமாவதைக் கண்டு வெறுப்புற்று உலகப் போருக்கெதிரான அவருடைய ஒத்துழையாமை போராட்டம்.

ந்யூட்ரா பாம் என்பதற்கடுத்து அவருடைய இரண்டாவது கவனம் யூதராக அவருடைய யூத ஆதரவு, யூதர்களுக்கு தனி நாடு. அவர் யூதராக இருந்தாலும் பைபிள் காட்டிய கடவுளுக்கு எதிரான கருத்துடையவர்.

யூத வெறுப்புக்கெதிரான அவருடைய கோட்பாடுகள் அவரை முழு யூத ஆதரவாளராக மாற்றியது.

அவருடைய தியரிகள் மீது கடும் தாக்குதலுக்குள்ளானது. ஐன்ஸ்டினுக்கு எதிரான அமைப்பு கூட நிறுவப்பட்டது. ஐன்ஸ்டினை கொலை செய்ய மற்றவர்களைத் தூண்டியதாக ஒரு ஆள் மீது குற்றம் சாட்டப்பட்டு ஃபைன் எவ்வளவு என்றால் ஆறு டாலர்!

உணர்ச்சிவசப்படாமல்தான் அமெரிக்கையாக ஐன்ஸ்டின் எதிர்ப்புகளை எதிர்கொண்டார் .

'100 Authors against Einstein' - இப்படி ஒரு புத்தகம் வெளி வந்த போது அவர் சொன்னார்: *ÒIf I were wrong, then one would have been enough!"*

அவருடைய யூத ஆதரவு நிலை காரணமாக 1952ஆம் ஆண்டு இஸ்ரேல் ஜனாதிபதி பதவி தேடி வந்த போது ஐன்ஸ்டின் நிராகரித்தார். அரசியல் தனக்கு ஒத்து வராது என்றார். ஆனால் உண்மைக்காரணம் அவரே முன்னர் சொன்னதுதான். *"Equations are more important to me, because politics is for the present, but an equation is something for eternity."*

...

சர். ஐசக் நியூட்டன் சுவாரசியமான ஒரு விஞ்ஞானி. அவருடைய 'பிரின்சிப்பியா மாத்தமேட்டிகா'தான் பிஸிக்ஸ் சப்ஜெக்டை ஆக்கிரமித்த முக்கிய தியரி. ராயல் சொசைட்டியின் தலைமைப் பொறுப்பில் இருந்தவர். *The first scientist ever to be knighted.*

நியூட்டன் அவ்வளவு சிலாக்கியமான சந்தோஷகரமான மனிதப் பண்புகள் பெற்றவரல்ல. தனது நோக்கத்திற்கு எதிரான 'இல்லை' என்ற பதிலை அவர் ஏற்றுக்கொள்ளவே மாட்டார்.

ஜான் ஃப்ளாம்ஸ்டீட் என்ற சக விஞ்ஞானியை அவர் படுத்திய பாடு.

அடுத்து கால்குலஸ் தியரி விஷயத்தில் மற்றொரு சகாவான கோட்ஃப்ரைட் லீப்னிஸ் மீது நியூட்டன் காட்டிய வன்மமும், துவேசமும் அவர் மீதான நீங்காத கறை.

நியூட்டனை காப்பாற்ற பிறரால் எழுதப்பட்டதாக பிரசுரிக்கப்பட்ட ஆதரவு கட்டுரைகள் அனைத்தையும் எழுதியவர் நியூட்டனேதான்!

லீப்னிஸ் மனமுடைந்து இறந்த போது நியூட்டனுக்கு வக்கிரமான திருப்தி!

கேம்பிரிட்ஜை விட்டு விலகிய பின் ராயல் மின்ட் வார்டன் பதவியை தன் நேர்மையற்ற நடவடிக்கைக்கும் பிறர் மீதான் கடும் அவதூறுக்கும் பயன்படுத்தியவர். இந்தப் பதவி மூலம் பலரை தூக்கு மரத்திற்கு அனுப்பியவர்.

...

கலிலியோ, உலகம் எப்படிச் செயல்படுகிறது என்பதை உலகின் மீதான உன்னிப்பான கவனம் மூலம் புரிந்து கொள்ள முடியும் என நம்பியவர்.

சூரியனை மற்ற கிரகங்கள் சுற்றுகின்றன என்ற காப்பர்னிகன் தியரியை லத்தீனில் எழுதியவர். கடவுள்,மத நம்பிக்கை மிகுந்த கலிலியோவிற்கு வாழ்வு சவாலாகி விட்டது.

கலிலியோ வாதிட்டார்: “பைபிள் என்பது விஞ்ஞான கோட்பாடுகள் பற்றி சொல்வற்கானது அல்லவே அல்ல.”

ஆனால் 1616இல் கத்தோலிக்க சர்ச் காப்பர்னிகானிஸம் தப்பானது, தவறானது என்று தடை

விதித்து நிராகரித்து விட்டது.

1623இல் கலிலியோவின் நீண்ட நாள் நண்பர் ஒருவர் போப் ஆண்டவர் ஆன போது காப்பர்னிகானிஸத்திற்கு எதிரான தடையை நீக்க கலிலியோ முயற்சித்தார். ஆனால் முடியவேயில்லை.

ஆனால் அரிஸ்டாட்லியன் - காப்பர்னிகன் தியரிகள் பற்றி ஒரு புத்தகம் எழுத வாட்டிகனின் அனுமதியை கலிலியோ வாங்கி விட்டார். 1632இல் பிரசுரமான அந்தப் புத்தகம் 'Dialogue concerning the two chief world systems' உடனடியாக ஐரோப்பாவின் மகத்தான இலக்கிய, தத்துவ நூலாக பாராட்டப்பட்டது. போப் இந்தப் புத்தகம் வெளி வர அனுமதி தந்ததற்கு வருந்தி உடனே கலிலியோவை வீட்டுக் காவலில் வைத்து காப்பர்னிகானிஸத்தை கை விடும்படி நிர்ப்பந்தித்தார்.

கலிலியோ ஒரு விசுவாசமான கத்தோலிக்கராகவும் இருந்தார். அதே நேரம் விஞ்ஞான சுதந்திரம் மீதும் முழு நம்பிக்கை வைத்திருந்தார். அவர் வீட்டுக்காவலில் இருந்த நிலையில் அவருடைய மற்றொரு நூல் ஹாலந்துக்கு கடத்தப்பட்டு பிரசுரமாக ஏற்பாடு செய்யப்பட்டது.

அந்த நூல் 'Two New Sciences'தான் நவீன பௌதீகத்தின் ஆதியாகமம்.

✦

Hollow eye and Wrinkled brow

*"To view with hollow eye and wrinkled brow
An age of poverty."*
    - Shakespeare in 'The Merchant of Venice'

கி.ரா., அசோகமித்திரன், இருவருடனும் அவ்வப்போது போன் பேசியதுண்டு. இருவருமே ஞானபீட பரிசு பெற முழுமையான தகுதி படைத்தவர்கள். இருவருமே செப்டம்பர் மாதம் பிறந்தவர்கள். ஒரு விஷயம் பற்றி குறிப்பிட வேண்டும். கி.ரா. எப்போதும் குரல் மிக ஆரோக்கியமாக, உற்சாகமாக மணிக்கணக்கில் என்றாலும் பல விஷயங்கள் பேசுவார். முதியவரின் குரல் போலவே இருக்காது. முதுமையின் சிரமங்கள் பற்றி, உடல் உபாதைகள் பற்றி எதுவுமே சொல்லவே மாட்டார்.

அசோகமித்திரன் பற்றி நான் குறை சொல்வதாக யாரும் நினைத்து விடக்கூடாது. அவர் குரல் சற்றே நடுக்கமாகத் தெரியும். கிணற்றில் இருந்து ஒலிப்பது போலக் கூடத் தோன்றும். அதோடு தன் உடல் அவஸ்தைகள் பற்றி உடனே வெளிப்படையாகச் சொல்வார். 'உடம்பு ரெண்டு நாளா படுத்தறது... சரியில்லை' என்று ஆரம்பித்து Cramp தொந்தரவு பற்றியெல்லாம் துயரம் தோய்ந்த குரலில் சொல்லுவார். *Death chooses to be a friend of an old man facing death.*

◆

இடைச்செவலா? புதுவையா?

பெரிய எழுத்தாளர்கள் தங்களைப் பற்றி மற்றவர்கள் சொல்வதை, எழுதுவதைக் கேட்க ஆசைப்படுவார்கள். தன்னைப் பற்றிய சிந்தனையிலேயேதான் இருப்பார்கள்.

கி.ரா. பதினஞ்சு வருஷங்களுக்கு முன்னே 'என்னைப் பற்றி ஒரு கட்டுரை எழுதித் தாருங்கள்' என்று நான் அவருக்கு போன் போட்டு பேசும் போது ஆரம்பித்தார். ஆரம்பித்தார் என்று நான் சொல்லக் காரணம், அவருக்கு அடுத்தடுத்து போன் போட்ட போதெல்லாம் அவர் இதை தொடர்ந்து மீண்டும் மீண்டும் வலியுறுத்த ஆரம்பித்தார்.

கே.எஸ்.ராதாகிருஷ்ணன் வெளியிடப் போகும் 'கி.ரா. எனும் கதை சொல்லி - 85' எனும் நூலில் நான் எழுதும் ஒரு கட்டுரையும் சேர்க்க தான் விரும்புவதாக விளக்கினார். நடிகர் சிவகுமார் கூட ஒரு கட்டுரை எழுதித் தந்து விட்டார் என்றார்.

1990 துவங்கி 2005 வரை ஒரு இருபது கட்டுரைகள் இலக்கிய சம்பந்தமாக 'மேலும்', கணையாழி, காலச்சுவடு, சௌந்தர சுகன், கனவு, பன்முகம், இணைய இதழ்கள் என்று பத்திரிக்கைகளில் சொற்பமாக எழுதியதுண்டு. அதற்கே ஒரு திரைப்பட இயக்குநர் 'ராஜநாயஹம் பேனாவை எடுக்க மாட்டார். எடுத்தா

பூகம்பம்தான்' என்றாராம்.

'ஊட்டியில் தளையசிங்கத்திற்கு நடந்த தொழுகை' எல்லாம் அந்த கணக்கில்தான். நான் அதிகம் எழுதுபவன் அல்ல என்பதோடு என்னுடைய வேலைப்பளு, சொந்த வாழ்க்கை பொருளாதாரத் துயரங்கள் அப்போது எழுதுகிற ஆர்வத்திற்கு பெருந்தடை. புத்தக வாசிப்பு எப்போதும் போல உச்சத்தில்தான் இருந்தது.

'ஆன வயதிற்கு அளவில்லையெனினும் தெளிவே வடிவாம் கி. ரா' என்று தலைப்பிட்டு எழுத ஆரம்பித்தேன். இப்போது நினைத்துப் பார்க்க விசித்திரமாக இருக்கிறது. வாரம் ஒரு பத்து வரி எழுதுவது பெரும்பாடாக இருந்தது. ஒரு பாதி எழுதிய நிலையில் திருப்தியின்றி தூக்கிப் போட்டு விட்டேன். மனசுக்கு சங்கடமாயிருந்தது.

கி.ரா. கதைசொல்லி பத்திரிகையில் அப்ப மூனு வருஷத்துக்கு முன் ராஜநாயஹம் பற்றி டைரியில் ஒரு பக்க குறிப்பு எழுதியிருந்தார். பதிலுக்கு நான் அவர் பற்றி எழுத வேண்டாமா என்று மனசாட்சி தொந்தரவு செய்தது.

கி.ரா. 'என்னய்யா ராஜநாயஹம், சீக்கிரம் அனுப்புங்க. என்னய பத்தி சீக்கிரமா எழுதி அனுப்புங்க' என்றார்.

ஒரு வழியாக மீதியையும் எழுதி முடித்து, எழுதியதில் ஒரு திருத்தம் கூட செய்யாமல் அவருக்கு அனுப்பி வைத்தேன். படித்து விட்டு அவர் சந்தோஷமாக சொன்னார் 'ஒங்க கட்டுரை ரொம்ப நல்லா வந்துருக்குய்யா.'

'கி.ரா. எனும் கதை சொல்லி - 85' நூலில் ராஜநாயஹம் எழுதியதும் 2007ல் வெளி வந்தது.

அந்தக் கட்டுரை கீழே:

'ஆன வயதிற்களவில்லை எனினும் தெளிவே வடிவாம் கி.ரா.'

மதுரை ரீகல் தியேட்டர் அருகிலிருந்த சர்வோதய இலக்கியப் பண்ணையில் தி.ஜானகிராமனின் 'மரப்பசு' நீல.பத்மநாபனின் 'பள்ளிகொண்டபுரம்' இரண்டு புத்தகத்தை வாங்கிக்கொண்டு கிளம்பவிருந்த நேரம் அங்கே புத்தகம் ஒன்றைப் படித்துக்கொண்டு நின்றிருந்த ஒருவர் 'கி.ரா.வின் கதவு' சிறுகதைகள் நூலையெடுத்து 'இந்தப் புத்தகத்தை வாங்கிப் படியுங்கள்' என்றார்.

'கதவு' கதையை முதலில் படித்துப் பாருங்கள், அதன்பின் வாங்குங்கள். லாலாக்கடைக்காரன் சொல்லுவதில்லையா? சாம்பிள் சாப்பிட்டு பார்த்துவிட்டுப் பலகாரம் வாங்குங்கள். இத்தனைக்கும் அந்த நபர் புத்தகக் கடையோடு சம்பந்தப்பட்டவரும் அல்ல. நான் அந்தக் கடையில் புத்தகங்கள் பார்த்து வாங்கிய நேரத்தில் ஒரு புத்தகத்தைப் படித்துக் கொண்டேயிருந்தவர் அந்த மனிதர்.

நான் புன்னகையுடன் கதவு சிறுகதைகளுக்கும் பில் போடச் சொன்னேன்.

'வாங்க காலேஜ் ஹவுஸில் காப்பி சாப்பிடுவோம்' என்று 'கதவை' சிபாரிசு செய்த நபரை அன்போடு அழைத்தேன்.

'என் பெயர் கோணங்கி. நான் ஒரு எழுத்தாளன்'.

'தச்சன் மகள்' ஞாபகத்திற்கு வந்தது.

'அந்தக் கதையை நீங்கதானே எழுதியிருக்கீங்க.'

'ஆமாம்.'

டிபன், காப்பி சாப்பிட்டு விட்டு விடைபெற்றார் கோணங்கி. கோணங்கி அறிமுகமான அதே நாளில்தான் கி.ரா.வையும் எனக்கு தெரிய வந்தது.

தொடர்ந்து கி.ரா.வின் அனைத்து நூல்களையும்

வாங்கிப் படித்து என் இயல்புபடி Revise செய்துவிட்டு என் நண்பன் சரவணன் மாணிக்கவாசகத்திடம் சொன்னேன். 'தி.ஜானகிராமனுக்கும் கி.ராஜநாராயணனுக்கும் ஒரே மாதிரி மனவார்ப்பு. இரண்டு பேருமே வாழ்க்கையின் ரசிகர்கள்.'

அ. மாதவன் கதைகளுக்கு சுந்தர ராமசாமி எழுதிய முன்னுரையில் கி.ரா.வை தி.ஜா.வின் குடும்பத்தைச் சேர்ந்தவராக குறிப்பிட்ட போது எனக்குப் பெருமை பிடிபடவில்லை. கதை சொல்லுவதில் கி.ரா. மன்னன். கி.ரா. கதை சொன்னால் பிரமாதமாயிருக்கிறது. கி.ரா.வின் எழுத்துமுறையே 'கதை சொல்லுவது'தான்.

1984ம் ஆண்டு கி.ரா.வுக்கு மதுரையில் அவருக்கு அறுபது வயது நிறைந்ததையொட்டி விழா எடுக்கப்பட்டது. அப்போது ஸ்ரீவில்லிப்புத்தூரிலிருந்து நன்கொடை அனுப்பினேன். 'விழாவுக்கு வர இயலவில்லை. கி.ரா.வை தரிசிக்கும் பாக்கியத்தை இழந்தேன்' என்று எழுதியிருந்தேன்.

ஸ்ரீவில்லிபுத்தூரிலிருந்து இடைச்செவல் போய்ப் பார்க்க வேண்டும் என்ற எண்ணம் நனவாகவில்லை. காலத்தின் கணக்கு எப்போதும் வேறாக இருக்கிறது.

1989ம் ஆண்டு புதுவையில் தொழில் நிமித்தமாகக் குடியேறிய போதுதான் கி.ரா.வைப் புதுவைப் பல்கலைக்கழக வருகை தரு பேராசிரியராக அவருடைய அலுவலகத்தில் சந்தித்து தடாலென்று காலில் விழுந்தேன். கி.ரா. தன் சட்டைப் பையைத் தடவி 'காசு எதுவும் என்னிடம் இல்லையே' என்றார்.

'காசு எனக்கு வேண்டாம். ஆசிர்வாதம் வேண்டும்' என்றேன்.

அவ்வப்போது அவருடைய அலுவலகத்திற்குப்

போய் அவரைச் சந்தித்து வந்தேன். ஒரு நாள் மாலை 'வாங்க என் வீட்டுக்குப் போவோம்.'

நான் சந்தோஷமாக அவருடன் சென்றேன். வீட்டில் மகாலட்சுமி மாதிரி கணவதியம்மா. 'இவர் தான் ராஜநாயஹம்' கி.ரா. அறிமுகப்படுத்தினார். சற்றே ஆச்சரியத்துடன், 'இவர்தானா ராஜநாயஹம்' கணவதியம்மா கேட்டார்கள்.

'இவரைப் பத்தி நான் என்ன சொன்னேன் சொல்லு' என்றார் கி.ரா.

'ராஜநாயஹத்தைக் கூட்டிக் கொண்டுபோய் டிரஸ் எடுக்கணும்னு சொன்னீங்க.'

என்னுடைய உடைகளைக் கி.ரா. ரசித்திருக்கிறார். என்னுடைய பேச்சையும் ரசித்திருக்கிறார் என்பதைப் பதினைந்து வருடங்கள் கழித்து 2004ல் 'கதைசொல்லி' கி.ரா. டைரியில் குறிப்பிட்டார்.

கி.ரா.வைப் பற்றி எழுத எண்ணும் போது தி.ஜா.வின் வார்த்தைகள் நினைவுக்கு வருகிறது. 'தவளைகளை தராசில் நிறுத்தி எடை போடுவது போல' சிரமமான விஷயம்தான். வற்றாத ஊற்று போல அவருக்குச் சொல்லவும் எழுதவும் நிறைய நிறைய இருக்கிறது.

அப்போது கூட கணவதியம்மாவிடம் ஏதேனும் ஒரு விஷயம் சொல்லும்போது 'இவ்வளவு நாளா நீங்க அதை சொன்னதேயில்லையே' அம்மா பிரமிப்புடன் சொல்வார்களாம். அவரோடு ஐம்பத்தைந்து வருடம் குடும்பம் நடத்தும் அம்மாவுக்கே புதிதாய்ச் சொல்ல இன்னமும் எவ்வளவோ இருக்கிறது.

சுவாரஸியமாகக் கதை சொல்வதைக் கி.ரா. பாங்கியம் வீரபாகுவிடம் கிரகித்ததாக சொல்லியிருக்கிறார். கி.ரா. சிறுவனாயிருக்கும் போது இந்தப் பாங்கியம் வீரபாகு

என்ற கதை சொல்லி இடைச்செவல் கிராமத்திற்கு வருவார். ஊரார் கூடிக் கதை கேட்பார்களாம்.

பாங்கியம் என்பது ஒரு தாள வாத்தியம். தோலினால் மூடப்பட்ட வெங்கலத்தினால் ஆன மரக்கால். தோலில் நடுவில், எருமை நரம்பில் முடுக்கப்பட்டிருக்கும். தவுல் குச்சியால் பிடித்துக் கொண்டு வலது கையால் விரல்களால் மீட்டிக் கொண்டே பாடி வீரபாகு கதை சொல்லும் போது கி.ரா.வுக்குக் கதை சொல்லுவது எப்படி என்பது பிடிபட்டிருக்கிறது. அதனால்தான் அவரது எழுத்துமுறையே கதை சொல்லுவதாய் ஆகிப் போனது.

'ஆசிரிய நடையைப் பேச்சு நடையில் எழுதக் கூடாது' என்று ரகுநாதன், கு.அழகிரிசாமி துவங்கி சிவபாதசுந்தரம் வரை பலரும் கடுமையாக ஆட்சேபம் செய்த போதும் கூட கி.ராவிடம் பலிக்கவில்லை.

◆

உண்டிங்கு ஜாதி எனில்

புதுவைப் பல்கலைக்கழகத்தில் வருகை தரு பேராசிரியராக இருந்த கரிசல் இலக்கிய மன்னர் கி.ரா., நாடோடிக் கதைகள் பற்றிய ஒரு கருத்தரங்கை 1990ஆம் ஆண்டு நடத்தினார்.

தஞ்சை ப்ரகாஷ் கூட ஒரு கட்டுரை படித்தார். பிரபஞ்சன் பார்வையாளராக கலந்து கொண்டார்.

நாடோடிக் கதைகளில் பாலியல் விஷயங்கள் தவிர்க்க முடியாதது. தமிழ்த்துறைப் பண்டிதர்களுக்கு எப்போதுமே சில மனத்தடைகள் உண்டு. கருத்தரங்கப் பொருள் எதுவாயினும் சரி 'தனித்தமிழ்', 'தமிழ்ப்பண்பாடு' என்று தவிதவித்துப் போவார்கள்.

வட்டார வழக்கில் கி.ரா. எழுதுவதையே ஜீரணிக்க முடியாதவர்களை நாடோடிக் கதைக் கருத்தரங்கம் சிரமப்படுத்தாமல் இருக்குமா? ஒவ்வொரு கட்டுரை வாசிக்கப்படும் போதும் தமிழ் பண்பாட்டை மறந்து விடக்கூடாது என்று யாரேனும் ஒரு புலவர் எழுந்து ஆட்சேபிக்கும்படியாகிவிட்டது.

பாளையங்கோட்டையில் இருந்து வந்திருந்த பேராசிரியர் லூர்து இந்தப் பண்டிதர்களின் புலம்பலுக்கு

எதிர்வினையாகப் பேசும் போது "கருத்தரங்கம் நாடோடிக் கதைகள் பற்றியது. விவாதம் இது குறித்து இருக்க வேண்டும். தயவு செய்து தமிழ்ப் பண்பாடு பேசாதீர்கள். எங்கள் ஊர்ப்பக்கம் ஒரு பிள்ளைமார் ஜாதி உண்டு. அந்த ஜாதியிலுள்ள ஆண் தன் அக்காள் மகளைத் தன் சகோதரியாகவே நினைக்கிறான். தாய் மாமன் என்பவன் அந்தச் ஜாதிப் பெண்ணுக்கு சகோதரன் முறை. அந்த ஜாதியில் ஒரு பெண் தன் மகளை தன் உடன் பிறந்தவன் பொறுப்பில் விட்டு விட்டு வெளியூருக்குக் கூடப் போய் வர முடியும். தமிழ் நாட்டில் உள்ள எல்லாத் தமிழர்களும் அக்காள் மகளை முறைப் பெண்ணாக நினைக்கும் போது, எங்கள் ஊர்ப்பக்கம் உள்ள இந்தத் தமிழன் மட்டும் தன் அக்காள் மகளை தாய்க்கு சமமாக மதிக்கிறான். இதற்கு என்ன சொல்கிறீர்கள். இதுவும் தமிழ்ப் பண்பாடுதான்" என்றார்.

உடனே ஒரு முதிய புலவர் மூச்சிறைக்க சிரமப்பட்டு தன் இருக்கையை விட்டு எழுந்து தள்ளாடி மேடைக்கு வந்து நடுங்கும் குரலில் கோபத்தோடு "தமிழ்த் துறை நடத்தும் நிகழ்ச்சியில் தமிழ்ப் பண்பாட்டையே ஒருவன் பழிப்பானேயாகில் அவன் புதுவையை விட்டு உயிரோடு திரும்ப முடியாது" என்று பிரச்சினையை திசைமாற்றி சவால் விட்டார்.

நாட்டார் வழக்காற்றியல் துறைப் பேராசிரியர் லூர்து குறிப்பிட்ட அந்த ஜாதிதான் இல்லத்து பிள்ளைமார். ஆயிரம் உண்டிங்கு ஜாதி எனில் இந்த இல்லத்துப் பிள்ளைமார் மட்டும் மற்ற ஜாதியினரிடமிருந்து வேறுபட்டவர்கள் என்பதற்கு 'தாய்மாமன் உறவு முறையே' காரணம்.

இந்த எதிர் கலாச்சாரம் இல்லத்தாரை ஏனைய பிள்ளைமார்களிடமிருந்து மட்டுமல்ல தமிழகத்தின்

பிற ஜாதியார்களிடமிருந்து அந்நியப்படுத்தி விடுகிறது. பிற ஜாதியர்களுடன் திருமண உறவு ஏற்படுத்திக் கொள்ளும்போது தவிர்க்க முடியாமல் ஒரு பண்பாட்டு அதிர்ச்சி (*Cultural shock*) ஏற்படவே செய்கிறது. தேவர் சமூகத்தில் கொண்டையம்பட்டித் தேவமார் என்ற ஜாதியிலும் இல்லத்துப் பிள்ளைமார் போலவே தாய் மாமன் உறவு இருப்பதாகச் சொல்கிறார்கள்.

இல்லத்துப் பிள்ளைமார் இனத்திற்கு இன்னொரு கலாச்சாரத் தனித்துவமும் உண்டு. தமிழ்நாடு, கேரளா இரு மாநிலங்களிலும் பரவலாய் உள்ள இனம். இங்கே உள்ளவர்களுக்கு தாய்மொழி தமிழ். கேரளாவில் இந்த இனத்தவருக்கு தாய்மொழி மலையாளம். மாறுபட்ட மொழிப்பண்பாட்டையும் மீறி இன்றும் திருமண சம்பந்தங்கள் நடக்கின்றன. நாஞ்சில் மனோகரனுக்கு பல வருடங்களுக்கு முன்னால் மலையாளி என்ற பிம்பம் அரசியல் ரீதியாகக் கூட ஏற்பட்டதற்கு இந்த *Identity Crisis*-தான் காரணம்.

இன்னொரு சுவாரசியமான செய்தி.

நான் ஸ்ரீவில்லிப்புத்தூரில் இருக்கும் போது என் பக்கத்து வீட்டுக்காரரர் பரமகல்யணி கல்லூரியின் முன்னாள் முதல்வர் டாக்டர் லெட்சுமி நாரயண அய்யங்கார். வைஷ்ணவத்தில் ஆராய்ச்சி செய்து டாக்டர் பட்டம் பெற்ற அறிஞர்.

என்னிடம் பேசும்போது, நம்மாழ்வார் இல்லத்துப் பிள்ளை. அவருடைய தாயாருடைய ஊர் திருவெண்பரிசாரம். தகப்பனாருக்கு ஆழ்வார் திருநகரி என்றவர், தன்னுடைய ஆய்வுப்படி பன்னிரெண்டு ஆழ்வார்களில் ஒருவரான நம்மாழ்வாரின் பெற்றோர் இல்லத்துப் பிள்ளைமார்தான் என்று உறுதியாகச் சொன்னார்.

எனக்கு சிலிர்ப்பு ஏற்பட்டது.

'சூழ்ந்து அகன்று தாழ்ந்து உயர்ந்து முடிவில் பெரும்பாழாயோ' என்று பாடிய நம்மாழ்வார் இல்லத்துப் பிள்ளைமாரா? என்ற ஆச்சரியம் ஒரு புறம். எங்கள் சொந்த ஊர் செய்துங்கநல்லூருக்கு அருகில் ஆழ்வார்திருநகரி. அப்படியானால் என்னுடைய தாத்தா செய்துங்கநல்லூர் சாராயக்கடை ராஜநாயஹம் பிள்ளையின் முன்னோராக பல நூற்றாண்டுகளுக்கு முன் நம்மாழ்வார் வம்சம் இருந்திருக்கும் வாய்ப்பு உள்ளதே. ஆண்டாள் மீது எனக்கு ஏற்பட்டுள்ள ப்ரீதி கூட இந்த வைஷ்ணவப் பாரம்பரிய உணர்வினால்தானோ ? என்று ஒரு பெருமித உணர்வு ஏற்பட்டுவிட்டது.

✦

Proverbs and Slangs

"Everything that happens once can never happen again. But everything that happens twice will surely happen a third time."

- Paulo Coelho, 'The Alchemist.'

'ரசவாதி' என்ற தமிழ் மொழிபெயர்ப்பைப் படித்த பலரும் மேற்கண்ட பௌலோ கொய்லோவின் வார்த்தைகளால் கவரப்பட்டிருக்கிறார்கள்.

'ஒரு முறை நடந்த எதுவும் திரும்ப நடக்காது. ஆனால் இரண்டு முறை நடந்த எதுவாயிருந்தாலும் மூன்றாவது முறை நடந்தே தீரும்.'

இது ஆங்கிலத்தில் முன்னரே சொல்லப்பட்டிருக்கிற பழமொழி.

அதை தன் *Alchemist* நாவலில் மீண்டும் கொஞ்சம் மாற்றி சொல்லியிருக்கிறார். அவ்வளவுதான்.

'Things comes in threes' proverb was first recorded in 1927.

All good things comes in threes; all bad things comes in threes.

இன்னொரு விஷயம்.

once, twice, three times...

once சொல்லுங்க... *twice* சொல்லுங்க... 'மூன்று முறை' குறிக்க எப்போதும் *three times*-தான் சொல்ல வேண்டும்.

'Thrice' என்று சொன்னால் நீங்க கொஞ்சம் *Old fashioned* ஆக அறியப்படுவீர்கள்.

...

'அப்பா டக்கர்' என்ற *slang* வார்த்தை இன்று மிகப் பிரபலம்.

இதற்கு *Antonym* தெரியுமா? முப்பது வருடங்களுக்கு முன் அப்பா டக்கர் என்பதற்கு எதிர்ப்பதம் மதுரையில் மிகவும் பிரபலம்.

ஊள் டக்கர்! ஊளை என்பதிலிருந்து பிறந்த மதுரை *Slang* ஊள் டக்கர்.

சொத்தையான ஆளை, ஊளையான ஆளை குறிப்பிட 'ஊள் டக்கர்' என்ற வார்த்தையை அன்றே உபயோகப்படுத்தினர்.

"தாழன் சரியான ஊள் டக்கர்டா."

'அப்பா டக்கர்' என்பதன் எதிர்ப்பதம் என்பதால் மீண்டும் 'ஊள் டக்கர்' இன்று புழக்கத்தில் வரட்டும்.

◆

க.நா.சு.வுக்கு ராஜநாயஹம் கடிதம் - 1988இல் எழுதப்பட்டது

'முன்றில்' பத்திரிக்கையில் அப்போது க. நா.சு. ஒரு கட்டுரையில் போகிற போக்கில் ஒரு வரி எழுதியிருந்தார்.

"ஊரெல்லாம் விபச்சாரிகள் என்று தி.ஜானகிராமன் மாதிரி கதை எழுதி விடுகிறார்கள்."

நான் மனம் புண்பட்டுபோனேன். உடனே அவருக்கு ஒரு கடிதம் எழுதினேன். அவருடைய டெல்லி விலாசம், மைலாப்பூர் விலாசம் மற்றும் முன்றில் பத்திரிக்கை விலாசம் மூன்றிற்கும் கடிதத்தை போஸ்ட் செய்தேன். மா.அரங்கநாதனின் 'முன்றில்' பத்திரிக்கைக்கு க.நா.சு. அப்போது கௌரவ ஆசிரியர்.

அந்தக் கடிதத்தை ஜெராக்ஸ் எடுத்து சி.சு.செல்லப்பா, சிட்டி, சுந்தர ராமசாமி, அசோகமித்திரன், கி.ரா, ந.முத்துசாமி, கோணங்கி உள்பட அனேகமாக எல்லா எழுத்தாளர்களுக்கும், இலக்கியசிறுபத்திரிக்கைகளுக்கும், குமுதம், ஆனந்த விகடன், கல்கி, குங்குமம் பத்திரிகைகளுக்கும் பல பிரசுரகர்த்தாக்கள், பல்கலைக் கழகங்கள், பேராசிரியர்கள், வாசகர்கள் என்று ஒரு இருநூறு பேருக்கு மேல் அனுப்பி வைத்தேன்.

இந்த கடிதம் 01.12.1988 அன்று எழுதப்பட்டது. பதினைந்து நாட்களில் க.நா.சு. மறைந்து விட்டார்.

க.நா. சு. மரண செய்தி வானொலியில் ஒலிபரப்பான அந்த நிமிடமே மணிக்கொடி சிட்டி ஒரு கடிதம் எனக்கு உடனே, உடனே எழுதி போஸ்ட் செய்துவிட்டார். மறுநாள் எனக்கு கிடைத்தது.

சிட்டி எழுதியிருந்தார்,

"உங்கள் அறச் சினத்தின் விழைவு போல் க.நா.சு. மறைந்து விட்டார் போலும்."

குருவி உட்கார பனம்பழம் விழுந்த கதை!

கோணங்கி சொன்னான். "க.நா.சு. உன் கடிதத்தை படித்திருப்பார். மேல போயும் உன்னை நினைச்சிகிட்டுதான் இருப்பார்.

...

01.12.1988

அன்பிற்கும் மரியாதைக்குமுரிய க.நா.சு. அவர்களுக்கு ராஜநாயஹம் என்ற வாசகன் எழுதுவது.

"ஊரெல்லாம் விபச்சாரிகள்" என்று எழுதும் இன்றைய எழுத்தாளர்களை தி.ஜானகிராமனோடு நீங்கள் எப்படி ஒப்பிட முடியும்? *Hyperion to a satyr?*

தி.ஜா. மறைந்த நவம்பர் மாதத்தில் நான் தி.ஜா. நினைவு மதிப்பீட்டு மடல் ஒன்று தங்களுக்கு அனுப்பியுள்ள வேளையில் நீங்கள் இப்படி சேற்றை வாரி இறைத்திருப்பது *shock value*-க்காகத்தானா? தி.ஜா. நினைவு நாளை கொண்டாடவோ அஞ்சலி செலுத்தவோ முடியாவிட்டாலும் இப்படி சாணி எறிந்து ஏன் திருப்திப்பட வேண்டும்.

'இலக்கிய சாதனையாளர்கள்' என்ற நூலில் தி.ஜா. பற்றி நீங்கள் கூறியுள்ளதைப் பாருங்கள்: "ஜானகிராமனுக்கு சாகித்திய அக்காதெமி பரிசு கிடைத்த போது அவர் பெண்களை இழிவுபடுத்தும் கதைகள் எழுதுகிறார் என்று ஒரு பெண் எழுத்தாளர் ஆர்ப்பாட்டம் செய்தது ஜானகிராமனின் கதைகளில் உள்ள *Irony*-க்கு ஈடான *Irony* என்று தான் சொல்ல வேண்டும். ஏனென்றால் பெண்களைப் பற்றி மிகவும் உயர்வாக வாழ்க்கையிலும் சரி, எழுத்திலும் சரி நினைத்தவர் அவர்."

ஆம். வாழ்க்கையின் அபத்தங்களை பரிவுடன் அணுகிய எழுத்துக்கு சொந்தக்காரரான தி.ஜானகிராமனை பெண் எழுத்தாளர் ராஜம் கிருஷ்ணன் புரிந்து கொள்ளாதது வியப்பல்ல. ஆனால் இவ்வளவு காலம் கழித்து க.நா.சு. இப்படி அவதூறு செய்வது வேதனைதான்.

விமரிசனம் செய்வதில் தங்கள் முரட்டுப் பிடிவாதம், குழப்பம், பாரபட்சம் தமிழ் இலக்கிய உலகில் அனைவரும் அறிந்தே இருக்கின்றனர்.

தி.ஜானகிராமனின் மோகமுள்ளைப் பற்றி "தமிழில் வெளிவந்த நாவல்களில் சிறந்த தொன்றாக இந்த நாவலைக் கருத வேண்டுமென்று எனக்குத் தோன்றுகிறது. நாவல் கலை உன்னதங்கள் இதில் அதிகமாகவே தெரிகின்றன. நாவல் கலையில் பொதுவாக அவர் பெறாத வெற்றியை அவர் நடை, மொழி என்பனவற்றில் கண்டார்" என்ற தங்களின் கூற்று 'நுகர்பவனுக்கு நாவல் கலை அம்சங்களில் நடையும், மொழியும் முக்கியக் கூறுகளல்லவா? என்ற எண்ணத்தை எழுப்ப வாய்ப்புண்டாகிறது' என பு.சி.கணேசன் ' க.நா.சுவும் கைலாசபதியும்' புத்தகத்தில் சொல்வது நினைவுக்கு வருகிறது.

'திறனாய்வுப் பிரச்னைகள்' நூலில் க.கைலாசபதி கூறுகையில் "விமர்சன முறையில் க.நா.சு.விற்கும்

மற்றையோர் சிலருக்குமுள்ள நுணுக்கமான வேறுபாடும் நினைவிற்கொள்ள வேண்டியதாகும். உதாரணமாக கு.ப.ரா.வும் பெ.கோ.சுந்தரராஜன் என்ற சிட்டியும் 1937இல் வெளியிட்ட 'கண்ணன் என் கவி' என்னும் நூலின் முன்னுரையின் ஒரு பகுதியைக் குறிப்பிட்டு கு.ப.ரா.வும் சிட்டியும் . பகுப்பாய்வுப் பண்புகளைத் துலக்கமாகக் கூறியுள்ளனர். நான் சொல்கிறேன். நீ கேட்டுக்கொள் அதுதான் சரி என்னும் அசட்டு மமதை கு.ப.ரா., சிட்டி இருவரிடமும் இல்லை" என்று கூறியதையும் எடுத்துக் கொள்ள வேண்டியுள்ளது.

உங்களுடைய குழப்பமான தெளிவற்ற விமர்சனத் திறமை பற்றி வெங்கட் சாமிநாதன் நிறைய சொல்கிறார். உதாரணத்திற்கு ஒன்று. 'சி.மணி டி.எஸ். எலியட் செய்ததை திரும்பச் செய்பவன். அதிலே என்ன இருக்கு' என்று கேட்ட தாங்கள் வே.மாலி என்ற பெயரில் சி.மணி என்ற மினி மேதை எழுதிய கவிதைகள் பற்றி 'இது யாரையா இது? நன்னாயிருக்கே' என்ரு சிலாகித்தீர்கள். மேலும் வெ.சா. 'நடை' பத்திரிகைக்காரர்களிடம் "வே. மாலி சி.மணிதான் என வெளித்தெரியக்கூடாது. க.நா.சு. காதுக்கு இது எட்டி விட்டால் வே.மாலி கவிதைக்கலை பற்றிய அபிப்ராயம் மாறி விடும்' என்று எச்சரித்ததை 'ஓர் எதிர்ப்புக்குரல்' நூலில் 'என்றும் வளைந்த வால்கள் எங்களது' என்ற கட்டுரையில் படித்திருக்கிறேன்.

சுந்தர ராமசாமி க.நா.சு.வின் விமர்சன முகத்தை எங்களுக்கு நன்கு *X-ray* எடுத்துக்காட்டியிருக்கிறார். 'க.நா.சு.வை எனக்குப் பிடிக்கும்' என்று சொன்ன நகுலனைக் கூட சு.ரா. சீண்டினார்.

மு.தளையசிங்கம் கூட 'வில்லை முறித்துப் போட்ட விதுரர்கள்' என்று தரும் பட்டியலில் உங்களை சேர்த்திருப்பது உங்களுக்கு மிகவும் பொருந்தும்.

உங்களின் மற்றொரு குணம் பாரபட்சம்.

'வ.ரா.என்றொரு உற்சாகி' கட்டுரையில் சிஷ்யர்கள் பட்டியலில் சிட்டியை தவிர்த்துள்ளது பாரபட்சம்தான். கு.ப.ரா. பற்றி எழுதும் போது பி.ஸ்ரீ.ஆச்சார்யாவிற்கு பதில் கொடுக்க எழுதப்பட்ட 'கண்ணன் என் கவி'யில் கு.ப.ரா.வுடன் சிட்டியும் இணைந்து பங்காற்றியதை மறைத்து எழுதியுள்ளீர்கள். மேலும் ந.சிதம்பர சுப்ரமண்யம், கி.ராமச்சந்திரன் பற்றியெல்லாம் எழுதி விட்டு சிட்டியைப் பற்றி ஒரு வார்த்தை கூட எழுதாதது *prejudice*-தானே?

'இலக்கியத்துக்கு ஓர் இயக்கம்' முன்னுரையில் தற்கால இலக்கியகர்த்தாக்களை குறிப்பிடும் போது ஆதவனை ஒதுக்கியது இலக்கிய தீட்சண்யமிக்க செயல்தானா?

(இதே கேள்வியை சுந்தர ராமசாமியிடமும் கேட்க வேண்டியுள்ளது. ஆ.மாதவன் கதைகள் தொகுப்பில் அவர் எழுதியுள்ள கட்டுரைக்காக.)

ஐயா, நான் க.நா.சு.வை அவமதிக்க எண்ணுபவனல்ல. நான் தங்களுக்கு அனுப்பிய தி.ஜானகிராமன் நினைவுக் கடிதமே இதனை நிரூபிக்கும்.

பூவை எஸ்.ஆறுமுகமோ அல்லது சு.சமுத்திரமோ உங்களைப் பற்றி கூறும் ஆவலாதிகளை நான் இந்தக் கடிதத்தில் எழுதி விடவில்லை.

'நவீனத் தமிழ் இலக்கியம் என்று கருதப்பட்டு வந்த பதரிலிருந்து உண்மையான கலைஞர்களை பொறுக்கி வைத்த முக்கியமான பணியை செய்தவர் க.நா.சு.' என்று சுந்தர ராமசாமியால் சிலாகித்து கூறப்படும் தாங்கள் இப்படி தி.ஜானகிராமன் என்ற இலக்கிய மகான் மீது சாணியடிக்கலாமா?

விமர்சகன் வேலை ரொம்ப risk ஆனது. நீங்களே 'விமர்சனம் என்றால் என்ன?' கட்டுரையில் குறிப்பிடுவது போல "தன் அபிப்ராயங்களை மட்டும் விமர்சகன் சொல்கிறான் என்பதில்லை - தனது தத்துவ தரிசனத்திற்கே உரு தருகிறான். தன் இலக்கிய அறிவு பூராவையும் ரசனை பூராவையும் பணயம் வைத்து, காலம் செய்ய இருக்கும் காரியத்தை செய்து முடிக்கிறான்."

விமர்சனம் பற்றிய தங்கள் கொள்கைக்கும் அதற்கு எதிர்மறையான நடைமுறை கொண்ட தங்களின் போக்குக்கும் உள்ள முரண்பாடு எல்லோருக்கும் கவலையளிக்கக்கூடியது.

Frailty! Thy name is Ka.Naa.Su alias S.Rajee.

◆

சாரு நிவேதிதாவின் முதல் நாவல் - ராஜநாயஹம் விமர்சனம் (1990)

'மேலும்' இதழ் மே மாதம், 1990இல் பிரசுரமானது.

...

எக்ஸிஸ்டென்ஸியலிசமும் ஃபேன்ஸி பனியனும்

இந்த நாவலுக்கான முன்னுரையில் 'ஒரு நவீன இலக்கியப் பிரதி என்பது சமநிலையைக் குலைக்கக்கூடியதும், ஒழுங்கமைவைச் சிதைக்கக் கூடியதுமாக இருந்தே ஆக வேண்டும்' என்பதாகவும் இவ்வகையான 'சமநிலையைச் சிதைக்கக் கூடியதான பலவித மொழியமைப்பையும் சொல்லாடல்களையும் கொண்டிருக்கக்கூடிய ஒரு இலக்கியப் பிரதி தத்துவங்களுக்கும் அறவியலுக்கும் எதிரான ஒரு கலகத்தை முன்வைக்கிறது என்றும் எடுத்துக் காட்டப்படுகிறது. இப்படி இந்தப் படைப்பை அறிமுகப்படுத்தும்போது ஏற்கனவே இந்த மாதிரி சமநிலையைச் சிதைத்து தத்துவத்துக்கும் அறவியலுக்கும் எதிரான கலகம் நடந்ததேயில்லையா என்ற கேள்வி எழுகிறது.

புதுமைப்பித்தன், கு.ப.ரா., மௌனி ஆகியோர் தங்கள் காலத்தில் அந்நியப்பட்டுப் போய்தான் இயங்கியல்

மாற்றம் செய்தார்கள்.

கு.ப.ரா.வின் 'சிறிது வெளிச்சம்' கதை ஒழுங்கமைவை சிதைத்த இலக்கிய பிரதிதான். தி.ஜானகிராமன் மோகமுள்ளில் *Adultry*-யோடு *Fornication*-ஐயும் கொண்டு வருகிறார். புதுமைப் பித்தன் 'புதிய நந்தன்', 'அவதாரம்' ஆகிய சிறுகதைகளில் கிறிஸ்தவ கல்வி நிறுவனங்களில் *Homosexuality* பற்றி எழுதியிருக்கிறார்.

கு.ப.ரா. எட்டடி பாய்ந்தாரென்றால் கரிச்சான் குஞ்சு 'பசித்த மானிடம்' நாவலில் பதினாறடி பாய்ந்து *Homo Sexuality* பற்றி எழுதி ஒழுங்கமைவையும் சமநிலையையும் சிதைத்துக் கலகம் செய்துள்ளார். சம்பத் 'ஒரு சாமியார் ஜூவுக்குப் போகிறார்' கதையில் இரண்டு பெண்களுக்கிடையிலான உரையாடலில் *lesbianism* தெளிவாகக் காண்பிக்கிறார். ஜி.நாகராஜன் தன்னுடைய ' மிஸ்.பாக்கியம் கதையில் *lesbian rape (!)* காட்டி அதிர்ச்சிக்குள்ளாக்கி கலகம் செய்தார்.

ஓரினப்புணர்ச்சி, பாலியல் வன்முறை போன்றவற்றிற்கு ராமகிருஷ்ணனின் 'கோணல்கள்', சா.கந்தசாமியின் 'தேஜ்பூரிலிருந்து' என்று இப்படி கதைகளைக் காட்ட முடியும். ஈழ எழுத்தாளர் சாந்தனின் கதை 'நீக்கல்கள்' *masturbation* சம்பந்தப்பட்டது.

Beastry-க்கு கதை தமிழில் இருக்கிறதா? *Zoophilia.* கி.ராஜநாராயணனின் 'கனா' கதை இந்த வகையைச் சார்ந்தது என்று கொள்ளலாமா?

மிகச் சமீபத்தில் பாதசாரி எழுதிய 'காசி' - 'மீட்சி' 16ஆவது இதழில் பிரசுரமானது. காசி என்னும் மன நோயாளி ராத்திரியில் தான் காணும் கனவில் புணர்கிற பெண்ணின் முகம் அவனுடைய தமக்கையினுடையது. *Incest.*

1984ஆம் ஆண்டு 'ஜே.ஜே. சில குறிப்புகள் ஒரு விமர்சனம்' என்ற ஒரு சின்ன புத்தகம் சாரு நிவேதிதா எழுதியிருந்தார். ஜே.ஜே. சில குறிப்புகளை கடுமையாக விமர்சிக்கையில் ஜே.ஜே. ஏன் ஸாண்டவரி என்ற எக்ஸிஸ்டென்ஸியலிஸ்ட் போல இல்லை என்று கேட்டு, அரவிந்தாட்ச மேனன் ஏன் சார்த்தர் மாதிரியில்லையே என அதிருப்தியுற்று, மாஸேதுங் அழுக்காகவும் குளிக்காமலும் இருந்ததை மிகவும் சிலாகித்து, ஜெனேயை விடவா ஜே.ஜே. பெரிய கொம்பன் என்றெல்லாம் சாரு நிவேதிதா கொந்தளித்திருந்தார்.

இந்த விமர்சனக் கட்டுரையிலேயே, விரைவில் வெளிவரவிருக்கும் என் 'எக்ஸிஸ்டென்ஸியலிசமும் ஃபேன்ஸி பனியனும்' நாவலில் என் நண்பன் மிஸ்ரா பற்றிய குறிப்புகளைக் காணலாம் என்று எழுதி இந்த நாவல் வெளி வர உள்ளதை ஆறு வருடம் முன்பே குறிப்பிட்டிருந்தார். அப்புறம் கணையாழியில் 1985ஆம் ஆண்டு எழுதிய 'மொகலாயத் தோட்டம்' சிறுகதையில் தான் முக்கால் வாசி எழுதியுள்ள நாவலையாவது எழுதிப் பார்க்கலாமா என்று ஒரு ஞாயிற்றுக்கிழமை யோசிக்கிறார்.

இந்த நாவலின் 91ஆம் பக்கத்தில் 'நானூற்றி முப்பத்தேழு பக்கங்கள் உள்ள நாவலை மாற்றி மாற்றி எழுதிய சூரியா துவக்கப் பகுதியைத் தவிர மற்றெல்லாப் பக்கங்களையும் எரித்து விட்டான். மிஞ்சியது இப்பொழுது இவ்வளவுதான்' என்ற கிளிங்கோவிட்ஸின் குறிப்புமாக தன்னுடைய படைப்பு பற்றி இயன்ற மட்டும் அமர்க்களப்படுத்தியிருக்கிறார்.

இந்த நாவலில் *Autobiographical Elements* அதிகம். நாவலின் துவக்கம் முகவுரை பகுதி சூர்யா - பாலா - நீரஜா ஆகிய இலக்கியவாதிகளுக்கிடையேயான பனிப்போரை விவரிக்கிறது. நகுலன் 'நினைவுப்பாதை',

சுந்தர ராமசாமியின் ஜே.ஜே. துவங்கி, சமீபத்தில் இதை மலிவாக்கி குமுதம் கிசு கிசு புறணி பாணியில் நீல. பத்மநாபனின் 'தேரோடும் வீதி' என பல பேர் அவரவர் பாணியில் கையாண்ட சமாச்சாரம்.

சாரு நாவலின் அடுத்த பகுதியான இரண்டு அத்தியாயம் குடும்பம் ஒரு பாற்கடல் புராணம். ஆலகால விஷமும் அதிலேதான். அமிர்தமும் அதிலேதான் என்றார் லா.ச.ரா.

இங்கே சூரியாவின் குடும்பம் தாய் வழியும் தந்தை வழியும் விலாவரியாக விவரிக்கப்படுகிறது. ஆலகால விஷம்தான் அதிகம். சகட்டுமேனிக்கு சூர்யா குடும்பத்தாரின் கற்பை சூறையாடுகிறார் சாரு. 'கற்பு' என்கிற வார்த்தை சாரு நிவேதிதா முகம் சுழிக்கிற விஷயம். 'ஒரு முறை என்னை சந்திக்க வந்த போது என் நேர் பேச்சில் Saint என்ற பதம் வந்ததும் அவருக்கு ஒரு அருவருப்பான விஷயத்தைக் கேட்ட முகச்சுழிப்பு உண்டாயிற்று' என்று பிரமிள் 'திசை நான்கு' முதல் இதழில் குறிப்பிட்டிருந்தார். கற்பு என்ற வார்த்தைக்குப் பதிலாக Character Assasination எனச் சொல்லலாம்.

ஆனாலும் பாருங்க. ஒரு பெரிய அதிசயம். கிருஷ்ணசாமி நாயுடு பற்றியும் பார்வதி பற்றியும் ஒரு கிசு கிசு கூட இல்லை. அவர்களைப் பற்றியும் கொஞ்சம் எழுதியிருக்கலாம். கிருஷ்ணசாமி நாயுடு தன் இளமைப்பருவத்தில் ஏதாவது ஒரு கோயிலின் குருக்களின் குறியைச் சுவைத்ததாக, மோகனாவின் அம்மாவோடு உடலுறவு கொண்டதாக. பார்வதி தன் மகள் ஆர்த்தியை யாருக்குப் பெற்றாள், உஷா யாருக்குப் பிறந்தவள், மூர்த்திக்கு உண்மையான அப்பா யார் என்றெல்லாம் எழுதியிருக்கலாம்தான். ஆனால் பார்வதியும் கிருஷ்ணசாமி நாயுடுவும் கதாநாயகன்

சூர்யாவின் பெற்றோர் என்பதால் ஒழுங்கமைவைச் சிதைக்காமல் ஒரு சமநிலைத் தோற்றத்தை இந்த விஷயத்தில் மட்டும் ஏற்படுத்தி இயங்கியல் மாற்றம் செய்யாமல் விட்டிருக்கிறார்.

சூர்யா சராசரியான ஆளாகத் தோன்றவில்லை. பாலாவுக்கு சூர்யா அணியும் ஃபேன்ஸி பனியன்கள் உறுத்தியுள்ளது. மிஸ்ரா பார்வைக்கு சூர்யா ஒரு ப்ரூஸ் லி பனியன் அணிந்த, அநியாயத்தை தட்டிக்கேட்கும் எம்.ஜி.ஆர். சூர்யாவோடு கொஞ்ச நாள் பழகும் கிரண் சூர்யாவின் சாயல் கமல்ஹாசன் போல் இருப்பதாக கூறுகிறாள். கிரணைப் பொருத்தவரை சூர்யா ஒரு Ultra modern casanova.

இந்தியா போன்ற நாட்டில் எக்ஸிஸ்டென்ஸியலிசம் பற்றிப் பேச என்ன தேவையிருக்கிறது. எக்ஸிஸ்டென்ஸிய லிசமாவது மயிராவது என்ற கோபம்.

சாரு நிவேதிதாவின் உண்மை நண்பன் மிஸ்ரா கதையில் சூர்யாவின் நண்பனாக வந்து தாஸ்தயேவ்ஸ்கியைப் படித்து, பின் பைத்தியமாகி ஒரு கொலை செய்து ஜெயிலில் தற்கொலை செய்து கொள்கிறான்.

சூர்யா, பாலாவுக்கு எழுதும் பதில் கடிதம் - நீங்கள் பாதலேர் பற்றிய சார்த்தரின் ஆய்வைப் படித்திருக்கிறீர்களா? படித்திருந்தால் Dandyism பின்னணி உங்களுக்குப் புரிந்திருக்கும் என்று எழுதும் ஆசிரியர் Dandyism உளவியல் பின்னணி என்பதை உடைத்தே எழுதியிருக்கலாம். மற்றொரு உதாரணம் சிமோன் தி போவா - சார்த்தர் பற்றிய சம்பவம் எழுதப்பட்டுள்ள முறை குழப்பமாக உள்ளதோ?

உயர்தர இலக்கியத்துக்கு ஒரு வக்ரத்துவம் வேண்டும்

என்று வலியுறுத்தி சம்ஸ்கிருத விமர்சகர் குண்டகர் ஆயிரம் ஆண்டுகளுக்கு முன்னால் சொல்லியிருக்கிறார்.

கடந்த சில வருடங்களில் மிகுந்த மன அவசமூட்டும் வாசிப்பு அனுபவம் சில புத்தகங்கள் மூலம் (சிறுகதை, நாவல், குறுநாவல், கட்டுரை என்ற பேதமில்லாமல்) கிடைத்திருக்கிறது. சுந்தரராமசாமியின் 'ஜே.ஜே. சில குறிப்புகள்', இந்திரா பார்த்தசாரதியின் 'ஏசுவின் தோழர்கள்', அசோகமித்திரன் 'ஒற்றன்', தி.ஜானகிராமன் 'நளபாகம்', கி.ராஜநாராயணன் 'கரிசல் காட்டு கடுதாசி', ந.முத்துசாமியின் 'நீர்மை' சம்பத் 'இடைவெளி', திலீப்குமாரின் 'மூங்கில் குருத்து', விமலாதித்த மாமல்லனின் 'முடவன் வளர்த்த வெள்ளைப் புறாக்கள்', ஆதவன் 'முதலில் இரவு வரும்', பிரமிள் 'லங்காபுரி ராஜா', கோணங்கி 'மதினிமார்கள் கதை'. அந்த வரிசையில் சாரு நிவேதிதாவின் 'எக்ஸிஸ்டென்ஸியலிசமும் ஃபேன்ஸி பனியனும்' உறுதியாக இடம் பெறுகிறது என்பதில் எள்ளளவு சந்தேகமுமில்லை.

இந்த நாவலில் முரண்பாடு மிக்க வாழ்க்கையில், குடும்பச்சிக்கல்களின் பூதாகரமான கொடும் அமைப்பில் ஒரு அறிவி ஜீவி கேலிக்குரியவனாக, அற்பமாகிப் போகும் அவலத்தை சாரு சொல்ல விரும்புவதாகத் தெரிகிறது. ஆதவன் இந்த விஷயத்தை தன்னுடைய 'என் பெயர் ராமசேஷன்' நாவலில் அழகாகச்சொல்லியிருக்கிறார்.

இயங்கியல் மாற்றம் என்பது தமிழிலக்கியத்தில் மணிக்கொடி காலம் தொட்டு நடந்து கொண்டிருப்பது தான். இந்த நாவலை எழுதியவருக்கும், நாவலுக்கு முன்னுரை எழுதியவருக்கும் அந்த நம்பிக்கை இல்லை போல் தெரிகிறது. அறிவின் தளத்திலும் பூர்ஷ்வாத்தன்மை இருக்கிறது.

✦

புதுமைப்பித்தன் தழுவல் கதைகள் பிரச்சனையில் ராஜநாயஹத்தின் குரல்

1991இல் சிவசுவின் 'மேலும்' சிறுபத்திரிகையின் ஆகஸ்ட் இதழில் நான் எழுதிய கட்டுரை இது.

நெஞ்சஞ்சுட வுரைத்தல் நேர்மையென கொண்டாயோ?

பொதியவெற்பனின் 'பறை 1990'இல் மயிர் சுட்டு கரியாகுமா? என்று ஒரு கவிதை?யும் திருச்சிற்றம்பலக் கவிராயருக்குத் திறந்த மடல் ஒன்றும் எழுதியிருக்கிறார்.

இந்த சூழ்நிலையில் 'மன நிழல்' கதை விவகாரம் பற்றிப் பேச வேண்டியதாகிறது. சென்ற வருடம் 'குங்குமம்' பத்திரிகை 'புகழ் பெற்ற காதல் கதைகள்' தலைப்பில் சிறுகதைகளை வெளியிட்டது. 20.4.1990 தேதியிட்ட இதழில் புதுமைப்பித்தனின் 'மன நிழல்' பிரசுரமானது. அடுத்த வாரம் ஒரு வாசகர் கடிதம். யார் என்றால் கமலா விருத்தாச்சலம். 'அது நான் எழுதிய கதை. என் சிறுகதையை ஸ்டார் பதிப்பகம் தெரியாமல் 'அன்று இரவு' தொகுப்பில் சேர்த்து விட்டார்கள்.'

நாமெல்லாம் எங்கே போய் முட்டிக்கொள்வது?

முதல் பதிப்பில் ஏற்பட்ட தவறை அடுத்த பதிப்பிலாவது தவிர்த்திருக்க முடியாதா? அதன் பிறகு எத்தனை பதிப்புகள் 'அன்று இரவு" வெளிவந்து விட்டது. மிகச் சமீபத்திய ஐந்திணை பதிப்பக வெளியீட்டிலும் அந்தக் கதை இடம்பெற்றுள்ளதே.

கமலா விருத்தாச்சலம் தன்னுடைய கதையை புதுமைப்பித்தனின் தொகுப்பில் இருந்து அகற்ற முயற்சியே செய்யாமல் இருந்தது ஏன்? 'காசுமாலை' என்று ஒரு சிறுகதைத் தொகுப்பு தன் பெயரில் வெளியிட்டு இலக்கியவாதியாகத் தன்னைக் காட்டிக்கொண்ட அம்மையாருக்கு இது தன் கணவர் புதுமைப்பித்தனுக்குச் செய்யப்படும் துரோகம் என்று புரியவில்லையா? தமிழ்ச்சிறுகதையை உலகத்தரத்துக்கு உயர்த்திய உன்னத கலைஞனின் தொகுப்பில் இப்படி சராசரிக்கும் கீழான கதையைக் கலப்பது எந்த வகையிலான இலக்கியக்குற்றம்.

புதுமைப்பித்தன் சாதாரண கதைகளும் எழுதியிருக்கிறார். இப்ப என்ன? என்பதான சால்ஜாப்பு சரிதானா? க.நா.சு. தன்காலமெல்லாம் புதுமைப்பித்தனைப் போற்றி எழுதினாரே. அவருக்கு இந்த 'மன நிழல்' விவகாரம் தெரிந்திருந்ததா? புதுமைப்பித்தன் வரலாறு எழுதிய ரகுநாதன் இந்த விஷயம் பற்றி ஏற்கனவே தெரிந்து வைத்திருந்தாரா? புதுமைப்பித்தனை இந்திய இலக்கிய சிற்பியாக சாகித்திய அகாதெமிக்காக எழுதிக் கொடுத்த வல்லிக்கண்ணன் அறிவாரா?

புதுமைப்பித்தனிடம் காணப்படுவது Wit அல்ல, அது Power என்று எடுத்தியம்பிய தர்மு சிவராமுவுக்கு 'மன நிழல்' ஊழல் தெரியுமா? படைப்புக்கு முன்னாலேயே, அதன் கிளை படரும் காட்சிகளை உணர்வதற்கு முன்னாலேயே, 'புதுமைப்பித்தன்' என்று தனக்குப் பெயர் சூட்டிக் கொண்ட தீர்க்க தரிசனத்தை எண்ணி வியந்து,

R.P. ராஜநாயஹம் • 75

அவரது மனக்குகை ஓவியங்களை ரசித்த சுந்தர ராமசாமி 'மன நிழல்' கதையைப் படிக்காமலா இருந்திருப்பார்?

இப்போது மீண்டும் ஒருமுறை புதுமைப்பித்தனின் படைப்புலகத்திற்குள் ஆட்பட்டு மீள முடியாமல் மூச்சுத்திணறி முக்குளித்தபோது பொதியவெற்பன் கூடத்தானே மன நிழலை வாசித்திருப்பார்! அந்த மகத்தான கலைஞனின் இதயம் இந்தக்கதையில் இல்லாததை இவர்களெல்லாம் எப்படி கண்டுபிடிக்கத் தவறினார்கள். இந்த கலப்படம் இந்த வல்லுனர்களின் கண்ணில் மண்ணைத் தூவியிருப்பது விந்தையாயிருக்கிறது.

கமலா விருத்தாச்சலம் 'அது என் கதை' என்ற போது தமிழ் கூறு நல்லுலகம் ஒரு அதிர்ச்சியையாவது வெளிக்காட்டியதா? பாரதியின் கவிதைகளுக்கிடையில் செல்லம்மாள் தன் பாடலையும் செருகியிருப்பாளோ?!

புதுமைப்பித்தன் சாகக் கிடந்த வேளையில் அவருக்கு சினிமாவில் எழுதிய பணம் வந்த போது, அவரோடு சைனா பஜாருக்கு போய் தனக்குப் பட்டுப் புடவைகள் எடுத்து வந்து, பின்னர் லோகநாதன் என்ற நண்பர் போய்க் கெஞ்சிக் கூத்தாடி கடைக்காரனிடம் புடவைகளை திருப்பிக்கொடுத்து, திருவனந்தபுரம் சானிட்டோரியத்திற்கு இருவரையும் ரெயிலேற்றிவிட்ட கதையெல்லாம் தெரிந்த விஷயம்தானே?

இப்போது "அவர் உயிரோடு இருந்தால் தெரியும் சேதி' என சிட்டியைப் பார்த்து கமலா விருத்தாச்சலம் பிலாக்கணமிடுவது அபத்தமாக இருக்கிறது. எல்லாக் கலைஞர்களுக்கும் பிறழ்வு ஏற்பட்டு இருக்கிறது. புதுமைப்பித்தன் மட்டும் விதிவிலக்கா? காமவல்லி, வசந்தவல்லி என்று சினிமாவுக்கு வசனம் எழுதவில்லையோ? 'பர்வதகுமாரி புரொடக்ஷன்ஸ்' படக் கம்பெனி ஆரம்பித்து ஓஹோ புரொடக்ஷன்ஸ் செல்லப்பா

கூத்தெல்லாம் நடத்தியவர்தானே புதுமைப்பித்தன்?

தி.ஜானகிராமன் எழுதிய நாடகங்களை என்னவென்று சொல்வது? கு.அழகிரிசாமி மதுரையில் எவனோ ஒரு ஒன்னரையணா எழுத்தாளனுக்கு Ghost writer ஆக இருக்க நேர்ந்திருக்கிறதே. 'புதுமைப்பித்தனை மிஞ்ச ஆளேயில்லை!' என்று சொல்லிக்கொண்டே க.நா.சு., தான் மௌனி கதைகளுக்கு எழுதிய முன்னுரையில் ஒரு ஒன்பது பெயர்களைச் சொல்லி 'இவர்களில் மூன்று பெயர்களைக் காலம் அடித்துவிடும். ஆனால் அந்த மூன்று பெயர்களில் மௌனி பெயர் மட்டும் உறுதியாக இருக்காது' எனும் போது புதுமைப்பித்தனுக்கு guarantee கொடுக்க மறுக்கிறார் என்றுதான் அர்த்தம்.

'எழுத்து' சி.சு.செல்லப்பா தமது வழிபாட்டுக்கு இலக்காகியிருந்த பிச்சமூர்த்தியுடன் புதுமைப்பித்தனை ஒப்பிட்டு முன்னவரைப் பெரிய ரிஷியென்றும், புதுமைப்பித்தனை மட்டமான மனிதர் என்றும் ஸ்தாபிக்க முயன்றார் என 'லயம்' 3ஆவது இதழில் பிரமிள் எழுதியிருக்கிறார்.

அசோகமித்திரன் சாப விமோசனம் கதையில் ஒரு Logical error-ஐ சுட்டிக்காட்டுகிறார். இது தப்பில்லை. தொடர்ந்து அவர் புதுமைப்பித்தன் கதைகள் காலப்போக்கில் இன்று அவை வகிக்கும் அந்தஸ்தை இழந்து விடுமோ என்று சங்கடப்பட்ட விஷயம் பலரைக் கொந்தளிக்க வைத்து விட்டது.

சுஜாதா பல வருடங்களுக்கு முன் கணையாழியின் கடைசிப்பக்கத்தில் போட்ட மானசீகத் தொகுப்பில் 'ரொம்ப யோசனைக்குப் பிறகு, புதுமைப்பித்தன் இல்லை' என்றார். இப்போது Shock value-க்காக அப்படிச் சொன்னேன். அப்ப எனக்கு என்ன வயசுங்கிறீங்க?' என்று கணையாழியில் ஜோக்கடிக்கிறார்.

காய்த்த மரம் கல்லடி படத்தான் செய்யும். விமரிசனம் செய்வதும் ஆய்வு செய்வதும் வரவேற்க வேண்டிய விஷயம். ஆனால் அவரை சுத்தமாக *ignore* செய்யும் இன்றைய இளைய தலைமுறை இலக்கிய அரசியல்வாதிகள் இருக்கிறார்கள். இவர்கள் தங்களை போப் போலப் பாவித்துக் கொண்டு செய்யும் புனிதப் பட்டமளிப்புகளை இங்கே கவனத்தில் எடுத்துக்கொள்வது முக்கியமாகிறது.

'பால்வண்ணம்பிள்ளை' என்ற புதுமைப்பித்தனின் கதாபாத்திரத்தைத் தன்னுடைய புனைபெயராகக் கொண்டு ஒரு காலத்தில் எழுதிக்கொண்டிருந்த கோணங்கி இரண்டு வருடங்களுக்கு முன், 'பழைய ஆட்களில் மௌனி, இப்போ பிரமிள். ரெண்டே பேர்தான். சுந்தர ராமசாமியின் ஜே.ஜே.-ஐ செத்த எலி மாதிரி தூக்கிப் போட்டுடனும்' என என்னிடம் கூறினார்.

'ரப்பர்' ஜெயமோகன் 'தமிழில் ஜே.ஜே. சில குறிப்புகள் ஒன்றுதான் உருப்படி. வேறு எதுவும் கிடையாது. மலையாளத்தில்தான் நிறைய இருக்கிறது என்று கூறி சு.ரா.வுக்கு மட்டும் ஞானஸ்நானம் செய்து அருளும் ஆசியும் வழங்கி விட்டார்.

இன்னும் ஒரு படி மேலே போய் பிரேமும் ரமேஷும் (கிரணம் பிரேதாக்கள்) 'தமிழிலே எல்லாமே குப்பை' என்று என்னிடம் கூறினார்கள். அவர்களிடம் நான் 'புதுமைப்பித்தனை நான் வாசித்ததால்தான், இன்றைக்கு பிரேதாவையும் தெரிந்துகொள்ள முடிகிறது' என்றேன். மீண்டும் பிரேம் அழுத்தமாக சொன்னார். "தமிழில் எல்லாத்தையும் எரிச்சுடலாமே. லத்தீன் அமெரிக்காவில தான் நிறைய இருக்கு."

இவர்கள் இப்படிச் சொல்வது பற்றி சாரு நிவேதிதாவிடம் விளக்கம் கேட்டேன். அவர் அழகாகச் சிரித்துக்கொண்டு ஒரு போடு போட்டார்:'சிவசங்கரி,

இந்துமதி, புஷ்பா தங்கதுரையெல்லாம் குப்பைன்னு நீங்க சொல்லலியா? அது மாதிரிதான்.'

பொதியவெற்பன் இவர்களைச் சுட்டியும் 'மயிர் சுட்டு கரியாகுமா - இரண்டாம் பாகமும், திருச்சிற்றம்பலக் கவிராயருக்கு இரண்டாவது திறந்த மடலும் 'பறை 1991'இல் எழுதலாமே. கமலா விருத்தாச்சலத்தின் பிலாக்கணம் "அவர் உயிரோடு இருந்தால் தெரியும் சேதி" வழக்கம் போல இடம் பெற வேண்டும்.

'மணிக்கொடி இலக்கிய போக்கிற்கும் அதன் பொற்காலத்தை இன்று சுவீகரித்துக்கொள்ள முயல்கிற சிட்டிக்கும் சம்பந்தமில்லை' - இப்படி அ. மார்க்ஸ் சொல்வது வேடிக்கையாயிருக்கிறது.

வ.ரா., சொக்கலிங்கம் தலைமையில் புதுமைப் பித்தன், கு.ப.ரா., மௌனி, ந.பிச்சமூர்த்தி ஆகிய சாதனையாளர்களுடன் சி.சு.செல்லப்பா, சிட்டி, சிதம்பர சுப்ரமணியன், கி.ராமச்சந்திரன் ஆகிய படைப்பாளிகளும் இணைந்து பங்காற்றியதைப் பற்றி பி.எஸ்.ராமையாவின் 'மணிக்கொடி காலம்' படம் பிடித்துக் காட்டுகிறது.

மணிக்கொடி மறுமலர்ச்சியில் பிரமிப்பான விஷயம், எழுத்தாளர்கள் எல்லோரிடமும் இருந்த *Individuality* -தான், ஒவ்வொருவரும் வெவ்வேறு *Variety*. ஒருவர் சாயல் துளி கூட மற்றவரிடம் கிடையாது. பின்னால் வந்த லா.ச.ரா., தி.ஜானகிராமன், கு.அழகிரிசாமி, சுந்தர ராமசாமியிடமும் விசேஷமான தனித்தன்மை இருந்ததென்பதும் தமிழிலக்கியத்தின் அதிர்ஷ்டம்.

சிட்டி வ.ரா.வின் சீடர். மகாகவி பாரதி பற்றி மிகச் சரியான நேரத்தில் கு.ப.ரா.வுடன் இணைந்து 'கண்ணன் என் கவி' புத்தகம் எழுதியவர். மணிக்கொடியில் அவர் எழுதிய 'அந்தி மந்தாரை', 'ரப்பர் பந்து', 'உடைந்த

வளையல்' போன்ற கதைகள் குறிப்பிடத்தகுந்தவை.

சு.வேங்கடராமன் 'மேலும்' 5ஆவது இதழில் தமிழ் சிறுகதை வரலாற்று நூலை விமர்சித்து முடிக்கும் போது கூறுவதை பொதியவெற்பன் மேற்கோள் காட்டுகிறார். அதில் சு.வேங்கடராமன் 'கல்வி நிறுவனம் சாராத சுதந்திர விமர்சகர்கள் விமர்சனம் செய்யவே யோக்கியதையற்றவர்கள். பண்டிதர்கள்தான் விமர்சனம் செய்ய யோக்கியதையுள்ளவர்கள்' என்பதாக மறைமுகமாகச் சொல்கிறார். இதை எந்த சட்டதிட்டத்தில் சேர்க்கலாம் என்று தெரியவில்லை.

சென்னையில் ஒரு உணவு விடுதியில் சாப்பிடுவதற்காக சிட்டி நுழைகிறார். மேற்பார்க்கும் ஒருவர் சிட்டியிடம் ஒரு அறையை காட்டி சொல்கிறார்: "*Non-Brahmins* எல்லாம் அங்கே போங்க." தான் ஒரு பிராமணன்தான் என்று ஸ்தாபிக்க முயற்சி ஏதும் செய்யாமல் பிராமணரல்லாதோர் சாப்பிடும் பகுதியில் போய் சிட்டி அமர்கிறார்.

தஞ்சையில் ஸ்வாமினாத ஆத்ரேயனை அவரது கடையில் சிட்டி சந்திக்கிறார். அவரிடம் வீட்டிற்குச் சென்று சாப்பிட்டு விட்டுச் செல்ல வேண்டும் என்று வற்புறுத்தி ஆத்ரேயன் தன் வீட்டுக்கு அனுப்பி வைக்கிறார். வீட்டில் வெளியே திண்ணையில் வைத்தே சாப்பாடு பரிமாறுகிறார்கள். சிட்டி 'மாமி, நானும் பிராமணன்தான்' என்றெல்லாம் எதுவுமே சொல்லாமலேயே சாப்பிட்டு விட்டு விடைபெறுகிறார்.

பொதியவெற்பனின் "ஏங்காணும் சிட்டி! யாரிடம் உமது நூலாட்டல்" கொக்கரிப்பு திரௌபதியைத் துகிலுரிந்த துச்சாதனத் திமிர் தான்.

✦

குருவி உட்கார
பனம்பழம் விழுந்த கதை

மேற்கண்ட கட்டுரை வெளியானவுடன் பொதிய வெற்பன் எனக்கு ஒரு கடிதம் எழுதியிருந்தார்.

"மரணப் படுக்கையில் இருக்கும் கமலா விருத்தாச்சலத்தை புண்படுத்திவிட்டீர்கள்."

கமலா விருத்தாசலம் எழுத்தாளர் புதுமைப்பித்தனின் மனைவியார்.

இதற்கு ஒரு கார்டில் நான் எழுதிய பதில்:

"My intentions are genuine. I don't see the need to retaliate."

◆

கி.ரா. அறியாத பலகாரமும், புலவர் பிரபஞ்சனும் (1991)

கணையாழி - ஆகஸ்ட் 1991 இதழில் நான் எழுதிய இதன் ஒரு பகுதி 'புலவர் பிரபஞ்சன்' என்ற தலைப்பில் பிரசுரமானது. கேக் கொண்டு வந்த சினிமா நடிகர் பார்த்திபனிடம் பின்னால் கி.ரா. கடிதத்தில் கேட்ட கேள்வி. 'அது என்ன பலகாரம்?'

என்னதான் காஸ்ட்லியான கேக் என்றாலும் பார்த்தவுடனேகண்டுபிடிக்கமுடியும்.கி.ரா.எப்படில்லாம் காதில் பூ சுத்திருக்காரு. எல்லா கிராமங்களுக்கும் கேக் 1970லேயெ வந்துடுச்சி. கோவில்பட்டியிலேயே பேக்கரி கேக் உண்டு. இடைச்செவல் கிராமம் பக்கத்தில்தான். கேக் தெரியாத கிராமத்தானே கிடையாது. பாண்டிச்சேரி போன்ற நகரத்துக்கு வந்து மூன்று வருடம் கழித்து 'அது என்ன பலகாரம்?' என்று வியந்து கேட்பது ரொம்ப ஓவர்தானே?

பிரபஞ்சன் பின்னால் ஒரு எட்டு ஒன்பது வருடங்களில் தி.ஜா.வின் பெருமைகளை புரிந்து கொண்டார். 'தி.ஜா.வை மிஞ்ச ஆளேயில்லை' என்று வானளாவ ஜானகிராமனை புகழ ஆரம்பித்தார்.

கி.ரா அறியாத பலகாரமும், புலவர் பிரபஞ்சனும் (1991)

சென்ற ஜுலை மாத கணையாழியில் பிரபஞ்சன் பேட்டியில் தி.ஜா.வின் பெண் கதாபாத்திரங்களை *Utopian characters* ஆக மட்டையடி அடித்திருப்பது ஏற்க முடியாத விஷயம். பெண்மையின் மேன்மையையும், உன்னதத்தையும் தன் பெண் கதாபாத்திரங்களின் பலம், பலவீனத்துடன் தெளிவாக சித்தரித்தவர் தி.ஜானகிராமன்.

'தாங்க முடியாத மன உளைச்சலுக்குத் தான் ஆட்படும்போது தி.ஜா.வின் மோகமுள்ளை ஒரே இரவில், ஒரே மூச்சில் எத்தனையோ தடவை படித்துள்ளதாக' சொல்லும் பிரபஞ்சன் தன்னுடைய பார்வை முரண்பாடுகளை பரிசீலிக்க வேண்டும்.

'தன்னை நம்பி வந்த மனைவியை பட்டினி போட்டு விட்டு ஒருவன் இலக்கியம் படைத்தால் அந்த இலக்கியம் கறை படிந்த இலக்கியம்' என்கிறார். முன்பொரு முறை பாரதி மீது பணக்கார பாலகுமாரன் இந்த மாதிரி ஒரு கமெண்ட் அடித்தார். இப்போது பிரபஞ்சன்.

பாரதி, புதுமைப்பித்தன் துவங்கி ஜி.நாகராஜன் வரை, கலைஞனின் தனிப்பட்ட வாழ்க்கை முறை பற்றி முகம் சுளித்து தீர்ப்பிட யாருக்கும் இங்கே யோக்கியதை கிடையாது. கலைஞன் இவர்களுடைய சமூக, பண்பாட்டு மதிப்பீடுகளுக்கு கட்டுப்பட வேண்டிய அவசியமில்லாதவன். டேல் கார்னகி, எம்.ஆர்.காப்மயர் தியரிகளைப் போன்ற அபத்தங்களை உளற வேண்டாம்.

வட்டார இலக்கியம் போலியானது என்பது சரி. இது குறித்த அபாய எச்சரிக்கையை முதலில் செய்தவர் வண்ணநிலவன். மானாவாரி பயிர், திவசம், கம்மங்கூழ் இப்படி சில வார்த்தைகளோடு வறுமையை மிக்ஸ்

பண்ணி 'ரெடிமேட்' கரிசல் இலக்கியம் செய்வதை வண்ணநிலவன் சாடினார்.

கி.ரா.வின் இலக்கிய அந்தஸ்தை இது கேள்விக்குள்ளாக்காது. கி.ரா.வின் சாதனை 'கதவு' மட்டும்தானா? நாவலுக்கு என்று இருந்த வடிவத்தை உடைத்ததோடு தமிழின் முதல் சரித்திர நாவலையும் எழுதியவர் கி.ரா. சமீப காலங்களில் முழுக்க முழுக்க வட்டார வழக்கிலேயே கரிசல் காட்டு கடுதாசி கட்டுரை துவங்கி, தொடர்ந்து தன் மொழி நடையில் அவர் செய்து வரும் மரபு மீறல் புதிய முயற்சி. எந்த மொழி இலக்கியமானாலும் மரபு மீறல்களாலேயே வளமடைந்திருப்பது சரித்திர உண்மை.

கி.ரா.விடம் ஆட்சேபகரமான விஷயங்களும் இல்லாமல் இல்லை. ஈசல் போல் கரிசல் எழுத்தாளர்கள் பெருகுவதைக் கண்டு அவர் புளகாங்கிதமடைவது ஏற்புடையதன்று. பூமணி, கோணங்கி விதிவிலக்கு.

மற்றொன்று ஆரம்ப காலத்தில் கி.ரா.வுக்கு ஏற்பட்டு விட்ட நகர வாசனையேயில்லாத கிராமத்து அப்பாவி என்ற பிம்பத்தை தொடர்ந்து காப்பாற்ற அவர் செய்யும் பிரயத்தனங்கள்.

புதுவையில் தன்னைப் பார்க்க வந்த நடிகர் பார்த்திபன் கொடுத்த 'கேக்' பற்றி, பின்னர் அவருக்கு எழுதிய கடிதத்தில் 'அது என்ன பலகாரம்?' என்று மிகையாக அதிசயப்பட்டு விசாரித்திருக்கிறார். பார்த்திபன் குமுதத்தில் கி.ரா.வை 'ரொம்ப இன்னொசண்ட்' என்று குறிப்பிட்டிருந்தார்.

கி.ரா.வின் சமீபத்திய இலக்கிய முயற்சிகளை ஆபாசத்தின் எல்லை என்று பிரபஞ்சன் கடுமையாக தாக்குவது சரியா?

நக்கீரன் பத்திரிக்கையில் பிரபஞ்சன் அடித்த கூத்தை விட எதுவுமே ஆபாசம் கிடையாது.

'மரப்பசு' நாவல் குறித்த தன் அபிப்ராயமாக 'தி.ஜானகிராமனுக்கு ஆயிரம் பெண்களோடு படுக்க ஆசை' என்று எழுதிய வக்கிரம்,

எஸ்.வி.சேகர் ஏதோ ஒரு பத்திரிகையாசிரியரான போது, அலட்சியப்படுத்த வேண்டிய உப்பு பெறாத இந்த விஷயத்தை பெரிதாக எடுத்துக்கொண்டு, மணிக்கொடி ஆசிரியர் பி.எஸ்.ராமையாவையும் 'எழுத்து' சி.சு.செல்லப்பாவையும், குமுதம் எஸ்.ஏ.பி. அண்ணாமலை அப்புச்சியோடு தோளோடு தோளாக நிறுத்தி வைத்து 'இவர்களெல்லாம் பத்திரிகையாசிரியர்களாக இருந்த செந்தமிழ் நாட்டில் இன்று எஸ்.வி.சேகர் பத்திரிகையாசிரியரா? என்று புலம்பிய அபத்தம்,

'1989இல் தி.மு.க.வின் சட்டசபைத் தேர்தல் வெற்றி, ஐயர்களின் தோல்வி' என்று கொக்கரித்த எகத்தாளம்.

ஆக இந்த பேட்டை ரௌடித்தனம்தான் இன்று கி.ரா.வின் மேலேயும் நிர்த்தாட்சண்யமாக பாய்ந்திருக்கிறது. கடைசியாக 'Ego' பற்றி பிரபஞ்சன் வருத்தப்படுவது வேடிக்கைதான். ஏனென்றால் இந்த கற்றோர் காய்ச்சல், வித்துவச் செருக்கெல்லாம் புலவர் பிரபஞ்சனிடமும் இருக்கிறது.

◆

இமையத்தின் 'ஆறுமுகம்'

இமையத்தின் முதல் நாவல் 'கோவேறு கழுதைகளி'ல் ஆரோக்கியத்தின் சின்ன மகன் பீட்டர் 'சாமிங்கறது ஒண்ணுமில்ல' என்று அந்தோணியார் கோவிலிலே பகுத்தறிவு வாதம் பேசுவான். இதை 'ஆறுமுகந்தான் சொன்னாரு' என்பான். துணி வெளுக்கிற தொரப்பாட்டில் 'இம்புட்டுத் தண்ணியும் கடலுல போய் சேருமாம். ஆறுமுகம் சொன்னாரு' என்று பொது அறிவு பேசுவான். கடைசியாக பீட்டர் இந்த ஆறுமுகத்தோடுதான் சென்னைக்கு ஓடிப்போவான். நேரடியான கதாபாத்திரமாக இல்லாமல் பீட்டர் மூலமாகவே அறியப்படும் இந்த 'ஆறுமுகம்' தான் இமையத்தின் இரண்டாவது நாவலின் நாயகனாயிருப்பானோ என்ற நினைப்புத்தான் முதலில் ஏற்பட்டது.

புதுமைப்பித்தனின் 'புதிய நந்தன்', ந.பிச்சமூர்த்தியின் 'அடகு', கு.ப.ரா.வின் 'பண்ணைச்செங்கான்', 'வாழ்க்கைக் காட்சி' போன்ற கதைகள் தலித்களைப் பற்றிய நேர்மையான அக்கறையுடன் எழுதப்பட்டவை. தி.ஜா.வின் 'எருமைப் பொங்கல்' தலித் குறியீட்டுக் கதையாகவே தெரிகிறது, பூமணியின் 'பிறகு' முழுமையான தலித் நாவல்.

தலித் ஒரு அனுபவம். ஒரு தலித்தால் தான் தலித்களைப் பற்றி எழுத முடியும் என்று சொல்லப்படுகிறது. அரசாங்க

அமைப்பின் மிக உச்ச பதவியில் அமர்ந்துகொண்டு சகல சுக, சௌகரியங்கள், சலுகைகளையும் அனுபவித்துக் கொண்டு, பன்னி விட்டை பொறுக்குவதைப் பற்றி எழுதுவது தலித் இலக்கியம் ஆகும் போது, எந்தப் பாதுகாப்புமில்லாமல், சகல சவால்களோடு வறுமையின் பிடியில் சிக்கிய நிலையில் கு.ப.ரா. 'வாழ்க்கைக் காட்சி' எழுதியதும் ந.பிச்சமூர்த்தி 'அடகு' எழுதியதும் ஏன் தலித் இலக்கியமாகாது.

இமையத்தின் முதல் நாவல் 'கோவேறு கழுதைகள்' பறையர்களுக்கு துணி வெளுக்கிற பறை வண்ணார்களின் சொல்லொனாத் துயரம் பற்றிய விரிவான சித்திரம். இதே காரணத்திற்காக தலித்திற்கு எதிரானதாக சிலரால் முகஞ் சுழித்து அடையாளமிடப்பட்டது. "மேல் ஜாதிக்காரன் கீழ் ஜாதிக்காரனை Exploit செய்வதைப் பற்றி எழுதுவதுதான் தலித் இலக்கியம். தலித்தே தலித்தை கொடுமை செய்வதாக எழுதலாமா?"

"பூர்ஷ்வாவை விமர்சிப்பது தான் முற்போக்கு.எங்கள் உள் விவகாரங்களை விமர்சித்தால் மார்க்சீய விரோதம்" என்று இடது சாரிகள் கூச்சலிட்டு தருக்கம் செய்தது போல.

புதுவை சூழல், தனபாக்கியம், அவள் மகன் ஆறுமுகம். ஜெயகாந்தனின் 'உன்னைப் போல் ஒருவன்', தி.ஜா.வின் 'அம்மா வந்தாள்' நாயகர்களுக்கு ஏற்பட்ட அதே அவசம், மன உளைச்சல் ஆறுமுகத்திற்கும் ஏற்படுகிறது. முத்துக் கிழவர், ராமன், தர்மமூர்த்தி, சின்னப்பொன்னு, பாக்கியம், குப்புசாமி, தங்கமணி, அபிதா என்று நாவலில் பலர் வந்தாலும் வசந்தாவின் பாத்திரம் ரத்தமும் சதையுமாக உருவாகியிருக்கிறது.

ஜெர்ரி ஆல்பர்ட், ஜார்ஜ் ஸ்டீபன், புஷ்பா மேரி, காஜாபாய் இவர்களைப் பற்றிய குறிப்புகள் மைனாரிட்டிகளுக்கு எதிரானதா? வன்னி மரம் பற்றிய

வசந்தாவின் கனவு அவளைப் புனிதப்படுத்துகிற விஷயமா? என்ற கோபமான விவாதங்களுக்கு இடமேற்படலாம். சந்தேக தாமஸ்கள் இங்கே நிறைய இருக்கிறார்கள்.

ந.பிச்சமூர்த்தியின் 'காவல்'க தையில் வருகிற சிறுவன் நரியன் போல, ஆறுமுகமும் வெள்ளைக்காரன் ஜெர்ரி ஆல்பர்ட்டை வெறுப்புடன் தான் பார்க்கிறான். ஜெர்ரியை அம்மாவுடன் படுக்கையில் பார்த்ததுமே ஆறுமுகத்தின் ஓட்டம் ஆரம்பித்து விடுகிறது. சின்னப்பொண்ணு, வசந்தா, பாக்கியம் என்று பல அம்மாக்களைப் பார்க்கிறான். அடுத்தடுத்து அதிர்ச்சி ஏற்படும்போதெல்லாம் விலகி ஓடுகிறான். தன் தலை மேல் முள்முடி ஒன்றை ஏற்றுக்கொண்ட பாவனையுடன், தர்ம மூர்த்தி செய்யும் Pimp வேலையையும் செய்கிறான். அந்த மோசமான சூழலிலும் ஆறுமுகம் Sex விஷயத்தில் பழக்கமில்லாதவனாக இமையம் காட்டுகிறார்.

கடைசியில் அந்தக்கால சினிமாப் படம் சுப்புரத்தின தாசன் வசனம் எழுதிய 'மங்கையர்க்கரசி' நாயகன் பி.யூ.சின்னப்பா போல, தாயைப் பெண்டாள வந்த சண்டாளனாக, தனபாக்கியத்தை சந்திக்க வேண்டிய அவல துர்ப்பாக்கியம் ஆறுமுகத்திற்கு நேரிடுகிறது.

மனப் பக்குவத்துடன் தன் தாயிடம் "நீ உசிரோட இருக்கிற. அது போதும். கனவை ஒருத்தரும் சும்மாடு கட்டி சொமந்துகிட்டுத் திரியறதில்லே. நேத்துங்கிறது பொணம்" என்றெல்லாம் சொல்லித் தேற்ற முயல்கிறான்.

தனபாக்கியம் "என்னெ மூளியாக்கினீங்க. சீதய கானகத்துல வுட்டாப்ல என்னையும் வுட்டு வேடிக்கை பாத்துட்டீங்களே" என்று புலம்புவது, உருவகமாக நாவலாசிரியரை குற்றஞ்சாட்டுவது போல் தோன்றுகிறது.

தனபாக்கியம் தூக்குப்போட்டுக்கொண்டு செத்துப் போகிறாள். இனி மீண்டும் ஆறுமுகம் அடுத்த ஓட்டத்தை ஆரம்பிக்க வேண்டும். இதற்கப்புறம்தான் ஆறுமுகம் 'கோவேறு கழுதைகள்' பீட்டரை சந்தித்து, பின்னர் சென்னைக்கு ஓடிப் போகிறானோ என்னவோ.

◆

ஊட்டியில் தளையசிங்கத்திற்கு நடந்த தொழுகை

'சொல் புதிது' இதழ் 8இல் சாரு நிவேதிதாவுக்கு எச்சரிக்கை செய்து 'சாரு தொடங்க வேண்டிய புள்ளி தளையசிங்கத்தின் 'தொழுகை' கதைதான். ஆனால் அபாயமிருக்கிறது. தளையசிங்கம் அவசரமாக அடித்துக் கொல்லப்பட்டார்' என்று ஜெயமோகன் எழுதியதை படித்த போது அதிர்ச்சி ஏற்பட்டது.

1971ஆம் ஆண்டு தாழ்த்தப்பட்டோருக்கு நன்னீர் கேட்டு போராட்டம் நடத்தியதற்காக போலிஸாரால் தளையசிங்கம் தாக்கப்பட்டார். 1972ஆம் ஆண்டு 'மெய்யுள்' என்ற கருத்தாக்கத்தை நிறுவுகிறார். 1973ஆம் ஆண்டு சில மாதங்கள் உடல் நலம் குன்றி படுத்த படுக்கையாகி மரணமடைகிறார். இது 'தளையசிங்கத்தின் பிரபஞ்சயதார்த்தம்' என்ற கட்டுரையில் சுந்தரராமசாமி நமக்குத் தரும் தகவல்.

22.02.2001 அன்று திருச்சி வந்திருந்த சுந்தர ராமசாமி அவர்களிடம் நான் நேரில் இது பற்றிக் கேட்ட போது தளைய சிங்கத்தின் சகோதரர் மு.பொன்னம்பலம் கொடுத்த தகவலைத்தான் எழுதியதாகக் கூறுகிறார்.

இந்த விவரங்களைக் குறிப்பிட்டு ஜெயமோகனுக்கு நான் கடிதம் எழுதுகிறேன். அதில் தளையசிங்கம் பாலியல் கதைகளுக்காக அடித்துக் கொல்லப்பட்டார் என்ற தொனியும் அவருடைய விமர்சனத்தில் இருப்பதைச் சுட்டிக்காட்டி எழுதுகிறேன்.

ஜெயமோகன் இதற்கு ஐந்து பக்கத்துக்கு பதில் எழுதுகிறார். என்னுடைய கடிதம் 'சொல் புதிது' 9இல் விளக்கங்களுடன் பிரசுரிக்கப்பட இருப்பதாக அதில் குறிப்பிடுகிறார்.

திருச்சியிலுள்ள சபாரத்தினம் என்ற இலங்கை எழுத்தாளர் 'தளைய சிங்கத்திற்கெதிராக போலீசைத் தூண்டி பணம் கொடுத்தவன் கொழும்பில் பாத்திரக்கடை வைத்திருக்கிற தீவுக்காரன்' என்று என்னிடம் தெரிவித்த தகவலை ஜெயமோகனுக்கு கடிதம் மூலம் தெரிவிக்கிறேன்.

மே 4, 5, 6 தேதிகளில் ஊட்டி நாராயண குரு குலத்தில் நடக்க இருக்கிற தளையசிங்கம் கருத்தரங்கிற்கு ஜெயமோகனிடம் இருந்து அழைப்பு. சொல்புதிது 9இல் தளையசிங்கம் பற்றிய என் கடிதம் மிகவும் சுருக்கப்பட்டு எழுத்துப் பிழைகளுடன் (தலையசிங்கம்) ஒரு பாமரனின் கடிதம் போல் பிரசுரிக்கப்பட்டு விளக்கம் அடுத்த இதழில் என்று குறிப்பிடப்பட்டிருந்தது.

தளையசிங்கத்தின் தொழுகை, கோட்டை கதை நகல்களும் தளையசிங்கத்தின் கருத்துகளும் ஜெயமோகனின் நெடுங்கட்டுரை ஒன்றும் கொரியரில் அனுப்பப்பட்டு கிடைக்கிறது.

ஜெயமோகனின் நெடுங்கட்டுரை நிறைய ஜார்கன்ஸ், மேற்கோள்கள், தான் படித்த பல விஷயங்களில் சாரம் எல்லாமாகச் சேர்ந்து தளைய சிங்கம் பெயரை எடுத்து

விட்டு நீட்சே, ஹெகல், சார்த்தர், அரிஸ்டாட்டில், சாக்ரடீஸ், பிளேட்டோ என்று யார் பெயரைப் போட்டாலும் பொருத்தக் கூடிய அளவுக்கு க்ராஃப்ட் மேன்ஷிப்.

தளைய சிங்கம் பற்றிய சுந்தரராமசாமியின் கட்டுரை பற்றி 'இலக்கிய வம்புகளின் அடிப்படையில் மதிப்பிடும் முயற்சி' என்றும் 'செயற்கை இறுக்கம் நிறைந்த நடை' என்றும் குறிப்பிடுகிறார்.

ஊட்டியில் குடும்பத்துடன் ஜெயமோகன் வருகிறார். கருத்தரங்கத்தின் முதல் அமர்வு. ஜெயமோகனின் முன்னுரை. நான் பேசிய போது 'அகிலனை விடத் திறமையான கலைஞன். புதுமைப்பித்தனையும் மௌனியையும் விட கலையின் நோக்கத்தைப் பரிபூர்ணமாக புரிந்து கொண்டவன். பாரதியைப் போலவே போர்க்கோலம் பூண்டவன். அவனே மு.கருணாநிதி' என்ற தளைய சிங்கத்தின் கூற்றைப் பற்றி குறிப்பிடுகிறேன்.

வெங்கட் சாமிநாதன் ஆர்வத்துடனும் சிறிது குழப்பத்துடனும் என்னிடம் 'அப்படியே சொல்கிறாரா' 'அப்படியே சொல்கிறாரா' என்று கேட்கிறார்.

நான் தொடர்ந்து எம்.ஜி.ஆர். அ.தி.மு.க. கட்சியை ஆரம்பித்த போது பிரான்சில் மார்க்ஸிய தத்துவத்தை தலை கீழாக்கிய புரட்சிகர உபவர்க்கத்துடனும், அமெரிக்காவின் பலாத்காரங்களை எதிர்க்கும் ஹிப்பியிஸத்துடனும் சீனாவின் புதிய மார்க்ஸீய செங்காவலர்கள் உடனும் பங்களாதேஷின் கொரில்லாக்களோடும், பிலிப்பைன்ஸின் மார்க்கோஸ் ஆட்சியை எதிர்த்து கொரில்லாக்களோடும் அண்ணா தி.மு.க .அனுதாபிகளை தோளோடு தோள் நிறுத்தி கருணாநிதியின் நவ பாஸிச ஆட்சியை எதிர்ப்பதாக தளைய சிங்கம் எழுதியதையும் அபத்தம் என்று சுட்டிப் பேசினேன்.

உடனே ஜெயமோகன் இப்படி ஒவ்வொரு வரியாக உருவி தளையசிங்கத்தைப் பார்க்க வேண்டாம் என்றார்.

தொழுகை கதை பற்றி பேச ஆரம்பித்த வேதசகாயகுமார் அவருடைய கிறிஸ்துவ பூசை லத்தீன் மந்திரங்களை இளைஞர்கள் பொருத்தமாக கெட்ட வார்த்தை போட்டு பேசிக் காட்டுவதைப் பற்றியும் பாவ மன்னிப்பு கேட்கும்போது பாதிரியாரிடம் ஆபாசமாக விவாரித்துப் பேசி பாதிரியார் இளையவராயிருந்தால் அவர் மிகவும் நெளிய வேண்டியிருக்கும் என்பதையும் நகைச்சுவையுடன் குறிப்பிட்டார்.

'செக்சுவாலிடி பற்றி பேசலாம்தானே. ஏதும் தடையுண்டா?' என்று நான் கேட்டேன்.

ஜெயமோகன் தன் மனைவி அருண்மொழி நங்கை கலந்து கொண்டுள்ள நிலையிலும் பேசலாம் என்பதாக தலையாட்டினார்.

மதியம் சாப்பிட்டுவிட்டு அரட்டை.

ஜெயமோகன் அவருடைய உத்தியோகம் செய்யும் போது டெலிபோன் உரையாடல்களைதான் ஓட்டுக் கேட்ட கதைகளை கூறுகிறார். குற்றாலத்தில் குமார செல்வாவுக்கும் லட்சுமி மணிவண்ணனுக்கும் நாடார் ஜாதியின் உட்பிரிவு பற்றிய சர்ச்சை காரணமாக நடந்த கைகலப்புச் சண்டையைப் பற்றிக் கூறுகிறார்.

யாரோ ஒரு அரை குறை அமுதா கணேசனையும், குரும்பூர் குப்புசாமியையும் படித்து விட்டு, ஒரு ரொம்பப் பெரிய நாவலை எழுதிக் கொண்டு வந்து ராமஸ்வாமியிடம் (சுந்தர ராமசாமியை ராமஸ்வாமி என்றே ஜெயமோகனும் வேதசகாய குமாரும் குறிப்பிடுகிறார்கள்) படிக்கச் சொல்லி வற்புறுத்துகிறான்.

ஜெயமோகன் இந்த இடத்தில்தான் ராமஸ்வாமியின்

பாய்சனைக் கவனிக்கனும் என்கிறார்.

சுந்தர ராமசாமி 'எனக்கு வயதாகி விட்டது. ஹார்ட் ப்ராப்ளம் இருக்கிறது. நீங்க அவரிடம் உங்க நாவலைக் காட்டுங்களேன்' என்று ஒரு மூன்றாந்தர பேராசிரியரைக் குறிப்பிட்டு அந்த அரைகுறை எழுத்தாளரை சமாளித்ததை பாய்சன் என்று ஜெயமோகன் விவரிக்கிறார்.

யாராயிருந்தாலும் ஆர்வக் கோளாறுகளை இப்படித் தானே சமாளிக்க வேண்டியிருக்கிறது. இதில் என்ன பாய்சன் இருக்கிறது? இதைத் தொடர்ந்து இந்திரா பார்த்தசாரதி என்னிடம் இடைவெளி சம்பத் பற்றி சொன்ன விஷயத்தை குறிப்பிட்டேன்.

சம்பத் ஆயிரம் பக்கத்திற்கு ஒரு நாவல் எழுதிக் கொண்டு வந்து இந்திரா பார்த்தசாரதியிடம் கொடுத்ததையும் அதை படித்துவிட்டு இந்திரா பார்த்தசாரதி அபிப்ராயமாக 'Rambling ஆக இருக்குடா. நாவலை இன்னும் Crisp ஆக edit செய்தால் நன்றாக வரும்' என்று சொல்லிவிட்டு எதற்கோ வீட்டின் உள் அறைக்குச் சென்றுவிட்டு திரும்பிய போது சம்பத் வெராண்டாவில் அந்த முழு நாவலையும் கொளுத்திவிட்டு குருநாதருக்கு பிடிக்காத நாவல் இனிமேல் எதற்கு? என்று இந்திரா பார்த்தசாரதியிடம் சொன்னதையும் கூறினேன்.

(இந்த விஷயம் ஜெயமோகனை உறுத்தியிருக்குமோ என்னமோ...)

என் கல்லூரி வாழ்க்கையின் போது நடந்த சம்பவம்,

நான் திரைப்பட உதவி இயக்குனராக இருந்த போது அக்ரஹாரத்தில் கழுதை ஜான் ஆப்ரஹாமை ஐந்தாறு முறை பார்க்கும் வாய்ப்பு ஏற்பட்ட போது நடந்த ஒரே மாதிரியான சம்பவத்தைப் பற்றிக் குறிப்பிட்டேன். பாக்யராஜின் 'ராசுக்குட்டி' படத்தில் நான் நடித்து

படத்தில் அந்தக் காட்சி இடம் பெறாமல் போனதைப் பற்றி இப்படி... இப்படி

வெங்கட்சாமிநாதனிடம் எனக்கு மிகவும் பிடித்த எழுத்தாளர் அசோகமித்திரனை அவர் கடுமையாக தாக்குவது பற்றி கேட்டேன். க.நா.சு.வும், சுந்தர ராமசாமியும் நகுலனும் கூட அசோகமித்ரன் பற்றி உயர்வாக எழுதியபோது வெ.சா.வும் பிரமிளும் கடுமையாக அவரை விமர்சித்தது ஏன் என்று கேட்டேன்.

நூலகத்தில் மாலை அமர்வு, கடுங்குளிர்.

தளையசிங்கத்தின் பேர் ஞான விடுதலை முழுச் சமூகத்திற்கும் சாத்தியமா? வெ.சா. அப்போது கூறுகிறார். 'இது சாத்தியப்படாத விஷயம். இன்டிவிஜுவல் சால்வேஷன் சாத்தியம். பரவச விடுதலை முழுச் சமூகத்திற்கு எப்படி ஏற்படும். அப்போது ஸ்தாபனம் ஆகிவிடும். ஸ்தாபனம் என்னும்போது கரப்ட் ஆகிவிடும்.'

வெ.சா.வின் இந்தக் கருத்துடன் எனக்கு முழுக்க உடன்பாடு. இந்திரா பார்த்தசாரதி தன் எழுத்தில் பலமுறை குறிப்பிடுகிற விஷயம். வினோபா ஆசிரமத்திற்குப் போய் அங்கே நடந்த அக்கிரமங்களைக்காண சகியாமல் மிரண்டு போய் திரும்பி ஓடிவந்த தன் நண்பர் ஒருவரைப் பற்றி கி.ராஜ நாராயணன் ஒரு முறை என்னிடம் சொன்னதைப் பற்றிக் கூறினேன்.

அரசியல்வாதிகளின் கைப்பொம்மைகளாக, எழுத்தாளர்களும் கலைஞர்களும் இல்லாமலிருக்க வேண்டுமென்றால் அவர்களே அரசியல்வாதிகளாகவும் இருக்க வேண்டும் என்கிறார் தளையசிங்கம். அரசியல்வாதிக்கு எதிர்மறை அம்சம் இலக்கியவாதி என்று எனக்குத் தோன்றுகிறது. அதோடு எழுத்தாளர்களுந்தான் எந்த அளவுக்கு நம்பகமானவர்கள்?

1968ஆம் ஆண்டு நோபல் பரிசு வாங்கும் போது ஜப்பானிய எழுத்தாளர்கள் தற்கொலை செய்து கொள்வதை கண்டித்து உரையாற்றிய யசுநாரி கவபட்டா 1972ஆம் ஆண்டு தற்கொலை செய்து கொள்கிறார் என்று நான் கேட்டேன்.

இந்த இரண்டு அமர்வுகளிலும் நாள் புரிந்து கொண்ட ஒரு முக்கியமான விஷயம். ஜெயமோகன் நிறைய பேசுவார். வேதசகாய குமாரும் பேசுவார். அவ்வப்போது ஜெயமோகன் 'நீங்க என்ன சொல்றீங்க' என்று யாரையாவது கேட்பார். அவர் ஒரு நிமிடமோ, இரண்டு நிமிடமோ, ஒரு கருத்து அபிப்ராயம் சொன்னதும் தொடர்ந்து ஜெயமோகன் நிறைய பேசுவார். தொடர்ந்து வேத சகாய குமார் பேசுவார்.

நான் எப்போதும் ஜெயமோகன் கேட்காமலேதான் பேசினேன்.

இரண்டாவது அமர்வு முடியும் போது 'தொழுகை' கதை பற்றி வெ.சா. அருமையான ஒரு கமெண்ட் அடித்தார். 'ஒரு சின்ன லேடி சேட்டர்லீஸ் லவர்'.

நான் அதை உடனே ரசித்து ஆமோதித்தேன்.

கூட்டம் முடிந்த பிறகும் ஜெயமோகன் பேசிக் கொண்டேயிருந்தார். பொதுவாகவே ஜெயமோகன் தூங்குகிற நேரந்தவிர மற்ற நேரங்களில் பேசிக் கொண்டேயிருக்கிறார். சாப்பிடும் போது கூட பேசிக் கொண்டுதான் இருக்கிறார். எப்படியோ சாப்பிட்டும் விடுகிறார்.

தூங்குவதற்கு மாத்திரை வேண்டுமா? என்று கேட்டார். எனக்குத் தேவையில்லை என்று சொல்லி விட்டேன்.

ஜெயமோகன் 1986ல் மனப்பிளவு நிலை

பாதிப்புக்குள்ளாகி இரண்டரை வருட காலத்தில் இரண்டாகப் பகுத்துக் கொண்ட மன ஒத்திசைவும் சிதைந்த போது உச்சக்கட்டத்தில் மூன்று மாதம் மன நல சிகிச்சை பெற்றுக் கொண்டவர். சுந்தர ராமசாமிதான் 'எழுதுங்க எழுத்துதான் மருந்து'. "It will cure you" என்று உற்சாகமூட்டி நெறிப்படுத்தியிருக்கிறார்.

இரண்டாம் நாள் மே 5ஆம் தேதி காலை 6 மணிக்கு அறைக்கு வெளியே உற்சாகமான ஜெயமோகனின் பேச்சு சத்தம். எல்லோரும் வாக் போகிறார்கள். நான் எழுந்து காலைக் கடன் முடித்து குளித்து அறையைவிட்டு வெளியே வருகிறேன். தேவகாந்தனுடன் டைனிங்-கம்-கிச்சன் கட்டிடத்திற்கு செல்லும் போது வெ.சா. குளித்துவிட்டு அவரும் சேர்ந்துகொள்கிறார்.

கறுப்பு தேநீர் அருந்திவிட்டு எனக்கு பாட்டிலில் நீர் எடுத்துக்கொண்டு வரும்போது வெங்கட் சாமிநாதனுக்கும் அவர் பாட்டிலில் நீர் எடுத்து அவர் அறையில் வைக்கிறேன்.

வேத சகாயகுமார் பேசுகிறார்.

ராமஸ்வாமி (சு.ரா.) இவருக்கு ரொம்ப நெருக்கமாயிருந்தவர். தன்னுடைய படுக்கையில் இவரைப் படுக்கச் சொல்லிவிட்டு அவர் தரையில் படுத்துவிடுவார். தொடர்ந்து சு.ரா.வைப் பற்றியும் அவருடைய மகன் கண்ணனைப் பற்றியும் புதுமைப்பித்தனின் அச்சிடப்படாத படைப்புகளை தொகுத்து காலச்சுவடு பிரசுரம் செய்தது பற்றி கடுமையான அதிர்ச்சியான தகவல் பல லட்சம் பணம் (8 லட்சமாம்) கை மாறியது. தமிழவன்தான் மீடியேட்டர். (இன்டர்மீடியட் என்ற வார்த்தையை பயன்படுத்துகிறார்) தமிழவனே இதைப் பற்றி இவரிடம் சொன்னார்.

புதுமைப்பித்தனின் 'தமிழைப் பற்றி' என்ற முக்கியமான கட்டுரையை சகாயகுமார்தான் கொடுத்தார். கண்ணனை இந்த பல லட்சம் பிரச்சனை குறித்து வேதசகாயகுமார் வேறு பல மாதிரி விசாரிக்கிறார். கண்ணன் பிடிகொடுக்கவேயில்லை. ஆனால் யாரிடமோ கண்ணன் இவர் ஏதோ ஒரு லட்சம் ரூபாய் பணம் எதிர்பார்ப்பதாக அவதூறு பேசினார்.

'சொல் புதிது' ஜெயமோகன் சிரமப்பட்டு நடத்துகிறார். கையைக் கடித்தால் நிறுத்திவிடும்படி இவரால் அறிவுறுத்தப்பட்டிருக்கிறார். இந்த நிலையில் சொல் புதிதுக்கு ஆர்.எஸ்.எஸ். பணம் வருவதாக வதந்தி.

சு.ரா.விடமும் கண்ணனிடமும் உள்ள நம்பிக்கையில்தான் ஆர்.எஸ்.எஸ்.ஸில் இருந்ததைப் பற்றி ஜெயமோகன் சொல்லியிருந்திருக்கிறார். இப்போது 'அந்த விஷயம்' பற்றி இப்படிப் பிரச்சாரம் செய்வது நியாயமா? கண்ணன் பி.ஜே.பி. ஆதரவாளராக இருந்ததில்லையா? இப்படி... இப்படி...

நான் 'ஒரு இலக்கியவாதி ஆர்.எஸ்.எஸ்.ஸில் இருக்க முடியுமோ?' என்கிறேன். 'மார்க்ஸீயவாதிகள் இலக்கியவாதிகளாக இல்லையா?' என்று வெ.சா. கேட்கிறார்.

ஜெயமோகன் அன் கோ வாக் போய்விட்டு திரும்பி வருகிறார்கள். என்னிடம் 'இப்போதும் சினிமா ஆசை இருக்கிறதா?' என்று முகம் கழுவிக் கொண்டே ஜெயமோகன் கேட்கிறார்.

'ஃப்ரேமுக்குள் நடிகனாக வர வேண்டும். ஒரு கலைப்படத்தில் முக்கியமான பாத்திரத்தில் நடிக்க வேண்டும் என்ற தாகம் ரொம்ப உண்டு' என்று பதில் சொல்கிறேன்.

ஜெயமோகன் இன்றும் குளிக்கவில்லை.

யுவன் இரண்டாம் நாள்தான் வருகிறார். சந்திக்கிறேன், கைகுலுக்கல் 'லொயோலா காலேஜா?'

'இல்லை. நான் R.P.ராஜநாயஹம்'

யுவனும் நானும் மதுரை அமெரிக்கன் காலேஜ். நான் பி.ஏ. இங்கிலிஷ் லிட்ரேச்சர்.

ஆங்கிலத்துறை பேராசிரியர்கள் மிகவும் விசேஷமானவர்கள். வசந்தன் தான் எனக்கு ஹேம்லட். நெடுமாறன்தான் மார்க் ஆண்டனி. ஜான்சகாயம்தான் டாக்டர் ஃபாஸ்டஸ். தமிழ்ப் பேராசிரியர் சாலமன் பாப்பையாவின் வகுப்பைவிட வெளியேதான் அவர் பேச்சு சுவாரசியமாயிருக்கும்.

ஹிந்தி நடிகை தேவிகாராணியை கதாபாத்திரமாகக் கொண்ட 'அழியாத மலர்' பற்றி ஜெயமோகனிடம் பேசுகிறேன். 'சவுக்கு' கதை அசோகமித்திரன் பாணி கதை. (அசோகமித்திரனின் சிறுகதைகளில் வரும் பால்ய நண்பர்கள் முனீர், நரசிம்மன் ஆகியோரை சவுக்கு 'சோட்டேலால்' நினைவுபடுத்துகிறான்.)

ஆமாம் என்று ஜெயமோகன் ஒத்துக் கொள்கிறார்.

சட்டென்று நான் தளையசிங்கம் கருத்தரங்கம் பற்றி 'உங்கள் கட்டுரை கனமாக இருக்கிறது என்றாலும் எனக்கு வெ.சா. சொல்வதில்தான் உடன்பாடு' என்கிறேன்.

ஓரிரண்டு விநாடி நிதானித்து ஜெயமோகன் 'அது சரி. இது உங்கள் அபிப்ராயம்' என்கிறார் சிறிது சலனத்துடன்.

மூன்றாவது அமர்வு.

வேதசகாயகுமார் முதலில் தன் கட்டுரையை வாசிக்காமல் விளக்கிப் பேச ஆரம்பிக்கிறார். ஒரு

கட்டத்தில் கட்டுரையை வாசித்திருந்தால் நேரம் மிச்சமாகியிருக்கலாம் என்று தோன்றுகிறது. வாசிக்கிறார். வேண்டாம் என்று மீண்டும் விளக்கிப் பேச ஆரம்பிக்கிறார். விளக்கெண்ணெயை எடுத்து குண்டி கழுவுவது போல ஆகிவிட்டது.

யுவன் கொஞ்ச நேரத்தில் மோகனரங்கனின் சட்டை கைப் பகுதியை பின்னுக்கு இழுத்து முன்னுக்குத்தள்ளி விளையாட ஆரம்பித்து விடுகிறார். நிர்மால்யாவிடம் 'டீ வருமா' என்று கேட்கிறார். நிர்மால்யா டீ ஏற்பாடு செய்கிறார். டீ குடித்தவுடன் யுவன் சிகரெட் பிடிக்க வெளியே செல்கிறார். 'குடிக்க நீர் வேண்டும்' என்கிறார். நீர் வந்ததும் எழுந்து போய் குடிக்கிறார்.

திடீரென்று ஜெயமோகன்தான் துப்பறிந்து சாரு நிவேதிதாவின் ஜாதியைக் கண்டுபிடித்ததைப் பற்றி கூறினார். சாரு ஒரு முறை 'தான் மலம் அள்ளுகிற ஜாதி' என்று எழுதியபோது ஜெயமோகன் சாருவின் மேலதிகாரியிடம் அவர் ஜாதி பற்றிய சர்ட்டிபிகேட் நகலைக் கேட்டுப் பெற்றுவிட்டார். சாருநிவேதிதா தலித் அல்ல, செங்குந்த முதலியார் ஜாதி.

பிறகு ஜெயமோகன் கோவிலுக்குப் போன கோவை ஞானிக்கு தன் கண்டனத்தைத் தெரிவிக்கிறார். நாஞ்சில் நாடன் 'தான் தாலிகட்டிய மனைவி தீர்க்க சுமங்கலியாக வாழ, குறிப்பிட்ட ஒரு கோவிலில் மீண்டும் தாலி கட்டினால் நல்லது என்று நம்பும் போது ஞானி தன் மனைவியைப் புண்படுத்தக்கூடாது என்பதற்காக மனைவியின் நம்பிக்கையை கௌரவித்து கோவிலுக்குப் போனதில் என்ன தவறு' என்கிறார்.

ஜெயமோகன் மீண்டும் ஞானி செய்த காரியம் எனக்கு முக்கியம்' என்று கோவிலுக்குப் போனதை ஆட்சேபிக்கிறார்.

யுவன் உடனே 'ஞானி கோவிலுக்குப் போனதில் தவறில்லை. நான் கூட வருடத்திற்கு ஒருமுறை திதி கொடுக்கிறேன். அப்போது பூணூல் போடுகிறேன்' என்கிறார்.

இந்த இடத்தில் வேதசகாயகுமார் ஒரு செய்தி சொல்கிறார்.

அ.மார்க்ஸ் வீட்டில் ஞாயிற்றுக்கிழமைகளில் கிறிஸ்தவ நாடார்கள் கூடிப் பேசுவதைப் பற்றி தற்செயலாக 'ஒரு கிறிஸ்தவ நாடார் பேராசிரியர்' சகாயகுமாரிடம் சொல்லியிருக்கிறார். ஞாயிற்றுக்கிழமை என்பது கிறிஸ்தவர்களுக்கு முக்கியமான நாள் என்பது தெரிந்த விஷயம்.

தளையசிங்கத்தின் கதைகள் ரொம்ப சிறப்பானவையாக பாதிக்கக் கூடியவையாக தன்னால் சொல்ல முடியவில்லை என்று நாஞ்சில் நாடன் சொல்கிறார். 'தொழுகை' கதையில் செல்லம்மாள் மேல் கோபம் வருவதில்லை' என்று வேதசகாயகுமார் எழுதியிருப்பதைப் பற்றி நான் கேட்கிறேன்.

தேவாரம் ஓதும் சைவப்பிள்ளையின் மனைவி செல்லம்மாள் அதிகாலையில் தன் வயதுக்கு வந்த இரு பெண் பிள்ளைகள் (12, 14 வயது) தூங்கும் அறையைப் பூட்டி விட்டு கரிய சாணான் தலித் முத்துவுடன் உடலுறவு கொள்ளும் போது கோவிலில் செல்லம்மாளின் கணவர் ஆறுமுகம் பிள்ளை தேவாரம் ஓதுகிறார். செல்லம்மாளுககு முத்து 'சிவலிங்கமாக'த் தெரிகிறான். முத்துவுக்கு செல்லம்மாள் அம்மனாகத் தோன்றுகிறாள். உடலுறவு கொள்வது இது முதல்முறையுமல்ல. இத்தனைக்கும் பத்து நாள் முன்னதாகத்தான் முத்துவை செல்லம்மா பார்த்து கதைத்திருக்கிறாள்.

நான் கேட்கிறேன் 'வாசிப்பவனுக்கு ஏன் கோபம் வராது?'

'எனக்கு என்று இல்லை. வாசிக்கிற எல்லோருக்கும் கோபம் வருவதில்லை என்றுதான் சொல்கிறேன்' என்று மறுக்கிறார் வேதசகாயகுமார்.

'அம்மா வந்தாள் அலங்காரத்தம்மாள் மீது கோபம் வராது என்று சொல்ல முடியுமா' என்று நான் கேட்டவுடன் வேதசகாயகுமாரின் முகம் இறுகுகிறது. ('எங்கிட்டேயே கேள்வி கேட்கிறாயா, நான் பார்வைக்கு சுமாரா இருப்பேன். என் புலமையை பற்றி உனக்குத் தெரியாது' என்று அர்த்தம்)

உடன் ஜெயமோகனின் முகமும் இறுகுகிறது ('எங்களுடைய அந்தஸ்தென்ன... யோக்தை என்ன...' என்று அர்த்தம்).

நான் கல்லூரியில் படித்த காலத்தில் நடந்த ஒரு சம்பவம் பற்றிச் சொல்ல ஆரம்பித்தேன். தத்தனோடு டூரிங் தியேட்டரில் தரையில் மணலில் அமர்ந்து 'சிவகெங்கைச் சீமை' பழைய படம் பார்த்துவிட்டு வைகையாற்று வெள்ளத்தை எதிர்த்து புட்டுத் தோப்பில் கரையேறுகிறோம்.

போலீஸ் வேலையில் இருந்து டிஸ்மிஸ் ஆன முட்டாள் தாசு ஒரு கழுதையை போகம் செய்ய முயற்சித்துக் கொண்டிருக்கிறான். ஒரு பக்கம் சர்ச், இன்னொரு பக்கம் கிறிஸ்துவ பள்ளிக்கூட கேட் அருகே இரண்டு பேர் கழுதையைப் பிடித்துக்கொள்ள கழுதையைப் புணரவேண்டி முட்டாள் தாசு பகீரதப் பிரயத்தனம் செய்கிறான்.

முட்டாள் தாசு 'மயக்கமா கலக்கமா' பாட்டை, அழகாக பாடுவான். 'கோமாதா எங்கள் குலமாதா'

பாட்டையும் அனுபவித்துப் பாடுவான்.

தன் வாழ்க்கைத் தோல்வியினால் துவண்டு போய் விடாமல் ஆப்டிமிஸ்டிக்காக 'முதல் கோணல் முற்றிலும் கோணலல்ல முடிவில் கொடைக்கானல்தான்' என்று கவிதை எழுதியவன்.

குருவி மண்டையன் 'என்ன தாசு... கழுதையைப் போய்...' என்று கேட்கிறான்.

தாசு 'கழுதை இல்லடா கல்யாணிடா... டேய் எனக்கு பொம்பளை சீக்குடா ... சத்தமில்லாமப் போங்கடா நீங்க.'

கழுதையின் குறி ஒரு அடிக்குமேல் நீண்டிருக்கிறது. 'தாசு இது கல்யாணி இல்லராசு. கல்யாண சுந்தரம்' என்கிறான் குருவி மண்டையன்.

இந்த நேரத்தில் பள்ளிக்கூட வாட்ச்மேன் பேபி கேட்டைத் திறந்து வெளியே வந்து 'ஐயய்யோ என்னடா இது அசிங்கம்' என்று கூப்பாடு போட தாசு அவனிடம் 'பேபி யோவ் எனக்கு பொம்பள சீக்குய்யா' என்று சமாதானம் சொல்ல ஆரம்பிக்கும் போது கழுதையை பிடித்திருந்த இருவரும் அதைவிட்டு விட்டு ஒடுகிறார்கள். கழுதையும் ஓடுகிறது.

தாசுவுக்கும் பேபிக்கும் ஏற்கனவே ஒரு கடுமையான மனஸ்தாபம் உண்டு. பேபி அவன் மனைவி வெரோனிக்காவை ஒருமுறை பகலில் புணர்ந்து கொண்டிருக்கும் போது தாசு ஓட்டை வழியாகப் பார்த்திருக்கிறான். வாயரிசம் அப்போது வெரோனிக்கா ஐந்து வினாடிக்கொரு முறை 'இயேசுவே ரட்சியும்' என்று சொல்லிக்கொண்டிருந்தாளாம்.

இதை தாசு பலரிடமும் சொல்லிவிட்டான். பேபியையோ வெரோனிக்காவையோ பார்க்கும் போது 'இயேசுவே ரட்சியும்' என்று சின்னப்பையன்கள் கத்த

ஆரம்பித்துவிட்டார்கள்.

தாசுதான் ஒளிந்திருந்து பார்த்து இப்படி ஊரே சொல்லி கேவலப்படுத்திவிட்டான் என்கிற விஷயம் பேபிக்கும் தெரிந்தும் விட்டது. இப்போது தாசு கழுதையைப் புணரும் போது பேபி அதைப் பார்த்து விட்டான்.

இதைச் சொல்லிக்கொண்டே வரும் போது இடையிடையே வேதசகாயகுமார் 'என்ன சொல்ல வர்றீங்க', இதுக்கும் தொழுகை கதைக்கும் என்ன சம்பந்தம், 'விஷயத்தை மட்டும் சொல்லுங்க' என்று குறுக்கிட்டுப் பேசிக்கொண்டே வந்தார். சொல்லி முடித்ததும் வினயசைத்னயா "This is mere a Gossip" என்றார்.

இவர் இரண்டாவது அமர்வில் வெ.சா. சொன்னதைப் புரிந்து கொள்ளாமல் வெ.சா. ஜாதி பற்றி தவறான எண்ணத்தோடு பேசியதாக வீணான சர்ச்சை செய்தவர். முன்னதாக 'You do Dhabas' என்ற வார்த்தையை திரும்பத் திரும்பச் சொல்லி ரொம்ப நீளமாக ஒரு தத்துவக் கதையை சொன்னவர்.(எனக்கு திலீப்குமாரின் 'திருமதி ஜேம்ஸ் ஒன்றும் பேசவில்லை' கதை ஞாபகத்துக்கு வந்தது. அது நல்ல கதை.)

நாராயண குரு குல சுவாமி வினய சைதன்யா 'காசிப்' என்று சொன்னவுடனேயே ஜெயமோகன் என்னைப் பார்த்து 'நீங்கள் ஊருக்குக் கிளம்புங்கள். இதுவரை நடந்த கருத்தரங்கத்தையே நீங்க புரிஞ்சிக்கலை. நீங்க ஊருக்குக் கிளம்பலாம்' என்றார்.

'பத்து பேர் உங்க பேச்சைக் கேட்பதால் நீங்க இஷ்டத்துக்குப் பேசுறீங்க, இப்ப நீங்க பேசியதற்கு என்ன பர்ப்பஸ் இருக்கு' என்று கேட்டார். 'பர்ப்பஸ் இருக்கு' என்றேன் 'ஒரு பர்ப்பஸூம் தேவையில்லை. நீங்கள் ஊருக்குக் கிளம்புங்கள்' என்றார்.

நான் அப்போது என்னை பரதேசியாக உணர்ந்தேன்.

தி.ஜானகிராமனின் 'பரதேசி வந்தான்' கதை. கடைந்த அமுதத்தைக் குடிக்க வந்த ராகு போல பந்தியில் அமர்ந்துவிட்ட பரதேசி. தரதரவென்று பாதிபந்தியில் இழுத்துத் தள்ளப்பட்டு தலை அவிழ்ந்து அலங்கோலமாகக் குப்புற விழுந்த பரதேசி.

நான் அப்படியே உட்கார்ந்திருந்தேன். யாரும் எதுவும் பேசவில்லை. எதுவுமே நடக்காதது போல, கருத்தரங்கம் தொடரும்படியாக ஜெயமோகன் பேச ஆரம்பித்துவிட்டார். எல்லோரும் அதை கவனிப்பதான பாவனை.

இது துரியோதன சபை. துரியோதனனும் சகுனியுமாக இயக்கும் சபை. எனக்கு ஆதரவு தர யாரும் கிடையாது. பீஷ்மர், துரோணர், கர்ணன், அஸ்வத்தாமா எல்லோரும் வாய்மூடி மௌனியாகிவிட்டார்கள். பிற இளைஞர்கள் கூட இளம்படைப்பாளிகள். ஜெயமோகனைச் சார்ந்து இருக்க வேண்டியவர்கள். நான் ஒரு சாதாரண வாசகன். முப்பதாண்டு காலமாக வாசித்துக் கொண்டே இருக்கும் அற்பம். Just a nameless face or a faceless name.

எழுந்தேன் அறைக்கு வந்தேன். பேக் செய்தேன். டைனிங் அறைக்கு வந்தேன். சுவாமி வினய சைதன்யா சாப்பிட்டுக் கொண்டிருந்தார். வினயமாக 'That was not a Gossip I agree. But you have taken a long time' என்றார். நான் 'If you say 'but' I will say 'yet'. That is discussion, that is seminar' என்றேன்.

ஜெயமோகன் சொன்னதற்காக நான் ஊருக்குப் போகக்கூடாது என்று வினய சைதன்யா பிடிவாதம் பிடித்தார். நான் ஏற்க மறுத்துவிட்டேன். கருத்தரங்கத்தில் நான் பேசியதற்கு எடுத்துக்கொண்ட நேரம் 8 நிமிடத்திலிருந்து

11 நிமிடத்திற்குள்தான் இருக்கும். மூன்று மணி நேர கருத்தரங்கத்தில் 11 அல்லது 12 நிமிடம் கூட பேசியிருந்தாலும் லாங் டைம் என்று எப்படி சொல்ல முடியும்.

வினய சைதன்யா *'I will fuck the bloody ezhavas. Only to avoid ezhavas we have come all the way from Kerala to Ooty. bastards'* என்றார். நாராயண குரு நடராஜ குரு நித்ய சைதன்யபதி ஆகிய மூவரும் ஈழவர்கள் எனக்கு நாக்கிலே சனி. கருத்தரங்க அமர்வில் பேசியது போதாதென்று இவரிடம் நான் தமிழ் ஈழவ இனம் இல்லத்துப் பிள்ளைமார் என்று சொல்லித் தொலைத்துவிட்டேன்.

வினய சைதன்யா நான் சாப்பிட்டுதான் போக வேண்டும் என்று ரொம்ப பிடிவாதம் பிடித்தார். நான் சாப்பிட மறுத்தால் இவர் என்ன செய்வார் என்று சொல்ல முடியாது. சாப்பிடுவதாகப் பேர் பண்ணிவிட்டு எழும் போது கருத்தரங்கம் முடித்து எல்லோரும் சாப்பிட வந்துவிட்டார்கள்.

யாருடைய அட்ரஸையும் நான் வாங்கிகொள்ள முடியவில்லை. தேவதேவன், நாஞ்சில் நாடன், யுவன், வெங்கட் சாமிநாதன், தேவகாந்தன் ஆகியோரிடம் விடைபெற்றேன். யுவன் 'ஏன்' என்றார். நான் பதில் சொல்ல விரும்பவில்லை. ஆசி பெறுவதற்காக வெங்கட் சாமிநாதன் காலைத் தொட்ட போது அவர் 'நோ நோ' என்றார். சிரித்துக்கொண்டே வெளியேறினேன்.

இடுக்கண் வருங்கால் சிரிக்கச் சொன்னான்.

தொழுகை கதை பத்து நாள் சமாச்சாரம். இதுவே சில மாதங்களில் அல்லது சில வருடங்களில் ஊருக்கும் தெருவுக்கும் இந்த விஷயம் தெரிந்துவிடும். காலப்போக்கில் முத்து மேலும் முன்னேறி செல்லம்மாளின் பெண் பிள்ளைகளின் மீது கூட கைவைக்கும்படி ஆகலாம்.

அந்தப் பிள்ளைகளின் எதிர்காலம்?

விஷயம் ஆறுமுக ஓதுவாருக்குத் தெரிய வந்து அவருடைய மனநிலை பாதிக்கப்படலாம். ஒரு வேளை அவர் அனுசரித்துப் போகலாம். அல்லது கொலையோ தற்கொலையோ செய்யம்படி ஆகலாம். செல்லமாள் மீது கோபம் வராது என்றால் எப்படி?

முட்டாள் தாசுவின் மிருகப் புணர்ச்சியில் அவனது நோக்கம் காமமல்ல. மெடிக்கல் க்யூர். கழுதையைப் புணர்ந்தால் பொம்பளை சீக்கு குணமாகிவிடும் என்ற நம்பிக்கை. இது கூட தொழுகைதான். பேபியின் மனைவி வெரோனிக்கா செய்வது செல்லம்மாள் செய்வதுபோல அடல்ட்ரி கூட இல்லை. கலவியைத் தொழுகையாக்கியிருக்கிறாள்.

சும்மா சாருநிவேதிதாவை மிரட்டுவதற்காக 'சாரு தாண்ட வேண்டிய புள்ளி தொழுகைதான் ஆனால் தளையசிங்கம் அவசரமாக அடித்துக்கொல்லப்பட்டார்' என்று அவர் மிகையாகக் கூறி விட்ட பின் நான் தொழுகையை நிர்வாணமாக்கினால் எப்படித் தாங்கிக் கொள்ள முடியும்.

It's a tale told by an idiot full of sound and fury and signifying nothing.

ஊட்டியை விட்டுக் கிளம்பும்போது மதியம் 2 மணி திருச்சி வந்து வீடு சேரும் போது இரவு சரியாக 12 மணி. ஊட்டிக்குப் போகாமல் சின்னவனின் சைக்கிளை சரி பண்ணியிருக்கலாம். *There is always trial and error.*

சுந்தர ராமசாமியின் 'அழைப்பு' கதையில் ஒருவரி 'நினைவின் எந்தப் பக்கத்தைப் புரட்டினாலும் பிழைகளின் அவமானம்'.

✦

தளையசிங்கம் கருத்தரங்கத்தை அடுத்து ராஜநாயஹத்தின் மீதான பின் அரசியல்

சுந்தர ராமசாமி : *Dear R.P. Rajanayahem, I am sorry to know that it was your turn this time to receive slanderous remarks. I am being inflicted with peril and mental Agony for the past fifty years by this type of irresponsible remarks.*

இந்திரா பார்த்தசாரதி: *I am not surprised that you were treated badly in Ooty. You are too honest to get along with those who succeed in Life.*

D.திலீப்குமார்: உங்களைப் பற்றி நினைக்கும் போதெல்லாம், உங்கள் கள்ளமற்ற சிரிப்புத்தான் எனக்கு முதலில் நினைவு வரும். மிகவும் கஷ்டமாக இருக்கிறது. உங்களை அவர்கள் இப்படி நடத்தியிருக்கக்கூடாது. ஆனால், என்ன செய்வது? படித்தவர்களிடம்தான் மிக மோசமான சிறுமைகளும் உள்ளன.

'சொல் புதிது' 10ஆவது இதழின் தலையங்கத்தில் ஜெயமோகன் 'காலச்சுவடு' அனுப்பி வைத்த ஒற்றன்தான் ராஜநாயஹம்' என்று எழுதிய கையோடு, தன் பூர்வீகப் பார்வையுடன் 'ராஜநாயஹத்தின் கட்டுரையை வாசிக்க

இடம் கொடுத்த அமுதன் அடிகளும், (கிறிஸ்துவ பாதிரி) கட்டுரையைப் பிரசுரித்த மனுஷ்யபுத்திரனும் (முசல்மான்) தங்களது மதக் காழ்ப்புணர்வின் காரணமாகவே இந்து நிறுவனமான நாராயண குருகுலத்தின் மீது தாக்குதல் தொடுத்ததாகத் துப்பறிந்து எழுதியது ஜெயமோகக் கோமாளியின் உச்சக்கட்ட கொனஸ்டை.

'சொல் புதிது' 10ஆவது இதழ் தலையங்கத்துக்கு எதிர்வினையாக மனுஷ்யபுத்திரன் 'ராஜநாயஹத்தின் கட்டுரை காலச்சுவடிற்கு வந்த ஓரிரு தினங்களில் பல தொலைபேசி அழைப்புகள். வெகு ஜன ஊடகங்களில் ஒரு செய்தியைக் கொல்வதற்கான முயற்சிகள் பற்றி எனக்குத் தெரியும். என்னுடையப் பத்தாண்டு காலக் காலச்சுவடு ஆசிரியர் பொறுப்பில் ஒரு இலக்கியக் கூட்டம் பற்றிய பதிவு, தபாலில் வந்து சேர்ந்தவுடனேயே அதைத் தடுப்பதற்காக எடுக்கப்படும் முயற்சி என்பது புது அனுபவம்' என்று எழுதி ஜெயமோகனின் அரசியல் பற்றிக் கட்டுரை முடிவில் 'இவரை ஜெயலலிதாவோடு மட்டுமே ஒப்பிட முடியும்' என்றும் 'ஜெயமோகனுக்கு எதிரான செயல்பாடுகள் என்பது ஒருவிதத்தில் இலக்கியத்தில் தார்மீக நியதிகளை மீட்பதற்கான செயல்பாடே ஆகும்' என்பதாகவும் குறிப்பிட்டிருந்தார்.

'ஜெயமோகனின் செயல்பாடு ஒரு மூன்றாந்தர அரசியல்வாதியின் செயல்பாடுகளை விடக் கீழானது. 50 ஆண்டுகாலநவீனத்தமிழ்இலக்கியவரலாற்றில்இவ்வளவு நேர்மைக் குறைவாக ஒரு நபர் செயல்பட்டதில்லை' என்று கடுமையாக மனுஷ்யபுத்திரன் சாடியிருந்தார்.

திருப்பூரில் மத்திய அரிமா சங்கத்தில் 'நெடுங்குருதி' நாவல் பற்றிய கலந்துரையாடலுக்கு 11.04.2004 அன்று நான் தலைமை தாங்கி நாவல் பற்றிப் பேசினேன்.

எஸ்.ராமகிருஷ்ணன் முன்னதாகத் திருச்சியில்

என்னுடைய 'ஊட்டில் தளையசிங்கத்திற்கு நடந்த தொழுகை' கட்டுரை பற்றி 'உலகத்தையே ஒரு கலக்கு கலக்கிட்டிங்க இந்த ஒரு கட்டுரையில் - தளையசிங்கத்தை நினைத்தால் இனி யாரும் ராஜநாயஹத்தை நினைக்காமல் இருக்க முடியாது. நீங்கப் பாட்டுக்கு உண்மையெல்லாம் எழுதிட்டீங்க. அவன் (ஜெயமோகன்) இன்னமும் உங்களைக் கண்டபடி திட்டி தாறுமாறாக இலங்கை பத்திரிகைகளில் கூடப் பேட்டி தருகிறான்' என்று என்னிடம் சொன்னார்.

தொடர்ந்து 11.7.2004 அன்று திருப்பூரில் சாகித்திய அகாதெமி சார்பில் 'கதை அனுபவம்' என்பதாக நடந்த வைபவத்தில் நாஞ்சில் நாடன் நிகழ்ச்சி முடிந்த பின் வலிய வந்து எனக்கு வணக்கம் சொன்னார். குற்றமுள்ள நெஞ்சு. நெஞ்சுவலிக்காரர் என்பதால் நான் அமரிக்கையாக அவருடைய அவதூறுகள் பற்றிக் கேட்டேன்.

யார் மீதும் சேறடிக்காத எழுத்துத் தன்னுடையது என்று பிரச்சாரம் செய்பவராயிற்றே என்று ஒரு நான்கைந்து கேள்விகள் கேட்டேன். நாஞ்சில் நாடன் 'என்னை மன்னிச்சிக்கங்க ராஜநாயஹம்' என்று கெஞ்சினார்.

'திண்ணைக்கு நான் அனுப்பிய கட்டுரையை ஜெயமோகன் திருத்தி எழுதினான். அதற்கு என்னிடம் ஒப்புதல் கடிதம் கேட்டான் நான் தர மறுத்துவிட்டேன். இதனால் அவனோடு ஆறு மாதம் நான் பேசவில்லை. என்னை மன்னிச்சிக்கங்க. நான் ஒண்ணுக்கு போகனும்' என்று தவிதவிக்க ஆரம்பித்தார்.

காலச்சுவடில் கண்ணன் இவருடைய கட்டுரையை எடிட் செய்ததற்கும் கோபப்பட்டார். இவர் இருபத்தி நாலு பேருக்கு ஓட்டு போட்ட விஷயத்தை எடிட் செய்தால் இவருக்குக் கோபம் வராதா என்ன?

தொடர்ந்து அவர் செய்த பெரிய சேவை பற்றிய திடுக்கிடும் தகவலை வெளியிட்டார்.

நாச்சார் மட விவகாரம் போல இன்றும் ஆறு வெர்சன் ஜெயமோகன் குழாமிடம் இருக்கிறது. அதையெல்லாம் வெளியிடக்கூடாது என்று நாஞ்சில் நாடன்தான் தடுத்தாட் கொண்டார். அப்படி மட்டும் தப்பித்தவறி இவர் செய்யலைன்னு வச்சுக்குங்க இவர் தடுத்தாட் கொள்ளலைன்னு வச்சுக்குங்கக்க... எங்கப்பா... அடேங்கப்பா...

ஒரு சீனியர் எழுத்தாளன் தன்னுடைய கட்டுரையை ஒரு ஜூனியர் திருத்தி எழுதிவிட்டான், ஒப்புதல் கடிதமும் கேட்டான் என்று சொல்வதைப் பற்றி இலக்கிய உலகம் சிந்திக்க வேண்டுகிறேன்.

விலங்கும் நாணிக் கண் புதைக்கும் இந்நிகழ்வைக் கேளுங்கள் நண்பர்களே! நாஞ்சில் நாடன் இதற்கு அப்போதே எதிர்ப்புத் தெரிவித்திருக்க வேண்டாமா? பகிரங்கப் படுத்தியிருந்தால் யார் மீதும் சேறடிக்காத எழுத்து என்று நிரூபித்திருக்கலாம்.

பதிலாக என்ன செய்கிறார். ஜெயமோகனோடு ஆறு மாதம் பேசாமலிருக்கிறார். பின்னர் ஜெயமோகன் நூல்கள் வெளியிட்டு விழாவில் "ஜெயமோகன் என்னய்யா கொலையா செய்துவிட்டார். கூட்டம் சேர்ந்துகிட்டு தாக்குறீங்க" என்று கொக்கரக்கோ கூவல் விடுகிறார் நாஞ்சில் நாடன். நாஞ்சில் நாடன் நெஞ்சில் நஞ்சு.

இப்படி இன்னொருவர் எழுதியதைத் திருத்தி எழுதி விட்டு ஜெயமோகன் 'என் நேர்மை ஒருபோதும் ஐயத்துக்குள்ளானது இல்லை' என்று துண்டறிக்கையில் பீற்றிக் கொள்ளுவதை என்னவென்று சொல்வது?

இதுதான் அறிவார்ந்த கயமையா?

படிச்சவன் சூதும் வாதும் பண்ணினால் ஐயோவென்று போவான் என்று பாரதி சொல்லியிருக்கிறான். எழுத்தாளனையும் சேர்த்துத்தான்.

ஊட்டி கருத்தரங்கத்தில் நடந்தவைகளை அப்படியே சத்தியமாக நான் எழுதிய பின் இவர்களால் என்ன பதில் தர முடியும் என்றுதான் நினைத்தேன். ஆனால் 'கழுதைப் புணர்ச்சி பற்றிய செயல்முறை விளக்கம். எல்லோரிடமும்தான் குறியிருக்கிறது. அதை எப்போதாவது கையிலெடுத்துக் கொஞ்சுவது கிடையாதா' என்று புளுகி அவதூறு செய்த போது நான் உடைந்து போனேன்.

அங்கே அந்தக் கூட்டத்தில் எனக்கு 'Alienation' ஏற்பட்டுச் சொல்லேர் உழவர்களின் பகைக்கு நான் ஆளானதோடு இப்படி ஒரு கடுமையான அவதூற்றையும் தாங்கும்படியானதற்கு நாஞ்சில் நாடன் 'நானில்லே ஜெயமோகன்தான் இப்படி இஷ்டத்துக்கு எழுதினான்' என்று சாவகாசமாகச் சொல்வதைப் பாருங்கள். இவர்கள் தரத்திற்கே நான் ஒரு கேள்வி கேட்டால் இவர்களிடம் பதில் என்ன? முட்டாள்தாசாக நான் நடித்த போது கழுதையாக நடித்தவர் யார்?

முட்டாள் தாஸுக்கு Sexually Transmitted Desease என்ற வார்த்தை தெரியாது. அதனால் மதுரை வட்டார வழக்கில் 'பொம்பளை சீக்கு' என்கிறான். வட்டார வழக்கில் ஒரு பாத்திரம் பேசுவதற்கு எழுதுபவன் பொறுப்பா? பெண்ணியத்திற்கு எதிராக ராஜநாயஹம் பேசியதாக எழுதியதாகக் குற்றச்சாட்டு.

முட்டாள் தாஸ் கழுதைப் புணர்ச்சி ஜெயமோகனை ரொம்பவே பாதித்திருக்கிறது - 'வடக்கு முகம்' நாடகத்திலும் 'காடன் விளி' சிறுகதையிலும் மிருகப் புணர்ச்சியைக் கொண்டு வருகிறார்.

'வடக்கு முகம்' நாடகத்தில் ஒரு குதிரை 'என் தசைகளைக் கண்டு காமம் கொள்ளாத பெண்கள் எவருமே இன்னும் பிறக்கவில்லை' என்று சொல்கிறது. இதுதான் பெண்ணியத்திற்கு எதிரான வார்த்தை.

பீஷ்மரிடம் அம்பை காதலுடன் 'குதிரைகளில் குறுஞ்சுழியும் நீள் முகமும் கொண்டது தனது முதுமையிலும் சளைப்பதில்லை' என்று கூறி பீஷ்மருக்கு குதிரை முகமூடி அணிவித்து அணைத்துக் கொள்கிற காட்சி, 'காடன் விளி கதையில் வரும் எருமைப் புணர்ச்சி' - ஜெயமோகனை முட்டாள் தாஸின் கழுதைப் புணர்ச்சி ரொம்பவே தொந்தரவு செய்திருக்கிறது என்பதற்கான அத்தாட்சிகள்.

'உங்களைப் பார்த்தால் என் சங்கரன்கோவில் நண்பர் நினைவுக்கு வருகிறார்' என்று அரட்டையின் போது என்னிடம் நெகிழ்ந்து போய் நாஞ்சில் நாடனின் வாய் சொல்கிறது. அதே அரட்டை பற்றித் தாறுமாறாய்க் கை எழுதுகிறது. அது எப்படி?

காலச்சுவடில் சுருக்கப்பட்டு என் கட்டுரை வெளியான போது அ.மார்க்ஸ் அவர்களிடமிருந்து இரண்டு கோபமான போன் மிரட்டல் வந்தது. மார்க்ஸ் கோபப்பட வேண்டியது வேதசகாயகுமாரிடம்தான். வேதசகாயகுமார் அப்படி அ.மார்க்ஸ் பற்றிக் கூறிய போது அங்கே இருபது பேர் இருந்தார்கள். அந்த இருபது பேரும் இதை மறுக்கவே முடியாது.

வேதசகாயகுமார் என்பவர் எப்போதுமே சில பொய்களைத் திரும்பத் திரும்ப மற்றவர்களிடம் பேசி, கொஞ்ச நாளில், தானே கூட அவற்றை உண்மையென்றே நம்பி விடும் விசித்திரத் தன்மை கொண்டவர் என்பது அவருடன் பழகியவர்கள் அறிந்து சொல்லும் உண்மை.
He cannot explain a Prejudice without Getting Mad.

ஊட்டியில் என்னிடம் 'சிநேகாவின் உதட்டைக் கடிச்ச நடிகர் யார் சார்?' என்று கேட்ட ஒரு செக்குமாட்டு விமர்சகனும் சமீபத்தில் என்னிடம் 'காலச்சுவடில் ஊட்டியில் தளையசிங்கத்திற்கு நடந்த தொழுகை பிரசுரமாகாமல் 'கனவு' பத்திரிகையில் பிரசுரமாகியிருந்தால் இவ்வளவு பிரச்சனை வந்திருக்காது' என்று அபிப்ராயப்பட்டான். வௌவால் போல மிருகங்களுடனும் பறவைகளுடனும் சொந்தம் கொண்டாடும் இந்த ஆள் 'வாசகனாக இருப்பதே துரதிருஷ்டம்' என்ற மேட்டிமை குணம் கொண்டவன்.

நாஞ்சில் நாடன் கட்டுரையை ஜெயமோகன் திருத்தி எழுதி, பின் ஒப்புதல் கடிதம் கேட்ட விஷயமும் தனக்குத் தெரியும் என்று என்னிடம் சொன்னான்.

சாப்பிடும் இடத்தில் சிகரெட் பிடித்துக்கொண்டே சப்பாத்தி மாவு பிசையும் இயல்புடைய வினோத மிருகம் வினயசைதன்யா *"If you say you are a Tamil Ezhava I will Fuck you. I will Fuck the bloody Ezhavas"* என்று என்னிடம் கூப்பாடு போட்ட போது அங்கே சமையல் வேலை செய்து கொண்டிருந்த ஆசிரமவாசி 'அருள்' என்பவரும் மற்றொரு ஆசிரமவாதியும் மட்டுமே இருந்தனர். தர்ம சங்கடத்துடன் நெளிந்தனர்.

இந்த விஷயத்தை ஜெயமோகனும் நாஞ்சில் நாடனும் எப்படி மறுத்து எழுத முடிந்தது என்பதும் வினோதம்தான்.

'ஊட்டியில் தளையசிங்கத்திற்கு நடந்த தொழுகையின் ஒரு பகுதி காலச்சுவடு 42இல் வெளி வந்த பிறகு 43ஆவது இதழில் மோகனரங்கன், நாஞ்சில் நாடன் அவதூறுகளுக்கு கண்ணன் எதிர்வினையாற்றிய போது புதுமைப்பித்தன் பிரச்சனையில் சொல்புதிதின் நிலைபாடு பற்றி ஒரு நேரடி விவாதத்திற்கு வருமாறு ஜெயமோகனுக்கும் வேதசகாயகுமாருக்கும் பகிரங்கமாக

சவால் விட்டிருந்தார். அதை எதிர்கொள்ளும் தைரியம் இல்லாத பெட்டைத்தனம் தான் 'நாச்சார் மட விவகாரம்' என்று விகாரமாக வெளிப்பட்டது.

அப்போது திண்ணையில் கண்ணனின் விவாதமாக வந்ததில் கீழ்கண்டவாறு ஒரு பகுதியில் குறிப்பிட்டிருந்தார்.

'ராஜநாயஹத்தை இன்று வரை நான் சந்தித்ததில்லை. காலச்சுவடின் எந்த அரங்கிலும் அவர் கலந்து கொண்டதில்லை. ஊட்டி தளையசிங்கம் இலக்கிய அரங்கை பற்றிய ராஜநாயஹத்தின் பதிவு காலச்சுவடுக்கு வரும் வரை அவரோடு எந்தத் தொடர்பும் இருந்ததில்லை. அவரை நாங்கள் அனுப்பி வைத்ததாக ஜெயமோகன் ஆதாரமின்றி அவதூறு செய்து வருகிறார். ராஜநாயஹம் அவர் பெயரில் கட்டுரை எழுதினார். புனைபெயரில் அல்ல. கட்டுரையாக எழுதினார். புனைவாக அல்ல' என்று எழுதி, பின் தொடர்ந்து எழுதும்போது

'R.P.ராஜநாயஹம் பதிவுக்கு எதிர்வினையாக நாஞ்சில் நாடன் காலச்சுவடுக்கு ஒரு கடிதம் அனுப்பினார். ஜெயமோகன் அதன் நகலை நாடனிடமிருந்து பெற்று திண்ணைக்கு மின்னஞ்சலில் அனுப்பி வைத்தார். அதில் நாஞ்சில் நாடனின் அனுமதியின்றி ஜெயமோகன் பல சொற்களை நீக்கியும் பல இடங்களில் தன் கருத்துக்களை சேர்த்தும் அனுப்பியுள்ளார். நாஞ்சில் நாடனின் கையெழுத்துப் பிரதி என்னிடம் உள்ளது. திண்ணைக்கு அதன் புகைப்பட நகலை என்னால் அனுப்பி வைக்க முடியும். என்னுடைய இந்தக் குற்றச்சாட்டை ஆதாரத்துடன் மறுக்கும்படி ஜெயமோகனை கேட்டுக் கொள்கிறேன்' என்று சவால் விட்டிருந்தார். அப்போது ஜெயமோகன் மூச்சேவிடவில்லை. தொடர்ந்து அந்தர் தியானம். தேள் கொட்டிய திருடனின் நிலை.

'நாஞ்சில் நாடன் திண்ணைக்கு எழுதிய கடிதத்தை ஜெயமோகன் திருத்தி வெளியிட்டது பற்றிய ஜெயமோகனின் 'காதைக் பிளக்கும் மௌனம்' நான் கூறுவது உண்மை என்பதற்கான சான்று என்று வெளிச்சமிட்டுக் காட்டியிருந்தார்.

யமுனா ராஜேந்திரன் இவ்வாறு எழுதியிருக்கிறார் 'ஜெயமோகன் தனது கருத்துக்களை எப்போதும் தன் பெயரில்தான் எழுதி வந்திருப்பதாகச் சொல்வது கடைந்தெடுத்த பொய். தளையசிங்கம் கருத்தரங்கு சம்பந்தமான பிரச்சனையில் ராஜநாயஹம் குறித்து நாஞ்சில் நாடன் பெயரில் ஜெயமோகன் கட்டுரையை எழுதிப் பிரசுரித்தது தமிழகத்தின் பிரபலமான மாறுவேஷ விளையாட்டு. அந்தக் கட்டுரையைத் தான் எழுதவில்லை எனப் பொது மேடையில் நாஞ்சில் நாடன் ஒப்புக் கொண்டதும் ஒரு பிரபலமான இலக்கிய வாக்குமூலம். தன்னைப் பற்றி விமர்சிப்பவர்கள் அனைவருக்கும் உள்நோக்கம் இருப்பதாகப் பிரமையுடன் குறிப்பிடும் ஜெயமோகன் தான் உள்நோக்கம் இல்லாமல்தான் பிறர் பெயரில் எழுதிப் பிரசுரித்தார் என்பது வேடிக்கையாக இருக்கிறது.'

இதற்கு ஜெயமோகனின் (அண்டாக்கா கசம் ஆபுக்கா கசம்) வாய் திறந்து விட்டது. எப்படி?

'அதே கட்டுரை அப்படியே காலச்சுவடில் கைப்பிரதியாக நாஞ்சில் நாடனால் அனுப்பப்பட்டு பிரசுரமாகியுள்ளது. அதில் உள்ள எட்டு சொற்கள் (பொருள் மாற்றம் இல்லாமல்) திண்ணை கட்டுரையில் மாறியுள்ளன என்பதே காலச்சுவடு கண்ணன் முன் வைத்த குற்றச்சாட்டு. அதை டைப் செய்து அனுப்பியது நான் என்பதை அவரது வாசகர்களுக்குச் சுட்டிக் காட்டும் உத்தியாக. அதை நான் மறுக்கவுமில்லை. நாஞ்சில்

நாடனின் மூலம் என்னிடம் உள்ளது. இம்மாதிரி சில்லறை சர்ச்சைகளுக்குள் புக நேரமில்லை என நாஞ்சில் நாடன் ஒதுங்கிக்கொண்டார்.'

"யப்பா பைரவா! நீ யாரு பெத்த புள்ளையோ உன் உடம்பு பூராவுமே பொய்தானா? சகிக்கலப்பா 'கத்தை கத்தையா ரூபாய் நோட்டு திருட மாட்டேன் சில்லறைக் காசுத் திருடன்தான் நான்' என்பதைக் கூட என்ன நாசுக்காக ஒப்புக்கொள்ள முடிகிறது உன்னால்.

'நாஞ்சில் நாடன் போன்ற மதிப்புக்குரிய எழுத்தாளாரின் கடிதத்தில் அவர் அனுமதியின்றி திருத்தங்களை எவரும் செய்யமாட்டார்கள்' என்று திண்ணை ஆசிரியர் குழு கட்டை பஞ்சாயத்து செய்தபோது கூட நீ அதை மறுக்கவில்லை உன்வாயிலே கொழுக்கட்டை. இப்போது சில்லறைத் திருட்டை மறுக்கவுமில்லை என்று அண்டப்புளுகை அள்ளி விடுகிறாயே. Here is the Rub.

'2002இல் நடந்து முடிந்த போன விஷயத்தை R.P.ராஜநாயஹம் இப்போது கிளற வேண்டுமா' என்று கேட்கிறவர்கள் 2005 ஜனவரியில் ஜெயமோகன் இந்த விஷயம் பற்றி பேசுவதை ஏன் சிந்திக்க மறுக்கிறார்கள்?

கனடாவிலிருந்து ஒரு இணைய இதழ். அதில் லண்டனிலிருக்கிற யமுனா ராஜேந்திரன் பிப்ரவரி 2005இல் 'நாஞ்சில் நாடன் இதனைச் சில்லறை விவகாரம் எனக் கருதுவாரானால் அவர் கனவான் என்றோ அல்லது வேலைப் பளு அதிகம் உள்ளவரென்றோ ஜெயமோகன் கருதலாம். பிறர் அப்படிக் கருத அவசியமில்லை. நாஞ்சில் நாடன் பேசாது தவிக்கிறார் என்று கருதலாம். ராஜநாயஹம் இன்னும் பேசவிருக்கிறார் என்றுதான் விஷயமறிந்த வாசகன் கருதுவான். பிரச்சனையில் ராஜநாயஹத்தின் தரப்பு உண்மைகள் சிற்றிதழொன்றில்

விரிவான கட்டுரையாக வரவிருப்பதாக அறிகிறேன். ஜெயமோகன் காத்திருப்பது நல்லது' என்று 'விலங்கும் நாணிக் கண்புதைக்கும்' கட்டுரை 'பன்முகம்' இதழில் வெளிவர இருப்பதை முன்னறிவிப்பு செய்வது விஷய கனத்தை புரிந்து கொண்டிருப்பதால்தான்.

'ஊட்டியில் தளைய சிங்கத்திற்கு நடந்த தொழுகை' கட்டுரை முன் வைத்த முக்கிய பிரச்சனை தளையசிங்கம் மரணம் பற்றிய சர்ச்சை 'தளையசிங்கம் அவசரமாக அடித்துக் கொல்லப்பட்டார்' என்ற ஜெயமோகனின் பொய் இதன் மூலம் அம்பலமானது.

திண்ணையில் இந்த பிரச்சனைக்கு மு.பொன்னம்பலம் முத்தாய்ப்பாக எழுதிய குறிப்பில் சுந்தர ராமசாமியின் 'தளைய சிங்கத்தின் பிரபஞ்ச யதார்த்தம்' கட்டுரையில் தகவல் பிழை எதுவும் இல்லை என்று தெளிவுபடுத்தினார்.

இதன் மூலம் ஜெயமோகன் ஊட்டி கருத்தரங்கம் நடைபெறுவதற்கு முன்னதாக எனக்கு எழுதிய கடிதத்தில் எழுதியது அப்பட்டமான பொய் என்பது தெளிவாகிவிட்டது.

நான் சத்தியத்தைச் சார்ந்து நிற்பதால் மேற்சொன்ன விஷயங்களும் காலச்சுவடிலும் திண்ணையிலும் பகுதி பகுதியாக வெளியான விஷயங்களும் 'நீதியான செயல்'தான் என்பதிலும் இதன் வெளியீட்டு நேர்த்தியிலும் எனக்கு முழு உடன்பாடு உண்டு.

The beauty of a moral act depends on the beauty of its expression.

- Jean Genet.

◆

தூங்காம சாப்பிடாம 'பீ' பேலாம எழுதின புத்தகம்

ஒரு அனானி 'அவங்கதான் ஒன்னை கண்டுக்கவே இல்லையே. ஏன் அவங்களை பத்தி எழுதுறே'ன்னு மொட்டை ஈமெயில் போடுறான்.

குலைச்சிகிட்டேதானேடா இருக்காங்கே.

சுந்தர ராமசாமி செத்தப்ப ஒருத்தன் தூங்காம, பீ பேலாம, சாப்பிடாம ஒரு புத்தகம் எழுதினான். அதிலே 154ஆம்பக்கத்திலே என்னாலேதான் சுந்தர ராமசாமி கூட பகையே வந்ததுன்னு சொல்லியிருக்கான். தூங்காம, பேலாம, சாப்பிடாம எழுதினா விளங்குமா?

தளையசிங்கம் கருத்தரங்கம்னு எழுதாம கவிதை பட்டறைன்னு எழுதி ஆரம்பிச்சி அந்த பாரா பூரா பொய்தான். என்னாலேதான் சுரா கூட இவனுக்கு பகையாம்.

டே... இந்த ஜெகம் ப்ராடாலதானே சுரா மனம் நொந்து செத்தாரு. அவரை எதுத்து இவன் பண்ண அரசியலும் நம்பிக்கை துரோகமும் கொஞ்சமா?

இதிலே அவர் செத்ததும் இவன் தூங்கலே, பேலலே, சாப்பிடலே. எழுதிக்கிட்டே இருந்தானாம்.

இன்னொரு காமெடி - வாழ்க்கையிலே முதல் முதலா ‘பீர்’ குடிச்சிக்கிட்டு, ‘ பீர்’ மட்டும் குடிச்சிகிட்டே எழுதினானாம்!

இவனோட பிரதான ஜால்ரா காஞ்ச காட்டான் ஊம்ப முனி ‘கதாசிரியனை கொலை செய்யனுமா?’ கட்டுரையிலே பேடித்தனமா கடைசியிலே உளறி இருக்கான். இவன் வண்டவாளத்தை தண்டவாளத்தில ஏத்தியாச்சி.

இன்னும் காவியத் தலைவி சவுகார் ஜானகி மாதிரி உருக்கமா வேட்டியில புல்லமுக்கு, புடுக்குலெ சொறிசிரங்குன்னு அழுகிறான்.

இதிலே எந்நேரமும் என்னை திட்டிகிட்டே இருக்கான்னு தகவல் .

✦

பிரபஞ்சன்

பிரபஞ்சனின் ‘ஒரு ஊரில் ரெண்டு மனிதர்கள்’ தொகுப்பை எத்தனையோ தடவை வாசித்தவன் நான். ‘ஆண்களும் பெண்களும்’ தொகுப்பு, ‘முட்டை’ நாடகம்...

’இயல்பான கதியிலிருந்து பிறழ்ந்து விட்ட இன்றைய வாழ்க்கையில் மகா உன்னதங்களான பொறிகளைக் காண்கிறேன். அதனைப் பதிவதே என் எழுத்து’ என்பதே இவரது பிரகடனம்.

புதுவையில் நான் இருந்த போது பிரபஞ்சனுடன் பழகும் வாய்ப்பு எனக்கு கிடைத்திருக்கிறது.

தி.ஜானகிராமனுக்கு நினைவு மதிப்பீட்டு மடல் நான் வெளியிட்டிருந்தேன். புதுவை பல்கலைக்கழகத்தில் இதன் காரணமாகவே ஒரு தி.ஜா. கருத்தரங்கம் நடந்திருந்தது. தி.ஜா எழுதி, என்னிடமிருந்த அத்தனை புத்தகங்களும் கருத்தரங்க் அரங்கில் பார்வைக்கு வைக்கப்பட்டிருந்தன.

அப்போது சென்னை வாழ்வுக்கு ஒரு சின்ன ப்ரேக் விட்டு புதுவையில் பிரபஞ்சன் இருந்தார். புதுவை பல்கலைக்கழகத்தில் நாடகத்துறையில் அவருக்கு பல்கலைக்கழக துணை வேந்தர் வேலை போட்டுக் கொடுத்திருந்தார்.

அன்று நாடகத் துறைக்கு தலைவர் இந்திரா பார்த்தசாரதி. கே.ஏ.குணசேகரன், அ.ராமசாமியும் நாடகத்துறை ஆசிரியர்களாக இருந்தார்கள்.

முன்னதாக 1989 துவக்கத்தில் நக்கீரனில் "தி.ஜா. ஆபாச எழுத்தாளர். இன்று தமிழில் இருக்கிற ஆபாச வக்கிரத்திற்கெல்லாம் ஜானகிராமன்தான் காரணம். ஆல் இந்தியா ரேடியோவில் உயர் பதவி வகித்தவர் என்பதால் மேட்டுக்குடி மனோபாவம் கொண்டவர். அவருக்குப் பல பெண்களோடு படுக்க ஆசை. அதனால் தான் 'மரப்பசு' நாவல் எழுதினார்" - இப்படி கடுமையாக சாடி எழுதியிருந்தார்.

நாடகத்துறைக்கு இ.பா.வை நான் பார்க்கப் போயிருந்த போது "இப்ப பிரபஞ்சன் வந்திருந்தார். 'ராஜநாயஹத்துக்கு என் மேல் கோபம் இருக்கும்'னு சொன்னாரே'ன்னு சொன்னார். அ.ராமசாமியும் அப்போது அங்கிருந்தார். அப்போது நான் பிரபஞ்சனை சந்தித்திருக்கவே இல்லை. அடுத்த நாளே புதுவை நாடகத்துறையிலேயே பிரபஞ்சனை பார்த்தேன். அதன் காரணமாக ஒரு *Instant, temporary friendship.*

ஜானகிராமன் பற்றிய அவதூறு பற்றி பிரபஞ்சனிடம் நான் எதுவும் கேட்கவில்லை. ஆனால் அவர் சொன்ன ஒரு விஷயம். "ராஜநாயஹம், எனக்கு மிகுந்த மன உளைச்சல் ஏற்படும் போது நான் எப்போதும் இரவில் தி.ஜா.வின் மோகமுள் நாவலை எடுத்து படிக்க ஆரம்பிப்பேன். தூங்காமல் முழு இரவும் விடிய, விடிய முழு நாவலை படித்து முடித்து விடுவேன்."

மேலும் சொன்னார்: *"*என்னுடைய எழுத்தில் நிறைய ஜானகிராமனின் வார்த்தைகளை பயன்படுத்துவேன். உதாரணத்திற்கு "எட்டுக்கண்ணும் விட்டெறியாப்ல."

எனக்குள் நான் மனதிற்குள் கேட்டுக்கொண்டேன் 'இவ்வளவு சொல்லும் இவர் ஏன் ஜானகிராமனை அப்படி கடுமையாக நக்கீரனில் தாக்கி எழுதினார்?'

ஒரு மாலையில் என் வீட்டிற்கு பிரபஞ்சன் வந்திருக்கிறார். அன்று என் வீட்டில் பூரி சாப்பிட்டார். கிளம்பும் போது அவருக்கு ஸ்ரீவில்லிபுத்தூர் பால்கோவா அரை கிலோ பாக்கெட் கொடுத்தேன். ஒரு தேர்ந்த எழுத்தாளன் பத்திரிக்கையில் வேலை செய்யும் போது -

முப்பது வருடங்களுக்கு முன்னர் எழுத்தாளர் பிரபஞ்சன் மூன்று வாரப் பத்திரிக்கைகளில் வேலை பார்த்த போது காண நேர்ந்தவை.

'குங்குமம்' பத்திரிக்கையில் பிரபஞ்சன் வேலை பார்த்த காலத்தில் அந்தப் பத்திரிக்கை அவருக்கு அதில் கதை எழுத வாய்ப்பே தரவில்லையாம்.

'குமுதம்' பத்திரிக்கையில் தான் தினமும் காண நேர்ந்த விஷயமாக ஒன்றை குறிப்பிட்டு சொன்னார்.

எஸ்.ஏ.பி. காரை விட்டு இறங்கும் போதும், காரில் கிளம்பும் போதும் கார் கதவை திறப்பதற்கு ரா.கி. ரங்கராஜனுக்கும் ஜ.ரா.சுந்தரேசனுக்கும் தினமும் போட்டி நடக்கும். சில நாட்களில் எப்படியும் ரா.கி.ரங்கராஜன் கார் கதவை திறந்து விடுவதில் ஜெயிப்பார். மற்ற நாட்களில் ஜ.ரா.சுந்தரேசன் ஜெயித்து விடுவார். அன்றைய 'ஆனந்த விகடன்' பற்றிய பிரபஞ்சனின் தவிர்க்க முடியாத ஒரு வரி: 'பிராமண - அ-பிராமண அரசியல்.'

தினமும் புதுவை நாடகத்துறைக்கு செல்வேன். பிரபஞ்சனுக்கு வேலை அங்கு முடிந்தவுடன் கிளம்பி நேரே நேரு ஸ்ட்ரீட். அவர் அடிக்கடி டீ சாப்பிடுவார். சிகரெட் நிறைய பிடிப்பார். நான் இருக்கும் போது அவரை செலவழிக்க விட்டதில்லை.

ஒரு பெண் எழுத்தாளர் எழுதிய இரண்டு வரி, நான்கு வரி கடிதங்கள் அவ்வப்போது வரும். தன் மன உளைச்சல், சோகங்கள் பற்றி கவிதை போல அதில் இருக்கும். அந்த கடிதங்களை ஏனோ எனக்கு காட்டியிருக்கிறார்.

அங்கிருந்த லோக்கல் எழுத்தாளன் ஒருவர், இன்று பெயர் கூட நினைவில்லை - எனக்குப் பெரிய அறிமுகம் இல்லாத நிலையிலும், பிரபஞ்சனும் அந்தப் பெண் எழுத்தாளரும் ஆரோவில் போயிருந்தார்கள் என்பதை *gossip* ஆக என்னிடம் சொன்னார். பிரபஞ்சனிடம் நான் அதைச் சொன்னேன். பதிலாக பிரபஞ்சன் "பாருங்கள்! ஒரு எழுத்தாளரே இப்படிப் பேசுகிறார்."

நக்கீரனில் அந்த நேரத்தில் 'திராவிட இயக்க மாயை' பற்றி தொடர் எழுதிக்கொண்டிருந்தார். புதுச்சேரி தி.மு.க.காரர்களுக்கு இதனால் பிரபஞ்சன் மீது அதிருப்தி. புதுவை தி.மு.க. மேலிடத்திலிருந்து ஆள் மூலம் சொல்லியனுப்பினார்கள். "கொஞ்சம் பாத்து எழுதச்சொல்லுங்க."

லா.ச.ரா.வுக்கு சாஹித்ய அகாதெமி விருது கிடைத்த போது (1990) பிரபஞ்சன் என்னிடம் சொன்னார்: "இந்த வருடமே எனக்கு சாஹித்ய அகாதெமி விருது கிடைத்திருக்க வேண்டியதுதான். ஆனால் லா.ச.ரா.வுக்கு வயசாயிடுச்சி. சீக்கிரம் செத்துடுவார். உயிரோட இருக்கும் போதே கொடுக்கணுமே. அதனால அவருக்கு கொடுக்கிறோம்னு சொன்னாங்க."

லா.ச.ரா.வுக்கு கொடுத்த பின் ரொம்ப சீக்கிரமே இவருக்கும் கூட அந்தக்க ாலத்திலேயே சாஹித்ய அகாதெமி விருது கிடைத்தது.

பிரபஞ்சனுக்கும் அவருடைய அப்பாவுக்கும் பேச்சு வார்த்தை அப்போது கிடையாது. பாண்டிச்சேரியில்

பழைய காலங்களில் சாராயக்கடை, கள்ளுக்கடை நடத்தியவர்கள் எல்லோருக்கும் அபிமான தாரங்கள் இருக்கும். ஆனால் அப்படியெல்லாம் பிரபஞ்சனின் அப்பா செய்யவில்லை. இந்த விஷயம் இவரை மிகவும் பாதித்திருக்கிறது. அதனால் அப்பா பற்றி 'மகாநதி' என்று ஒரு நாவல் அப்போது எழுதிக்கொண்டிருந்தார்.

1980களில் தமிழ்ச் சிறுகதைகள் பற்றி ஒரு கட்டுரை எழுத வேண்டியிருப்பதால் என்னிடம் இருந்து பத்து வருடங்களில் முதல் சிறுகதைத் தொகுப்புகள் பன்னிரெண்டு புத்தகங்ககள் கேட்டு வாங்கினார். புதுவையை விட்டு நான் நிரந்தரமாக கிளம்பிய போது அந்தப் புத்தகங்களை திருப்பித் தருவார் என நம்பினேன். ஆனால் அவர் தரவில்லை. தான் திருச்சிக்கு வந்து அந்த புத்தகங்களை தந்து விடுவதாகவும், இப்போது அவற்றை படித்துக்கொண்டிருப்பதாகவும் சொன்னார்.

தன் மனைவி வீட்டிற்கு என்னை சாப்பிட அழைத்து வரச் சொன்னதாக சொன்னார். எனக்கு விருந்து சாப்பிடும் மன நிலை இல்லை. மறுத்து விட்டேன். பிரபஞ்சன் மனைவி இன்று மறைந்து விட்டார். நான் பார்த்ததேயில்லை. அவர் மறைந்து விட்டார் என்பதை அறிய வந்த போது பிரபஞ்சன் தன் வீட்டுக்கு அழைத்த விஷயம் நினைவுக்கு வந்தது.

என்றென்றைக்குமாக அந்தப் புத்தகங்களை நான் இழக்கும்படியாகிவிட்டது. திருப்பித் தரவேயில்லை. அந்த காலம் இது பற்றி பிரபஞ்சன் மீது கோபம் இருந்தது. ந.முத்துசாமியின் 'நீர்மை' சிறுகதைகளும் அவற்றில் ஒரு புத்தகம்.

புதுவையிலிருந்து திருச்சி போன பிறகு கணையாழியில் இவர் கொடுத்த பேட்டிக்கு எதிர்வினையாக நான் எழுதியதில் "இந்த வித்துவச்

செருக்கு, கற்றோர் காய்ச்சல் எல்லாம் புலவர் பிரபஞ் சனிடமும் இருக்கிறது" என்று முடித்திருந்தேன். அதைப் பிரசுரித்த போது அதற்கு தலைப்பு 'புலவர் பிரபஞ்சன்' என்றே கொடுத்து கணையாழியில் பிரசுரித்திருந்தார்கள்!

'ஊட்டியில் தளையசிங்கத்திற்கு நடந்த தொழுகை' காலச்சுவடில் பிரசுரமாக இருந்த நிலையில் ஜெயமோகனுக்கு ஆதரவாக அதை எதிர்த்தவர்களில் பிரபஞ்சனும் ஒருவர். என் மீது பிரபஞ்சனுக்கு கோபமும் அதிருப்தியும் இருந்தது என்பதை காலச்சுவடு கண்ணன் தெரிவித்திருந்தார்.

அப்போது ஜெயமோகன் கடந்த ஏதோ ஒரு வருடத்தில் 'பிரபஞ்சன் படைப்புகள்' பற்றிக்கூட ஒரு கருத்தரங்கம் நடத்தியிருந்த நிலை. பிறகு?

'தீராநதி' முதல் இதழில் 'தமிழில் தி.ஜானகிராமனை மிஞ்ச ஆளேயில்லை' என்று பிரபஞ்சன் ஒரு கட்டுரை எழுதியிருந்தார். இது பற்றி சுந்தர ராமசாமியிடமும் நான் போனில் பேசியிருக்கிறேன்.

அவரும் பிரபஞ்சன் "தி.ஜானகிராமனை மிஞ்ச யாருமே இல்லை" என்று சொல்வதை உறுதிப்படுத்திச் சொன்னார். தி.ஜா. பற்றிய இந்த அபிப்ராய மாற்றம் எனக்கு சந்தோஷத்தை தந்தது.

திருப்பூரில் குமாரசுவாமி கல்யாண மண்டபத்தில் ஒரு இலக்கியக் கூட்டம். அதில் கலந்து கொள்ள பிரபஞ்சன் வந்திருந்தார். நான் இலக்கியக் கூட்டங்களில் கலந்து கொள்வதைத் தவிர்த்திருந்தேன். நீண்ட காலத்திற்கு பின் பிரபஞ்சனை சந்திக்கவும் அப்போது விருப்பமுமில்லை.

இப்போது விகடன் தடத்தில் ஜெயமோகன் சிறுகதை எழுத்தாளர்கள் பட்டியல் கட்டுரையில் பிரபஞ்சனின் பெயர் விடுபட்டிருந்தது. தெளிவான நிராகரிப்பு. சரி.

சுந்தர ராமசாமி சொன்னதைப்போல் இலக்கிய உலகில் நேற்றைய நண்பன்தானே இன்றைய பிரதம விரோதி. இரண்டு பேருக்கும் முட்டிக்கொண்டது போலிருக்கிறது.

சென்னைக்கு நான் வந்த பிறகு சென்ற வருடம் அடையாறில் நடந்த ஒரு நாடகத்திற்கு ந.முத்துசாமியுடன் சென்றிருந்தேன். அங்கே பிரபஞ்சனை பார்க்க வாய்த்தது. 26 வருடத்திற்குப் பிறகு தற்செயல் சந்திப்பு. நானே வலிய சென்று அறிமுகம் செய்து கொண்டு கேட்டேன் "தெரிகிறதா என்னை!." பிரபஞ்சன் "தெரிகிறது. புத்தகமெல்லாம் எனக்கு கொடுத்தீர்களே."

ஒரு இரண்டு நிமிடங்களுக்கு மேல் என்னிடம் பேச அவருக்கு விஷயமில்லை. மற்றவர்களை நோக்கி நகர்ந்தார். நாடகம் முடிந்த பின் மீண்டும் போய் விடைபெறும் முகமாக "நான் ராஜநாயஹம்" என்றேன். "தெரியுமே" என்றார் அந்த எழுத்தாளர்.

◆

அரங்கவியல் நாயகர் சே.ராமானுஜம்

தப்பாட்டம், திருக்குறுங்குடி கைசிக நாடகம், போன்றவற்றை நாடக உலகம் அறியச்செய்த சே.ராமானுஜம் 'சில்ட்ரன்ஸ் தியேட்டர்' நடத்தியவர்.

ந.முத்துசாமி சார் பற்றி ஒரு பதிவு 5ஆம் தேதி எழுதிய போது மிகத் தற்செயலாக "டெல்லி தேசிய நாடகப்பள்ளியில் பயின்று ராமானுஜம் போன்றவர்கள் தமிழ் நாடக இயக்கத்துக்கு வந்தார்கள் என்றால், அதற்கு முற்றிலும் மாறாக 'எழுத்து' பத்திரிக்கையின் வழித்தோன்றல் 'கூத்துப்பட்டறை' என்ற பெருமிதம் முத்துசாமிக்கு உண்டு" என நான் குறிப்பிட்ட போது 7ஆம் தேதி ராமானுஜம் மறைந்து விடுவார் என்று நினைத்துப் பார்க்கவே இல்லை.

நாங்குனேரியில் பிறந்து டெல்லி தேசிய நாடகப்பள்ளியில் பயின்று, காந்தி கிராமத்தில் வேலை பார்த்து பின், ஜி.சங்கரப்பிள்ளை அழைத்ததால் கேரளா திருச்சூர் போய் நாடகப்பள்ளி அமைத்தவர். அங்கே இவர் சாதனை காரணமாக மிகுந்த செல்வாக்கு பெற்றவர். இவர் அங்கேயே இருந்திருந்தால் தகுதிக்கேற்ற அங்கீகாரம் பெற்றிருப்பாரே என்று எண்ணினால் அது உண்மை.

மறைந்த போது இவருக்கு இறுதி அஞ்சலி செலுத்த வந்திருந்த கேரள கலைஞர்கள் அதற்கு சாட்சி. 'எங்கட குருவான!'

திருச்சூரிலிருந்து தஞ்சை தமிழ்ப் பல்கலைக் கழகத்திற்கு துணை வேந்தர் வி.ஐ.சுப்ரமண்யத்தின் அழைப்பின் பேரில் வந்தவர் ராமானுஜம்.

கைசிக நாடகத்தை மீட்டெடுக்க ந.முத்துசாமி மூலம் திருக்குறுங்குடியில் பிறந்த அனிதா ரத்னம் அறிமுகம் சே.ராமானுஜத்திற்கு கிடைத்திருக்கிறது.

யாருடைய கவனிப்பும் இன்றி இருந்த கைசிகம், இரண்டு பேர் சம்பிரதாயமாக, அசுவாரசியமாக நம்பிராயர் கோயிலில் பார்த்துக்கொண்டிருந்த கைசிகம் இன்று உலகம் முழுவதிலும் இருந்து மூவாயிரம் பார்வையாளர்களை ஈர்த்திருக்கிறதென்றால் பிரமிப்பான விஷயம். மிகுந்த பிராயாசையுடன் கைசிகத்தின் ஓலைச்சுவடிகளைத் தேடி மீட்டெடுத்த புண்ணியவான் ராமானுஜம். நம்பாடவன், பிரும்ம ராட்சஸ் பாத்திரங்களை கைசிகத்தின் மூலம் வெளிச்சத்திற்கு கொண்டு வந்தவர் ராமானுஜம். பைரவி ராகப் பண்களை புராதன தமிழிசையில் 'கைசிகம்' என்பார்கள்.

போன ஏகாதசியில் கூட திருக்குறுங்குடி கோவிலில் இதை இயக்கிக்காட்டியவர் இந்த ஏகாதசியில் பூவுலகில் இல்லை.இவருடைய 'வெறியாட்டம்' நாடகம் இன்றும் சிலாகித்து நினைவுகூரப்படுகிறது.

திருவான்மியூர் பனுவல் புத்தக நிலையத்தில் நேற்று நடந்த இரங்கல் கூட்டத்தில் உற்ற தோழர் ஒருவரை, ஆத்மார்த்த சினேகத்தை இழந்து ந.முத்துசாமி, அரசு, மங்கை, மு. நடேஷ், கலைராணி, அனிதா ரத்னம், காவ்யா சண்முகசுந்தரம் ஆகியோர் கண்ணில் நீர்

மல்க, தளுதளுத்து கலங்கியதைப் பார்த்த போது நெஞ்சே உறைந்து போய்விட்டது. எல்லோருமே அவர் தங்களுக்குள் நிகழ்த்திய Transformation பற்றிப் பேசினார்கள். அவருக்கு தங்கள் மீது இருந்த விசேஷமான அன்பு பற்றி சலிக்காமலே பேசினார்கள். அவர் நாடக உலகத்தில் குறிப்பாக 'அன்பு' என்பதை ஒரு ஆயுதமாகவே கொண்டிருந்த மகான் என்பதை வலியுறுத்திக்கூறினார்கள்.

ந.முத்துசாமியின் 'நாற்காலிக்காரர்', இந்திரா பார்த்தசாரதியின் 'கால யந்திரம், 'ராமானுஜர்' நாடகங்களை பிரமாதமான ஈடுபாட்டுடன் இயக்கியவர் ராமானுஜம்.

நவீன நாடக ஆசான் அல்காஜியின் மாணவரான பேராசிரியர் சே.ராமானுஜத்தின் அபூர்வ பங்களிப்பு 'குழந்தைகளுக்கான நாடக அரங்கம்' என்கிற அசாத்தியமான சாதனையல்லவா?

அனுபவச் செறிவு மிகுந்த ஒரு முதிய ஞானி மறையும் போது ஒரு மிகச்சிறந்த நூலகத்தையேயல்லவா இழக்க நேரிடுகிறது.

◆

சாருவும், தி.ஜா.வும், ராஜநாயஹமும்

நவம்பர் முதல் வாரத்தில் 'தண்டோரா 'மணிஜி, 'தினமணி.காமில் உங்களைப் பற்றி சாரு நிவேதிதா குறிப்பிட்டிருக்கிறார்' என்றார்.

சாரு சொல்லியிருப்பது "அப்போதெல்லாம் என்னுடைய நண்பர் R.P.ராஜநாயஹம் 'தி.ஜா.வின் சிறுகதைகளைப் படித்துப் பாருங்கள்' என்று என்னிடம் சொல்லிக் கொண்டே இருப்பார். இப்போதுதான் தெரிகிறது, ராஜநாயஹம் சொன்னது எவ்வளவு சரி என்று."

தி.ஜா. பற்றி எப்போதும் சாரு நிவேதிதா கடுமையாக கடந்த காலங்களில் அலட்சியப்படுத்தி எழுதியவர். ஆனால் இவ்வளவு திறந்த மனதோடு தி.ஜா.வை அங்கீகரித்திருப்பது அவருடைய மேலான பண்பை காட்டுகிறது.

சாரு பற்றி நான் எப்போதும் 'A saint among the writers' என்றே மலைத்துப்போய் சொல்லியிருக்கிறேன். என்னுடைய எண்ணத்தை ஊர்ஜிதப்படுத்தியிருக்கிறது அவருடைய இந்த கூற்று.

ரொம்ப வெள்ளந்தியாக இப்படி மற்ற எழுத்தாளர்கள் யாரும் தங்கள் அபிப்ராயங்கள் தவறு என்றெல்லாம் ஒப்புக்கொள்ளவே மாட்டார்கள். வறட்டுப் பிடிவாதமும், ஹிப்போக்ரஸியும் நிறைந்த இண்டலக்சுவல் பூர்ஷ்வாக்கள் நிறைந்த தமிழ் எழுத்துலகில் சாரு நிவேதிதா உன்னதமானவர்.

இதே போல சுந்தர ராமசாமியின் எழுத்தையும் சாரு நிவேதிதா சீராட்டி பாராட்டும் காலம் வர வேண்டும்.

◆

சார்வாகன்

ஒரு மாலை கூத்துப்பட்டறையில் ஒரு நாடகம். ந.முத்துசாமியின் 'கருவேல மரம்'. நாடகம் முடிந்தவுடன் வீட்டிற்கு கிளம்பிய போது முத்துசாமி சார் சொன்னார்: "சார்வாகன் இறந்துட்டாராம்."

மறைந்த தமிழ் எழுத்தாளர் சார்வாகன் பத்மஸ்ரீ விருது பெற்றவர். பத்மஸ்ரீ விருது பெற்ற ந.முத்துசாமி, இந்திரா பார்த்தசாரதி போல நாடக செயல்பாடுகளுக்காக, படைப்பிலக்கியத்துக்காக இவர் பத்மஸ்ரீ விருது பெற்றவரல்ல. மருத்துவத்துறை ஆராய்ச்சிக்காக, மருத்துவத்துறை சாதனைகளுக்காக பத்மஸ்ரீ விருது பெற்றவர் டாக்டர் ஹரி சீனிவாசன் என்ற சார்வாகன்.

மோகன் ஹரிஹரன் இவருடைய இளைய சகோதரர். நடிகர் கல்கத்தா விசுவநாதன் சார்வாகனின் கஸின்.

சில நாட்களுக்கு முன் இந்த மாதம் ந.முத்துசாமி, கி.ரா. இருவருமே என்னிடம் சார்வாகன் பற்றி பேசினார்கள்.

இந்து சாஸ்திரத்தில் சார்வாக ரிஷி ஒரு நாத்திகர். இந்த ரிஷியின் பெயரால் சிறந்த சிறுகதைகள் எழுதிய டாக்டர் ஹரி சீனிவாசன். ஆண்டன் செக்காவ், சாமர்செட் மாம் கூட டாக்டர்கள்தானே.

குஷ்டரோகத்தின் மீது சமூகத்துக்கு உள்ள அருவருப்பு. இவர் தன்னுடைய பணியாளர்களாகக் கூட குஷ்டரோகிகளை அருகாமையில் வைத்திருந்தவர். "இவர்களுக்கு குணமாகி விட்டது" என்பார்.

கி.ராஜநாராயணனை சந்திக்க புதுவைக்கு சார்வாகன் சென்றிருக்கிறார். "உங்களைப் பார்க்கனும்போல இருந்துச்சி. அதனால வந்தேன்" என்றாராம்.

மருத்துவராக இருந்தால் என்ன? முதுமையும் நோயும் படுத்தும் பாடு. இவருடைய ஏற்கனவே மனைவி மறைந்து விட்டார். சார்வாகன் கால்கள் வீங்கி யானைக்கால் போல இருந்திருக்கிறது. கி.ரா.விடம் தன் காலை கையால் அமுக்கி காட்டியிருக்கிறார். அமுக்கிய இடம் பள்ளமாக ஆகியிருக்கிறது. பிறகு பள்ளம் மறைய நேரம் ஆகியிருக்கிறது. இதை ஒரு விளையாட்டு போல செய்து காட்டியிருக்கிறார். குஷ்டரோகிகளுக்கு உலகத்தரமான, உயர்வான சிகிச்சை அளித்து அளப்பறிய சாதனை செய்தவர் இவர்.

க்ரியா ராமகிருஷ்ணன் வெளியிட்ட சார்வாகனின் சிறுகதைத்தொகுப்பு 'எதுக்குச் சொல்றேன்னா' அன்றைக்குப் படிக்கக் கிடைத்தவர்கள் பாக்யவான்கள்.

நற்றிணை பதிப்பகம் இப்போது அவருடைய படைப்புகளை முழுவதையும் வெளியிட்டிருக்கிறது.

✦

யானை, ஒட்டகம், பல்லக்கு

காஞ்சி பரமாச்சாரியாள் புஞ்சை கிராமம் மேலக்காவிரியில் பயணமாக வந்திருக்கிறார். பரமாச்சாரியாள் வருவது என்றால் பல்லக்கில்தான் வருவாராம். யானை, ஒட்டகமெல்லாம் வரும். அப்படி யானை, ஒட்டகத்துடன்தான் அன்று வந்திருக்கிறார். எல்லோரும் அவரைப் பார்க்க ஓடியிருக்கிறார்கள்.

கூத்துப்பட்டறை ந.முத்துசாமிக்கு அப்போது பத்து வயது. புஞ்சை அக்ரஹாரத்தில் தந்திரமாக குழந்தையை வீட்டில் ஒரு அறையில் வைத்துப் பூட்டி விட்டு பரமாச்சாரியாளைப் பார்க்க மேலக்காவிரிக்குப் போய் விட்டார்கள்.

குழந்தைக்கு ஏக்கம். ரொம்பத் தவித்திருக்கிறது. யானையையும் ஒட்டகத்தையும் பார்க்க முடியாமல் போய் விட்டதே என்ற ஏக்கமும் தவிப்பும். இப்போதும் அந்த வருத்தம் இருக்கிறது. இதை முத்துசாமி சார் சொன்ன போது எனக்கு சுந்தர ராமசாமியின் கதை ஒன்று ஞாபகம் வந்தது. காலச்சுவடில் அதை சு.ரா எழுதியிருந்தார். தலைப்பு 'நண்பர் ஜி.எம்.'

மதுரை காலேஜ் ஹவுஸ் லாட்ஜில் இரண்டு குழந்தைகளை அறையில் பூட்டி வைத்து விட்டு

பெற்றோர் வெளியே போயிருப்பார்கள். டவுன் ஹால் ரோட்டில் யானை வருகிறது. காலேஜ் ஹவுஸில் இருப்பவர்கள் கூட யானையைப் பார்க்கச்செல்கிறார்கள். குழந்தைகள் யானையைப் பார்க்க வேண்டும் என்று வாய் விட்டு அழுகின்றனர். காலேஜ் ஹவுஸில் தங்கியிருக்கும் கதைசொல்லியைப் பார்க்க வரும் 'ஒருவர்' அந்த அறையின் கதவை உடைத்து குழந்தைகளை விடுதலை செய்து யானையைப் பார்க்க அனுப்புகிறார்.

சுந்தர ராமசாமியிடம் நான் சொன்னேன் "கதவை உடைத்து குழந்தைகளை யானையைப் பார்க்க அனுப்புபவர் ஜி. நாகராஜன்தானே?"

நான் சொன்னது சரிதான் என்றார் சு.ரா.

அசோகமித்திரனின் 'விரல்' கதையில் கதவிடுக்கில் சிக்கிய விரல் நசுங்கிப் போகிற குடிகாரர் கூட ஜி.நாகராஜன்.

திலீப்குமாரின் 'ஐந்து ரூபாயும் அழுக்குச் சட்டைக்காரரும்' கதையில் வருகிற அழுக்குச் சட்டைக்காரர் ஜி.நாகராஜன்.

விக்கிரமாதித்யன் கவிதை - 'தீவிரமான தேடலில் அந்நியமாகிப் போகிற வாழ்வுக்கு முன்னுதாரணமாக காலத்துக்கு முந்தியே பிறந்து காலத்துக்கு முந்தியே செத்துப்போவான் சிரஞ்சீவிக் கலைஞன் ஜி.நாகராஜன்.'

அந்தக் காலத்தில் பழைய தஞ்சாவூர் ஜில்லாவில் காஞ்சி பரமாச்சாரியாள் பல்லக்கில் எப்போதும் போல போய்க்கொண்டிருந்தாராம். பல்லக்கை சுமக்க மனிதர்கள். தி.க.காரர்கள் பல்லக்கைப் பிடுங்கி வைத்துக்கொண்டார்களாம். முத்துசாமி சொன்னார்.

அதன் பிறகுதான் பரமாச்சாரியாள் பல்லக்கைத் தவிர்த்து விட்டாராம்.

ந.முத்துசாமி இளைஞனாக இருக்கும் போது பாரதிதாசன் மாயவரத்திற்கு 'நடராஜன் வாசகசாலை'யின் ஆண்டு விழாவிற்கு வந்திருக்கிறார். பாரதிதாசனை கவனித்துக்கொள்ளும் பொறுப்பு முத்துசாமிக்கு.

பாரதிதாசன் புதுவையில் உள்ள தன்னுடைய பிராமண நண்பர் ஒருவரின் மகளை முத்துசாமிக்குத் திருமணம் செய்ய வேண்டும் என்று விரும்பியிருக்கிறார்.

முத்துசாமி சின்ன வயதில் இருந்தே தான் ஒரு பெண்ணை காதலிப்பதாகச் சொல்லியிருக்கிறார். அந்தப் பெண்ணை நான் பார்க்க வேண்டுமே என்று பாரதிதாசன் சொன்னாராம். பாரதிதாசன் தங்கியிருந்த வீட்டின் அருகே தான் அந்தப்பெண்ணின் வீடு. முத்துசாமி அந்தப் பெண்ணை அழைத்து வந்து காட்டியிருக்கிறார். கறுப்பு சேலையில் சிவப்பு பார்டர் போட்ட சேலையில் வந்தார் அந்தப்பெண்.

அந்தப் பெண்தான் குஞ்சலி என்ற அவயாம்பாள் மாமி. முத்துசாமி சாரின் மனைவி. சென்னையில் அரசு உத்தியோகத்தில் இருக்கும் போது குஞ்சலி மாமி அந்தக் காலத்தில் 'திராவிட நாடு' பத்திரிக்கையின் தீவிர வாசகர்.

ந.முத்துசாமி தி.மு.க. உறுப்பினராய் இருந்தவர் என்பது தெரிந்த விஷயம். புஞ்சையில் கட்சி வளர்ந்ததில் அன்று இவரது பங்கும் இருந்தது.

◆

துர்வாச முனி சி.சு.செல்லப்பா

சி.சு.செல்லப்பா என்றாலே அவருடைய கோபம், பிடிவாத குணம்தான் உடனே நினைவுக்கு வரும்.

'சி.சு.செல்லப்பாதான் தனக்கு ரிஷிமூலம், 'எழுத்து' பத்திரிக்கைதான் தன் நதிமூலம்' என்றே அன்றும் இன்றும் அசைக்க முடியாத நம்பிக்கை கொண்டிருப்பவர் ந.முத்துசாமி. 'எழுத்து' பள்ளிக்கே 'கூத்துப்பட்டறை' நாடக செயல்பாடுகளை பெருமிதத்துடன் சமர்ப்பிப்பவர். செல்லப்பாவின் கோபம் இவரையும் தீண்டியிருக்கிறது.

இலக்கிய சிந்தனை ஆண்டு விழாவொன்றில் கலந்து கொண்ட அன்றைய அமெரிக்க கான்சல் ஜெனரல் ஃப்ராங்க்ளின் தமிழ் மொழியில் சிறுகதை பற்றிய அபிப்ராயமாக 'முத்து சாமி ஸ்கூல்' என்று சொல்லியிருக்கிறார். 'Indivudual Choice' என்பது எவருக்குமே உள்ள உரிமை. முத்துசாமியை தூக்கிப்பிடித்து ஃப்ராங்க்ளின் தன் அழுத்தமான கருத்தை அன்று வெளிப்படுத்தியிருக்கிறார்.

இதற்குப் பிறகு சில நாட்கள் கழித்து செல்லப்பாவை சந்திக்க அவருடைய வீட்டிற்குச்சென்ற முத்துசாமி அவமானப்பட நேர்ந்திருக்கிறது. தான் படிக்கக் கொடுத்திருந்த சில நல்ல புத்தகங்கள் தன் மீது

செல்லப்பாவால் ஆக்ரோஷமாக, ஆவேசமாக தூக்கி எறியப்பட்டதைப் பார்த்து அதிர்ந்து போய் விட்டார்.

சிட்டி மகன் விஸ்வேஸ்வரம் என்னிடம் சொன்ன ஒரு விஷயம். சிட்டியை சந்திக்க செல்லப்பா வந்தால் கொஞ்ச நேரத்தில் இருவருக்கும் சண்டை வந்து விடும். 'போடா அறிவு கெட்டவனே, உனக்கு ஒன்னும் தெரியாது' என்று செல்லப்பா கோபித்துக் கொண்டு கிளம்பி விடுவாராம்.

'அலசல் விமர்சனம்' செய்து கொண்டிருந்த செல்லப்பா நீதிபதியாக இருந்திருந்தால் க.நா.சு.வுக்கு தூக்கு தண்டனை கொடுத்திருந்திருப்பார். க.நா.சு.வின் 'ரசனை விமர்சனம்' மீது அவ்வளவு கோபம் அவருக்கு.

சுந்தர ராமசாமியின் 'நினைவோடை' க.நா.சு., சி.சு.செல்லப்பா, தி.ஜானகிராமன், கு.அழகிரிசாமி, கிருஷ்ணன் நம்பி, பிரமிள், ஜி.நாகராஜன் போன்ற மகத்தான படைப்பாளிகள் பற்றியெல்லாம் சுந்தர ராமசாமி காலத்தின் பனிக்கட்டியால் மூடப்பட்ட தன் நினைவடுக்குகளிலிருந்து எடுத்துப்போட்ட ஞாபக அனுபவங்கள்.

சுந்தர ராமசாமியின் 'சி.சு.செல்லப்பா - நினைவோடை' படிக்கும் போது அவர் சு.ரா.வின் படைப்புகளை நிராகரித்திருக்கிறார் என்பது தெரிய வருகிறது. அப்படிப்பட்ட செல்லப்பாவிடம் சுந்தர ராமசாமி எந்த அளவுக்கு மதிப்பும் மரியாதையும் வைத்திருந்திருக்கிறார்! தன்னுடைய முன்னோர்களில் ஒருவராக எப்போதும் சி.சு.செல்லப்பாவை கவனப்படுத்தியவர்.

சுந்தர ராமசாமி சொல்கிறார்: 'எழுத்து' பத்திரிக்கை ஆரம்பிக்கப்பட்ட போது அவர் கையில் ஒரு நயா பைசா கூடக் கிடையாது. அவர் மனைவியின் நகைகளை

அடகு வைத்துப் பத்திரிக்கையைத் தொடங்கினார். அவரது மனைவிக்கு உள்ளூர வருத்தம். ஏதோ கொஞ்சம் நகைகள்தான் இருந்தன. அதையும் வாங்கிக்கொண்டு போய் விட்டார் என்று. அவர் வெளியே கொண்டு போன சாமான்கள் திரும்பி வீட்டுக்கு வந்ததாகச் சரித்திரமே கிடையாது.

'சார் இப்படிச் செய்யனுமா. நகைகளை அடகு வைத்து பத்திரிக்கை நடத்த வேண்டுமா' என்று கேட்டதற்கு, 'அடகுதானே வச்சிருக்கேன். பணத்தைக் கொடுத்து மீட்டு விடலாமே' என்பார். 'அப்படி முடியலைன்னா நகை கையை விட்டுப் போயிடுமே' என்றேன். அதுக்கு அவர் 'இந்த 'எழுத்து' தொடர்ந்து நடந்தாக வேண்டும். நீ இப்போ ஒரு ஐயாயிரம் ரூபாய் தாயேன். அந்த நகைகளை மீட்டு அவளிடம் தந்து விடுகிறேன்' என்றார். ஆனால் ஒரு விஷயம். நான் ரூபாய் கொடுத்தால் அதை வாங்கிக் கொள்ள மாட்டார். அநியாயமான சுய கௌரவம் அவருக்கு உண்டு. நாம் வறுமையில் வாடிச் செத்துப்போனாலும் போகலாம்; அடுத்தவரிடம் இருந்து எதையும் பெற்றுக்கொள்ளக்கூடாது என்பதில் அபாரமான வைராக்கியம் இருந்தது.

பின்னால் பல பரிசுகளை அவர் வாங்க மறுத்தார். தஞ்சாவூர் பல்கலைக்கழகத்திலிருந்து பரிசுத்தொகை தந்த போது அதை மறுத்து விட்டார். 'விளக்கு' பரிசை அவர் மறுத்து விடுவாரோ என்று பயந்தார்கள். அவர் பரிசுப் பணமாக ஏற்க மறுத்து 'என் புத்தகங்களை வேண்டுமானால் வெளியிடுங்கள்' என்றார். அதனால் புத்தகத்தை அச்சேற்ற உதவினார்கள். ஒரு ஆள் நமக்குப் பணத்தைக் கொடுக்க முன் வருகிறார் என்றால் அதை ஏற்றுக்கொள்வதை அகௌரவமாக அவர் நினைத்தார்.'

எம்.ஜி.ஆர். மீது அவர் தி.மு.க.வில் இருந்த

காலத்திலேயே சி.சு.செல்லப்பாவுக்கு மிகுந்த அபிமானம். சுந்தர ராமசாமிக்கு இந்த அபிமானத்திற்கு காரணம் எம்.ஜி.ஆர். இருந்த கட்சி எதுவாக இருந்த போதிலும் அவர் மனதில் இருந்ததெல்லாம் காந்தி, நேரு, காமராஜர் இவர்கள்தான். அதே காரணத்தால்தான் செல்லப்பாவுக்கும் எம்.ஜி.ஆரை பிடித்திருக்கிறது என்று தோன்றுகிறது.

வாக்குவாதம் முற்றி செல்லப்பா பிடிவாதமாக "எம்.ஜி.ஆரைப் பற்றி உனக்குத் தெரியாது. அவன் பெரியவன். க.நா.சு.வை விடப் பெரியவன்" என்று சொல்லியிருக்கிறார்.

எம்.ஜி.ஆருக்கும் க.நா.சு.வுக்கும் என்ன சம்பந்தம்? எதுக்கு அவர்களை ஒப்பிடணும்? எம்.ஜி.ஆரை ஆதரிப்பதன் மூலம் க.நா.சு.வின் பலத்தைக் குறைத்து விட முடியுமா என்ன?

செல்லப்பா உடை பற்றி " அவர் வேஷ்டியைச் சலவை செய்து கொள்ளாமல் துவைத்து துவைத்துப் பழுப்பேறிப் போயிருக்கும். "

அழகிரிசாமி நினைவோடையில் சு.ரா. 'நான் சொன்ன மாதிரியேதான் செல்லப்பாவின் உடை பற்றி அழகிரிசாமியும் சொல்லியிருக்கிறார். "செல்லப்பா சட்டையையும் வேஷ்டியையும் ஆறு மாதத்திற்கு ஒரு தடவையாவது சலவை செய்யக்கூடாதா?" என்று வருத்தப்பட்டிருக்கிறார்' என்கிறார் சுந்தர ராமசாமி.

அந்த அளவுக்கு உடை விஷயத்தில் எளிமையாக இருந்தவர் சி.சு.செல்லப்பா எனத் தெரிய வருகிறது.

1960களில் இப்படி இருந்த வத்லகுண்டு சி.சு.செல்லப்பா 1935 காலகட்டத்தில் எப்படி இருந்திருக்கிறார்!

குண்டூசி கோபால் 'ஜெயபாரதி' பத்திரிக்கையில் வேலை செய்து கொண்டிருந்த போது நடந்த விஷயம்.

'பி.எஸ்.ஆர்.கோபாலின் குண்டூசி' நூலில் வாமனன் குறிப்பிடுகிறார்:

'ஒரு நாள் தஞ்சாவூர் மைனர் போல் கட்டுக்குடுமி, பட்டுச்சொக்காய், கை விரல்களில் மோதிரங்கள், கைக்கடிகாரம், கழுத்தில் தங்கச் சங்கிலி, ஜரிகை அங்கவஸ்திரம், மயில்கண் ஜரிகை வேஷ்டி- இந்த அலங்காரங்களுடன் ஒருவர் புதிதாக உதவி ஆசிரியர் வேலைக்கு வந்து சேர்ந்தார். கோபாலின் எதிரே வந்து அமர்ந்தார். உங்கள் பெயரென்ன என்று விசாரித்தார் கோபால். 'சி.சு.செல்லப்பா' என்று பதில் வந்தது. பின்னாள் 'எழுத்து' ஆசிரியரின் அந்நாள் மெருகுடன் கூடிய புது மாப்பிள்ளை வேடம் அது!'

◆

மோபி டிக் - வாடிவாசல்

ஹெர்மன் மெல்வில் எழுதிய 'மோபி டிக்'. *Moby-Dick; or, The Whale* அமெரிக்க நாவல். 'மோபி டிக்' என்ற திமிங்கலம். இந்த நாவலின் முதல் வரி *"Call me Ishmael" - The most recognizable opening line in American literature.* கதை சொல்லி இஸ்மாயில்.

சி.சு. செல்லப்பாவின் நாவல் 'வாடி வாசல்' முற்றிலும் வேறான களம். ஜல்லிக்கட்டு பற்றிய குறுநாவல். இந்த நாவலில் வரும் 'காரி' என்ற வாடிப்பட்டி ஜல்லிக்கட்டுக் காளை. மோபி டிக் படிப்பவன் பெறும் அனுபவம். கடல். அதில் கப்பல். கேப்டன் அஹாப். *A ship at sea! In the prose writings of Thoreau, a ship at sea is sometimes a metaphor for the soul.*

அந்தத் திமிங்கலம் தன்னுள்ளே இருப்பதாக மோபி டிக் படிக்கும் ஒருவன் உணர்ந்தான் என்றால் அவன் வக்கிரமானவன். வில்லத்தனத்தின் மொத்த உருவம் மோபி டிக். ஒரு வகையில் மோபி டிக் மட்டுமல்ல அஹாப் கூட கொடூரமானவன். *Captain Ahab and his obsession with a huge whale, Moby Dick.*

அந்தத் திமிங்கலத்திடம் காலைப் பறிகொடுத்து விட்டு அதே திமிங்கலத்தைக் கண்டுபிடித்து கொல்லும்

முயற்சியில் உயிரை விடும் கேப்டன் அஹாப்.

'மோபி டிக்' திரைப்படமாக க்ரெகரி பெக் நடித்து 1956இல் வெளி வந்தது. ஜான் ஹஸ்டன் இயக்கியிருந்தார். இந்த ஜான் ஹஸ்டனை நோவா க்ராஸ் என்ற வக்கிர வில்லனாக ரோமன் போலன்ஸ்கியின் 'சைனா டவுன்' (1974) படத்தில் பார்க்கலாம்!

சி.சு.செல்லப்பாவின் 'வாடி வாசல்' காலச்சுவடு நவீனத் தமிழ் 'க்ளாசிக்' நாவல் வெளியீடு. 'Classic' - A book which people praise and don't read. - Mark Twain

ஜல்லிக்கட்டு வீரன் கிழக்கத்தியான் பிச்சி. தன் தந்தை அம்புலியைக் கொன்ற காரி என்ற ஜல்லிக்கட்டு காளையை வெற்றி கொள்கிறான்.

மோபி டிக் 1851இல் ஹெர்மன் மெல்வில் எழுதி வெளி வந்த நாவல். வெவ்வேறு தளங்களில் விரியும் முற்றிலும் மாறுபட்ட மகத்தான நாவல். வாடி வாசல் சி.சு.செல்லப்பா எழுதி 1959இல் வந்த குறுநாவல். மோபி டிக் 882 பக்கங்களை உள்ளடக்கிய மிகப்பெரிய நாவல். வாடி வாசல் 56 பக்கங்கள் கொண்ட சிறு குறுநாவல்.

வாடி வாசல் வாசிக்கும் போது மோபி டிக் ஏன் நினைவுக்கு வர வேண்டும்? வாசிப்பு என்பது ஒரு விசித்திர அனுபவம்! Reading is a multifaceted process.

மோபி டிக் என்ற திமிங்கலம். காரி எனப்பட்ட ஜல்லிக்கட்டுக் காளை. அஹாப்பையும் திமிங்கலத்தையும் எத்தனை வருடங்கள் ஆன போதிலும் எப்படி மறக்கவே முடியாதோ அது போலத்தான் காரி என்ற காளையும் பிச்சி என்ற மானிடனும்.

Reading is a superpower.

♦

Every friendship is not meant to last a lifetime

'வால்மீகத்தில் ஒரு சுலோகம் இருப்பதாகச் சொல்வார்கள், நட்பு கொண்டாடுவது லேசு - அதைப் பரிபாலனம் செய்வது அவ்வளவு சுலபம் இல்லை' என்று கி. ரா. எங்கோ, எப்போதோ எழுதியிருந்தார்.

"புது சினேகம் என்பது சரியாக வேகாத சோறு போல" என்பார் தி.ஜானகிராமன்.

"நாய் கிட்ட கொஞ்சம் பழக ஆரம்பிச்சா மூஞ்சிய நக்குமாம்" - இது 'என்தங்கை' படத்தில் வேலைக்காரியாக நடிக்கும் எம்.என்.ராஜம் பேசும் டயலாக். எம்.ஜி.ஆர், ஈ.வி.சரோஜா, நரசிம்ம பாரதி நடித்த படம் 'என் தங்கை'.

கூடா நட்பு என்பது கிடக்கட்டும். நல்ல நட்பு எல்லாம், நல்லவர்கள் நட்பு எல்லாம் கூட எப்படி எப்படியோ சிதைந்து போய் விடுகிறது.

கிட்டத்தட்ட நாற்பத்தைந்து வருடங்களுக்கு முன் ('கசடதபற' பத்திரிக்கைக் காலம்) ஞானக்கூத்தன் அறையில் ந.முத்துசாமி, அசோகமித்திரன், எஸ்.வைத்தீஸ்வரன் ஆகிய ஜாம்பவான்கள், இன்னும் பலரும் கூடி பேசுவது வழக்கம்.

ஞானக்கூத்தனும் ந.முத்துசாமியும் மாயவரத்திலேயே

வகுப்புத் தோழர்கள். அசோகமித்திரனின் 'தண்ணீர்' நாவலுக்கு முத்துசாமி சார் முன்னுரை எழுதியிருக்கிறார்.

வெங்கட் சாமிநாதன் "ஜெயகாந்தன், கே.பாலசந்தர் இருவருமே பாமரத்தனத்துக்கு கௌரவமான கலைப் பூச்சு" என்று எழுதியிருந்தார்.

ஒரே ஒரு முறை ஞானக்கூத்தன் அறைக்கு வந்த ஜெயகாந்தன் சீற்றத்துடன், "வெங்கட் சாமிநாதன் என்ன பெரிய சுன்னியா?" என்று கொந்தளித்து விட்டுப் போய் விட்டார். அப்போது ந.முத்துசாமி அங்கு இல்லை. மறு நாள் அங்கு வந்த முத்துசாமி "என்னய்யா? அந்தாளு இப்படி இங்க வந்து பேசிட்டுப்போயிருக்காரு. இத தட்டிக்கேக்காம விட்டிட்டீங்க?" என்று கேட்டிருக்கிறார்.

முத்துசாமி சாரின் ஆதங்கம் - 'ஒரு ஸ்டார் வந்தவுன்ன எல்லாரும் விழுந்துட்டாங்க.. சாஸ்டாங்க நமஸ்காரமே பண்ணிட்டாங்க.'

இதில் ஆரம்பித்த *Polimics!* சங்கிலியாய் தொடர்ந்த கடும் சர்ச்சையில் வெங்கட்சாமிநாதன், அசோகமித்திரன், ந.முத்துசாமிக்கு இடையிலான நல்ல நட்பு முற்றிலுமாக அன்று முறிந்து போய் விட்டது. என்ன? ஏது என்பதெல்லாம் முத்துசாமி சாருக்கு இன்று ஞாபகம் இல்லை. சில வருடங்களுக்கு முன் வெ.சா.வின் மனைவி இறந்த விஷயத்தைக்கூட தனக்குச் சொல்லவில்லை என்று முத்துசாமி வருத்தப்பட்டார்.

செல்லப்பாவின் 'எழுத்து' பத்திரிக்கையில் வெங்கட் சாமிநாதன் எழுதிய கட்டுரைகள் மூலம்தான் 'நாடகம்' பற்றிய தெளிவு தனக்கு ஏற்பட்டதாக இப்போதும் சொல்பவர் முத்துசாமி.

இப்போது சமீபத்தில் சென்ற நவம்பரில் வெங்கட் சாமிநாதன் மறைந்த போது கூத்துப்பட்டறையில் டிசம்பர்

மாதம் ஒரு இரங்கல் கூட்டத்திற்கு முத்துசாமி சார் ஏற்பாடு செய்திருந்தார். க்ரியா ராமகிருஷ்ணன் கலந்துகொள்வதாக இருந்தார். ஆனால் சென்னை வெள்ளத்தில் இந்த இரங்கல் கூட்டமும் அடித்துச்செ சல்லபட்டு விட்டது. கூட்டம் நடத்த முடியாமல் போனதில் முத்துசாமி சாருக்கு மிகவும் வருத்தம்.

Not every friendship is meant to last a lifetime. What does last forever is the pain when that person is gone.

'அசோகமித்திரனுடன் சமாதானமாகப் போக வழியில்லையா?' என்று ஏக்கத்துடன் முத்துசாமி சாரிடம் கேட்டேன்.

முத்துசாமி சார் பதில் 'நாங்க இப்ப என்ன சண்டையா போட்டுகிட்டிருக்கோம்? நட்பு கெட்டுப்போச்சி... பேச்சு வார்த்தை கிடையாது... அவ்வளவுதான்.'

'நடை' பத்திரிக்கை 1960களின் கடைசியில் சி.மணி செலவு செய்து நடத்தினார். மிக பிரமாதமான வடிவில் வெளி வந்தது. முத்துசாமி சாரின் 'காலம் காலமாக' நாடகம் 1969இல் 'நடை'யில்தான் பிரசுரமானது. எட்டு இதழ்கள்தான் வந்தது.

'நடை' 8ஆவது இதழில் இதழின் வெற்றுத்தாள்களை நிரப்ப அந்த நேரத்தில் ஏதோ ஒரு content-ஐ போட்டார் முத்துசாமி. வி.து.சீனிவாசன் எப்படி இந்த மாதிரி செய்யலாம் என்று பிரச்னையை கிளப்பி விட்டார். சி.மணி 'நடை' பத்திரிக்கையையே நிறுத்தி விட்டார். சி.மணி இறக்கும் வரை முத்துசாமியுடன் நட்பு நீடித்திருக்கிறது.

✦

எதுவுமே அவ்வளவு முக்கியமில்ல

27.03.1983இல் க்ரியாவில் 'நடை' இதழ்களின் பழைய நான்கு பிரதிகள், 'கசடதபற' ஒரு ஐந்து பிரதிகள் விலைக்கு கிடைத்தன. அன்று அங்கு எஸ்.வி.ராஜதுரை, சி.மணி, க்ரியா ராமகிருஷ்ணன் ஆகியோரை சந்தித்தேன். சி.மணி தன்னுடைய 'வரும் போகும்' கவிதைத் தொகுப்பில் கையெழுத்திட்டு தந்தார்.

2003இல் திருச்சியில் இருந்து திருப்பூருக்கு போக நேர்ந்த போது 'பார்த்துப் பார்த்து சேர்த்திருந்ததெல்லாம் கழுதைப்பொதியாக சேர்ந்திருக்க, லக்கேஜை குறைக்க வீட்டின் கொல்லையில் பழைய கணையாழி, நடை, கசடதபற, ஞானரதம், 'மேலும்' இதழ்களையெல்லாம் கொல்லைப்புறத்தில் வைத்துவிட்டு திரும்பிப்பார்க்காமல் ஜாமான்கள் ஏற்றிய வேனில் குடும்பத்துடன் கிளம்பினேன். திரும்பிப் பார்த்தால் இலக்கிய இதழ்கள் எல்லாம் குழந்தைகள் போல "எங்களை விட்டு விட்டுப்போகிறாயே" என்று கதறுவது போல காதில் கேட்குமே.

Sometimes you have to let go of what you can't live without.

சென்னைக்கு சென்ற செப்டம்பர் மாதம் குடும்பத்துடன் வர நேர்ந்த போது ஒரு ஆயிரம் புத்தகங்கள்,

காலம் காலமாக சேர்த்து வைத்திருந்த இரண்டு சூட்கேஸில் இருந்த நூற்றுக்கணக்கான கர்னாடக சங்கீத, இந்துஸ்தானி சங்கீத இசை கேசட்கள் எல்லாவற்றையும் தூக்கி வீசிவிட்டு கிளம்ப நேர்ந்து விட்டது. ("தேர்ந்த இசைத்தொகுப்புகளைச் சேகரம் பண்ணி வைத்திருப்பவர் ராஜநாயஹம்" என்று கி.ராஜநாராயணன் 'கதை சொல்லி' பத்திரிக்கையில் எழுதியிருக்கிறார்.)

You never really know a man until you stand in his shoes and walks around in them

- a popular quote of Atticus in "ÔTo kill a mọcking Bird' (1962 movie)

க.நா.சு. சொல்வது போல "எல்லாமே ரொம்ப முக்கியம்தான். ஆனால் எதுவுமே அவ்வளவு முக்கியமில்லை."

✦

அரும்பில் குறும்பு

திருச்சி செயின்ட் ஜோசப்'ஸ் பள்ளியில் ஏழாவது படிக்கிற போது ஸ்டடி ஹாலில் படிப்பிற்கான நேரத்தில் என்னுடைய பிஸ்கட் டின்னில் தாளம் போட்டு பாடிக் கொண்டிருக்கும் போது, ஃபாதர் லூயிஸ் என்னை பார்த்து "கேபி, நீங்கள் என்னுடன் வாருங்கள்."

சிறுவனாயிருக்கும் போதே நான் கண்ணாடி அணிந்திருப்பேன். மற்ற மாணவர்கள் கவனிக்கும்படியாக இருக்கும் உயர்ந்த மேடையில் நாற்காலியில் முன்னால் உள்ள மேஜையில் தன் கையில் உள்ள டிக்கன்ஸின் 'டேல் ஆஃப் டூ சிட்டிஸ்' நாவலை ஃபாதர் வைக்கும் போதே நான் அவர் முன் கை கட்டி நிற்கிறேன். ஃபாதர் லூயிஸ் அப்போது எம்.ஏ. இங்க்லிஷ் செகண்ட் இயர் படித்துக்கொண்டிருந்தார்.

"கேபி, நீங்கள் என்ன எப்போதுமே இப்படி குறும்பு செய்து கொண்டிருக்கிறீர்கள்?" தலை குனிந்து கொண்டு நான்.

"என்ன கேபி, நிமிர்ந்து தயவு செய்து என்னை பாருங்கள். நான் உங்களிடம் தான் பேசுகிறேன் என்பது தெரிகிறதா?" நான் நிமிர்ந்து அவரைப் பார்த்து தலையை ஆட்டுகிறேன்.

“நீங்கள் சிறு பையனாக இருக்கும் போதே இவ்வாறு குறும்பு செய்தால் பிற்காலத்தில் ஒரு பெரிய மனிதனாக வளர்ந்த பின் எவ்வளவு கெட்டவராக நேரிடும் என்பதை எண்ணி உங்களுக்காக நான் மிகுந்த வியாகுலம் அனுபவிக்கிற நிலைக்கு என்னை தள்ளி விட்டு விட்டீர்கள்.” நான் முகம் வெளிறி, எச்சில் விழுங்கி, நடுங்கி...

“கேபி, அமைதியாக படிக்க வேண்டிய நேரத்தில் தாளம் போட்டால் படிப்பு தாளம் போடும்படியான துர் பாக்யம் உங்களுக்கு உண்டாகி விடும் என்பதை நீங்கள் உணர்கிறீர்களா?” என்று சொல்லும் போதே தன் வலது கையில் உள்ள வாட்சை கழட்டி அதில் டைம் என்ன பார்த்து விட்டு மேஜையில் வைத்து விட்டு நிமிர்ந்து பார்த்து “ நீங்கள் தாளம் போட்டு பாடும் போது உங்களுடைய ஏனைய மாணவ நண்பர்கள் கவனம் சிதறி அவர்களும் கூட பாடத்தை படிக்க முடியாத பரிதாப நிலைக்கு அவர்களை தள்ளுகிறீர்கள். இதன் மூலம் நீங்கள் ஒரு கொடியவர் என்பது நிரூபணமாகி விட்டது. உங்களுக்கு நான் எங்கனம் தண்டனை கொடுக்காமல் இருக்க முடியும்?”

“ கண்ணாடிய கழட்டுடா.” அரண்டு, உறைந்து போய் நான். ஃபாதர் மீண்டும் கடுமையாக குரல் உயர்த்தி “கண்ணாடிய கழட்டுடா”

கண்ணாடி யை கழற்றி அவர் மேஜையில் வைத்த அடுத்த வினாடி என் கன்னத்தில் ‘பளீர்’ அறை.

✦

மதுரை அமெரிக்கன் கல்லூரி

மதுரை என்றால் நினைவுக்கு வருவது மீனாட்சி அம்மன் கோவில். மதுரையின் முக்கிய கலாச்சார அடையாள சின்னம் அமெரிக்கன் கல்லூரி. கத்தோலிக்க கல்வி நிறுவனமொன்றில்தான் (செயிண்ட் ஜோசப்'ஸ்) திருச்சியில் பள்ளிக்கல்வி பயின்றேன். கல்லூரி வாழ்க்கை மதுரை அமெரிக்கன் கல்லூரி.

தமிழகத்தில் மிகப்பிரபலமான கலைக் கல்லூரிகள் சேசு சபை பாதிரிகளால் நடத்தப்படும் சென்னை லொயோலா கல்லூரி, திருச்சி ஜோசப் கல்லூரி, பாளையங்கோட்டை சேவியர் கல்லூரி போன்றவை.

சி.எஸ்.ஐ. ப்ராட்டஸ்டண்ட்களால் நடத்தப்படுபவை மதுரை அமெரிக்கன் கல்லூரி, வேலூர் ஊரிஸ் கல்லூரி முதலியன. மதுரை அமெரிக்கன் கல்லூரியில் படிப்பதென்பது ரொம்ப கௌரவமானதாகக் கருதப்படுகிறது. கத்தோலிக்க பாதிரிகள் நடத்தும் கல்லூரிகளுக்கு சற்றும் பிரபலத்தில் இளைத்ததல்ல இந்த ப்ராட்டஸ்டண்ட் அமெரிக்கன் கல்லூரி.

மதுரை நகரம், மதுரையைச் சுற்றி உள்ள அத்தனை ஊர்க்காரர்களில் உள்ள இளைஞர்களும் படிக்க ஆசைப்பட்ட கல்லூரி என்றால் அது அமெரிக்கன் கல்லூரி.

பொதுவாகவே மதுரையைச் சுற்றி உள்ள ஊர்களில் உள்ளவர்கள் அனைவருமே 'உங்க ஊர் எது?' என்றால் 'மதுரை' என்றுதான் சொல்வார்கள். 'மதுரையில எந்த ஏரியா?' உடனே கொட்டாம்பட்டி, விருதுநகர், வாடிப்பட்டி, வத்தலகுண்டு, பெரியகுளம், தேனி, கம்பம், உத்தமபாளையம், பண்ணைபுரம்... இப்படித்தான் பதில்.

இன்று வாழ்க்கையைத் திரும்பிப் பார்க்கும் போது எத்தனையோ துயர முள்களால் கிழிக்கப்பட்டு விட்ட இதயம், பெருமைப்படுகிற விஷயம் அமெரிக்கன் கல்லூரி மாணவன் என்பது.

வாஷ்பன், டட்லி, சம்ப்ரோ, வாலஸ் என்று நான்கு ஹாஸ்டல்கள் கொண்டது. கோரிப்பாளையத்தில் அமைந்துள்ள கல்லூரி. தமுக்கம் மைதானம் பக்கத்தில்தான். மெடிக்கல் காலேஜ், மீனாட்சி காலேஜ், வக்ஃப் போர்டு காலேஜ், லேடி டோக் காலேஜ், யாதவா காலேஜ், சட்டக்கல்லூரி இவற்றிற்கு மத்தியில் அமெரிக்கன் கல்லூரி.

அமெரிக்கன் கல்லூரி ஆங்கிலத்துறை மிகவும் விசேஷமானது. ஜோப் டி மோகன் நகைச்சுவை உணர்வு பற்றி பேசி முடியாது. நான் ந.முத்துசாமியின் கூத்துப்பட்டறையில் 'ஹேம்லெட்' பாடம் எடுத்த போது வசந்தன் நினைவுதான். ஷேக்ஸ்பியர் 'ஹேம்லெட்' பாடம் வசந்தன் நடத்தினார். ஹேம்லெட் என்றால் வசந்தன் ஞாபகம்தான் இப்போதும் வரும்.

இரண்டாம் ஆண்டு இதே நாடகத்தை D.யேசுதாஸ் என்ற புரொபெசர் நடத்த வந்தார். அப்போது பொலோநியஸ் காரக்டராகவே அவர் மாறி விடுவார். இப்போதும் பொலோநியஸ் பாத்திரம் அவரை (DY) நினைவுபடுத்தும்.

மார்க் ஆண்டனி என்றால் பேராசிரியர் ஆர்.நெடுமாறன்தான். ஜான் சகாயம்தான் மார்லோவின் டாக்டர் ஃபாஸ்டஸ். R.P. நாயர் ஒரு இண்டெலக்சுவல். அவர் அளவு படித்தவர்கள் அன்று குறைவு.

ஒரு நாள் நாயர் க்ளாசில் என்னை பாடச்சொன்னார். "காலங்களில் அவள் வசந்தம், கலைகளிலே அவள் ஓவியம், மாதங்களில் அவள் மார்கழி, மலர்களிலே அவள் மல்லிகை" பாடினேன். சொக்கிப்போய் நாயர் எனக்கு ஒரு சலுகை தந்தார்.

அவருடைய வகுப்புகளுக்கு நான் வராவிட்டாலும் கூட அந்த வருடம் முழுவதும் எனக்கு அட்டெண்டன்ஸ் போடப் போவதாக சொன்னார். அந்தச் சலுகையை நான் அடிக்கடி உபயோகப்படுத்திக்கொண்டேன். அதற்காக இன்று வெட்கமும் வேதனையும் அடைகிறேன்.

குணசிங் வகுப்பு ரொம்ப சுவாரசியமாக இருக்கும். அவர் சிரித்த முகத்துடன் வகுப்பு எடுக்கும் அழகு இன்றும் கண்ணுக்குள்ளேயேயே இருக்கிறது. எங்களுக்கு பெருமையான இன்னொரு விஷயம் எங்கள் தமிழாசிரியர் சாலமன் பாப்பையா. இன்னொருவர் சாமுவேல் சுதானந்தா.

அமெரிக்கன் கல்லூரியில் ஆங்கில இலக்கியம் படித்த போது சேர்மன் பதவிக்குப் போட்டியிட்டு தோற்றேன். ஆனால் தேர்தல் பிரச்சாரத்தின் போது என்னால் இன்றும் மறக்க முடியாத விஷயம் ஒன்று.

ஓட்டுக் கேட்டு கும்பிட்டு நடந்து வந்து கொண்டிருந்த என்னைத் தூக்கி தன் தோளில் உட்கார வைத்துக் கொண்டு நடக்க ஆரம்பித்த ஒரு மாணவன் உண்டு! ஒரு முறை அல்ல. இப்படி பலமுறை. பிரபல இயக்குநர் கார்த்திக் சுப்பாராஜின் அப்பா கஜராஜ்.

அந்தத் தேர்தலில் நான் தோற்றேன். தோல்வியடைந்த பின் கண் கலங்கிய நண்பர்களைத் தேற்ற, நான் பாடிய பாடல்கள் அவர்களை மேலும் நெகிழ்த்தி விட்டது. அமெரிக்கன் கல்லூரியில் தேர்தலில் தோற்றவன் தான் ஹீரோ. அந்தக்காலத்தில் மதுரை இளைஞர்களுக்கு fashion அறிமுகப்படுத்துவது அமெரிக்கன் கல்லூரி English Department Students தான். எங்களைப் பார்த்துத்தான் மாடர்ன் ட்ரெஸ் பற்றி அன்று தெரிந்து கொண்டார்கள்.

கல்லூரி கால விளையாட்டுப் பருவம் பற்றி எத்தனையோ நிகழ்வுகள் இன்றும் பசுமையாக இருக்கிறது. டவுன் பஸ்சில் கல்லூரி நண்பர்களுடன் போய்க்கொண்டிருந்தேன். படிக்கிற காலம் கொஞ்சம் வேடிக்கை வினோதம் நிறைந்தது. பஸ்சில் மீனாக்ஷி காலேஜ் பெண் ஒருத்தியை பார்த்து சீனி கமன்ட் அடிக்க ஆரம்பித்தான். இவனை கட்டுப்படுத்துவது எப்படி?

தற்செயலாக ஒரு நல்ல ஐடியா. "டே என் சொந்தக்கார பொண்ணுடா. பெரியம்மா மகள். எனக்கு தங்கச்சிடா" என்றேன். சீனி பதறிப் போய் "சாரி... சாரிடா மன்னிச்சிக்கடா" என்று மிரண்டு விட்டான். அடங்கி விட்டான். நாங்கள் அப்போது இறங்க வேண்டிய ஸ்டாப் வந்தது. இறங்கினோம்.

பஸ் புறப்பட்டதும் தான் அவனிடம் சொன்னேன். "நான் சும்மாதாண்டா மாப்பிள்ளை சொன்னேன். ஒனக்கு எப்படி கடிவாளம் போட்டேன் பார்த்தியா..."

சீனி "டே பச்சை துரோகி, நயவஞ்சகா..." என்றான்.

அந்தப் பெண் என்னை பார்த்து சிரித்தாள்.

"அவள் கூடவே போவதாக இருந்தேன். கெடுத்து குட்டிச் சுவராக்கி விட்டாயே. என் வாழ்க்கையில் விளையாடி விட்டாயே, சைத்தானே அப்பாலே போ"

என பலவாறு திட்டி தீர்த்து விட்டான் சீனி. முத்துதான் விழுந்து,விழுந்து சிரித்தான்.

“டே மாப்பிள்ளை, சூப்பர்ரா” என்று என்னைப் பாராட்டினான்.

மற்றொரு நாள். அமெரிக்கன் கல்லூரியில் ஒரு கிளாஸ் கேன்சல் ஆனதால் ‘பிளின்ட் ஹௌஸ்’ முன் அமர்ந்திருந்தோம். ரவி, முபாரக், அருண், ஜோ, முத்து, சீனி எல்லோரும். ஒரு டீச்சர் குழந்தைகளை அழைத்துக் கொண்டு செல்வது கல்லூரியின் முன்பக்கம் தெரிகிறது. உடனே சீனிக்கு மூக்கு வியர்த்து விட்டது.

‘“டே அந்த டீச்செர் செம பிகர்டா” என்று ஆரம்பித்தான். நிமிர்ந்து பார்த்தால் பகீர் என்று இருந்தது. முத்துவோட அக்கா! உடன் பிறந்த சகோதரி. அவருக்கு என்னையும் நன்கு தெரியும்.

பதறிபோய் நான் “டே முத்துவோட அக்காடா.” முத்துவும் “டே என் அக்கா” என்கிறான்.

சீனி “கொலைகாரன் ஆயிடுவேண்டா. இனிமே ஏமாற மாட்டேன்.”

கூப்பாடு போட்டு விட்டு ஓடிப் போய் “டீச்சர், சூப்பர் டீச்சர், ஆகா! எனக்கெல்லாம் சின்னப் பிள்ளையிலே இப்படி சூப்பர் பிகர் டீச்சர் கிடைக்கலையே. டாட்டா டீச்செர்... அய்யய்யோ டீச்சர் போறாங்களே!” என்று கண்டவாறு கமெண்ட் அடிக்க ஆரம்பித்து விட்டான். இந்த அபத்தக்காட்சி முடியும் வரை வேறு வழியில்லாமல் ஆளுக்கொரு மரத்தின் பின்னால் நானும் முத்துவும் ஒளிந்து கொள்ளவேண்டியாதாகி விட்டது.

அமெரிக்கன் கல்லூரி ’ஒபெர்லின் ஹால்’ முன் எனக்கும் மற்றொரு மாணவனுக்கும் வாய் தகராறு முற்றி கைகலப்பு என்று ஆகிவிட்டது. என் மீது எந்த தவறும்

கிடையாது. மதுரையில் அடிக்கடி பார்க்கக் கூடியது கஞ்சா குடித்து மெண்டல் ஆவது. அப்படி ஆனவன், என் மீது ஒரு எப்படியோ ஒரு பகையை மனத்தில் உருவாக்கிக் கொண்டான். Paranoid delusion. ஏற்கனவே பேராசிரியர்களின் ஓய்வறைக்கு சென்று பிரச்சனை செய்திருக்கிறான். இப்போது என்னிடம்.

இன்று வரை மன நிலை பாதித்தவர்களுக்கும் எனக்கும் ஒத்து போவதே இல்லை. என்னுடைய ராசி அப்படி. திடீரென்று அவன் கத்தியை எடுத்து விட்டான். மதுரையில் கத்தியை சண்டையில் ஒருவன் எடுத்து விட்டால் மற்றவர்கள் ஒதுங்கி விடுவார்கள். விலக்கி விட மாட்டார்கள். அவன் கத்தியால் குத்த பலமுறை கடுமையாக முயற்சிக்கிறான். ஆனால் நான் பயப்படாமல் அவனை அடிக்கிறேன். லாவகமாக கத்தி குத்திலிருந்து தப்பித்துக் கொண்டே அவனைத் தாக்குகிறேன்.

விலக்கி விட மாணவர்கள் எல்லோரும் பயப்பட்ட அந்த சூழலில் தமிழ்ப் பேராசிரியர் சாலமன் பாப்பையா என்னை பின் பக்கமாக வயிற்றோடு பிடித்து தூக்கி அந்த இடத்தை விட்டு வெளியேறி நடக்கும் போதே எங்கள் ஆங்கில பேராசிரியர் R.நெடுமாறன் அந்த கத்தி வைத்திருந்த மாணவனை இறுக்கமாக பிடித்து கொள்கிறார். அவன் வேகம் தணியும் வரை அவர் பிடி தளரவே இல்லை!

கத்திக்குத்துவிழுந்துஉயிரையேஇழந்திருக்கவேண்டிய என்னை அன்று காப்பாற்றியவர்கள் பேராசிரியர்கள் சாலமன் பாப்பையாவும், நெடுமாறனும்தான். என் கல்லூரி காலத்தில் பாப்பையா எனக்கு பக்கத்து தெருக்காரர் கூட. அதனால் கல்லூரியில் பார்த்து கொள்வதோடு, ஏரியாவில் லீவு நாளையிலும் ஏ.ஏ. ரோடில் எப்போதும் அவருடன் உரையாடிக்கொள்ள முடியும்.

பெரியகுளத்தில் பணியாற்றிக்கொண்டிருந்த போது பாப்பையா, தமிழ்க்குடிமகன் எல்லாம் ஒரு வழக்காடு மன்றம் நடத்த வந்தார்கள். பாப்பையா நடுவர். உற்சாகமாக கூட்டத்தில் பேசிகொண்டிருந்தவர் முன் நான் போய் நின்றேன். அவ்வளவு கூட்டத்திலும் என்னை அடையாளம் கண்டு கொண்டு பேச்சை கொஞ்சம் நிறுத்தி என்னை பார்த்து "என்னய்யா இங்கே?" என்றார் . "இங்கே தபால் துறையில் வேலை செய்றேன் அய்யா" என்று நான் சொன்னேன்.

"அப்படியா. ரொம்ப சந்தோசம்யா"- பதிலுக்கு அவர் சொல்லிவிட்டார் அதன் பின்தான் பட்டிமன்ற பணியை தொடர்ந்தார்.

எங்கள் ஆங்கிலத்துறை பேராசிரியர் R.நெடுமாறன் - மார்க் ஆண்டனி. இரண்டு திரைப்படங்களிலும் தலையைக் காட்டி இருக்கிறார். நெடுமாறன் ஆங்கிலத்தில் பேசி கேட்டால் இவருக்கு தமிழ் தெரியும் என்று யாரும் நம்ப மாட்டார்கள். அமெரிக்க ஆங்கிலம்.

தமிழில் முழங்கும் போது இவருக்கு ஆங்கிலம் தெரியும் என்று நினைத்தே பார்க்க முடியாது.

உச்சரிப்பு அவ்வளவு தெளிவாக இருக்கும்!

ஆர். நெடுமாறன் மேற்கோள் காட்டிய தமிழ் புதுக்கவிதை ஒன்று.

"வானத்தில் திரியும் பறவைகளை மட்டும் பாடாதீர்கள்

மலத்தில் நெளியும் புழுக்களையும் பாடுங்கள்!"

'மரத்தடி மகாராஜாக்கள்' என்று கவிதைத்தொகுப்பு நான் எடிட் செய்து வெளிவந்ததுண்டு. அது அந்தக்காலத்தில் மிகவும் பிரபலம்.

பாட்டுப்போட்டியில் அமெரிக்கன் கல்லூரியில் பரிசு வாங்கியிருக்கிறேன்.

அனைத்துக்கல்லூரி பாட்டுப்போட்டியிலும் கூட பரிசு வாங்கினேன்.

கல்லூரி வாழ்க்கை முடியும்போது

Candle light cermony நடக்கும்.

Life is not a bed of roses.

எல்லோரும் குமுறி குமுறி, தேம்பித்தேம்பி அழுதது இன்றும் மறக்க முடியுமா?

பழைய புராதனமான கோவில்களைப் பார்க்கும் போது எனக்கு எப்போதும் ஒரு சிலிர்ப்பு ஏற்படும். சிற்பங்கள், கோபுரம் தரும் பிரமிப்பு மட்டுமல்ல, எத்தனை காலங்களாக எத்தனை ஆத்மாக்கள் தவித்து தங்கள் துயரங்களை சொல்லி புலம்பி அழுது பிரார்த்தித்த இடங்கள்.

அது போல எங்கள் மதுரை அமெரிக்கன் கல்லூரியின் நீங்காத நினைவுகள் மாணவர்களின் இதயங்களில் நூறாண்டு காலத்திற்கும் மேலாக ரீங்காரமிட்டுக்கொண்டு இருந்திருக்கிறது. இருக்கிறது. இனி வரப்போகிற காலங்களிலும்தான்.

✦

நாத்திகமும் ஒரு சித்தி நிலைதான்

எழுத்தாளர் கர்ணன் இறப்பதற்கு முன் ஒரு சமயம் என்னுடன் செல் பேசிய போது அமெரிக்கன் கல்லூரி தமிழ்ப் பேராசிரியர் மறைந்த இல.பொன். தினகரன் தன்னுடைய நல்ல நண்பர் என்று குறிப்பிட்டார். நாங்கள் அவரை L. P. T. என்போம்.

'எல்ப்பிட்டி' கம்பீரமாக திருகி விடப்பட்ட மீசையுடன் ஜிப்பா, வேட்டியுடன், தோளில் ஒரு நீளமான துண்டு போட்டுக்கொண்டு, கண், மூக்கு திருத்தமாக, ஓவியம் வரைய, சிலையாய் வடிக்க ஆசையுண்டாக்கும் உருவம் கொண்டவர். உயரம் கொஞ்சம் குறைவுதான்.

ஏனோ எனக்கு மதுரையில் யு.சி. ஹைஸ்கூல் முன்புள்ள பிஸியான ரோட்டில் கட்டபொம்மன் சிலையைப் பார்க்கும் போதெல்லாம் பேராசிரியர் இல. பொன். தினகரன் ஞாபகம் வரும். மீசையைத் தடவிக்கொண்டே சிரித்த முகமாக வகுப்பு எடுப்பார்.

ஃப்ளின்ட் ஹவுஸ் முன்னால் நானும், ரவியும், முபாரக்கும் நின்று கொண்டிருக்கிறோம். தமிழ் பேராசிரியர் 'எல்ப்பிட்டி' ஒரு நண்பருடன் ஃபேக்கல்ட்டி அறையில் இருந்து வெளிப்பட்டு வந்து கொண்டிருந்தார்.

எங்களைப் பார்த்தவுடன் 'அய்யா' என முகமன் கூறினோம். 'எல்ப்பிட்டி' எப்போதும் 'என்னய்யா' என்பார். அருகே வந்த நண்பரைப் பற்றி அறிமுகம் செய்தார். அவர் பெயர் S.D.விவேகி. திராவிடர் கழகம்.

எஸ். தாவூத் இயற்பெயர் என்பதை எங்கள் தமிழ் பேராசிரியர் சொன்னவுடன் ஆர்வத்துடன் நான் கவனித்தேன். மிக எளிமையான தோற்றத்துடன் இருந்த விவேகியிடம் ஒரு தேஜஸ் இருந்தது.

நாத்திகமும் ஒரு சித்தி நிலைதான். அந்தக் காலத்தில் ஒரு முசல்மான் திராவிடர் கழகத்தில். பெரும் ஆச்சரியம். எப்படி சாத்தியமாயிற்றோ என்று இன்றும் கூட எண்ணிப்பார்க்க மலைப்பாக இருக்கிறது.

முபாரக்கைக் காட்டி விவேகியிடம் 'எல்ப்பிட்டி' சொன்னார் 'இவர் உங்களைப் போல ஒரு பகுத்தறிவுவாதிதான்.' உண்மையில் முபாரக் அப்படியெல்லாம் கிடையாது. ஆனால் ஏனோ ரேசனலிஸ்ட் என்றுதான் என்னைப் போலவே சொல்லிக் கொள்வான். ரவி தெய்வ நம்பிக்கை இன்று வரை சீரானது. நான் இடைப்பட்ட வாழ்க்கையில் ஆத்திகம் கொஞ்சம் பார்த்தவன்தான்.

முபாரக் அப்போதெல்லாம் இப்படி யாராவது சொல்லிவிட்டால் பெருமிதமாக இறும்பூதெய்தி விடுவான். விவேகியின் கையைப் பிடித்து குலுக்கினான். நான் தமிழய்யாவிடம் 'அய்யா, நானும் பகுத்தறிவுவாதிதான்ய்யா' என்ற போது அவர் தன் மீசையைத் தடவிக்கொண்டே 'ஆ.. கேபி, நீ ஒரு விளையாட்டுப் பிள்ளையய்யா' என்றார்.

எஸ்.டி.விவேகி எழுதிய நூல் ஒன்று அப்போது பிரபலமானது. 'வேதங்களின் வண்டவாளம்'. திராவிடர்

கழக வெளியீடு.

'எல்ப்பிட்டி' அடையாளமிட்டார்.

கோரிப்பாளையத்தில் அப்போது திராவிடர் கழக புத்தக நிலையம் ஒன்று உண்டு. இப்போதும் இருக்கிறதா? உடனே, உடனே அங்கே போய் அந்த நூலை நானும், முபாரக்கும் வாங்கினோம்.

ரவி 'ஏண்டா இதெல்லாம்?'

ரவி அப்போதெல்லாம் ஒரு புத்தகப் புழு. அந்தப் புத்தகத்தைப் படிக்காமல் விடவில்லை.

முபாரக் கேன்சரில் அற்பாயுளில் இறந்த போது முழுமையாக இஸ்லாமிய முறைப்படி பள்ளி வாசலில் தொழுகைநடத்தப்பட்டுதான்அடக்கம்செய்யப்பட்டான்.

முபாரக் மவுத்துக்கு ஆங்கிலப் பேராசிரியரும், மொழியியல் வல்லுநருமான ஃபஸ்லுல்லா கான் வந்திருந்தார் என்பது நன்றாக நினைவிலிருக்கிறது.

ரவியும் நானும் விம்மி, விம்மி, தேம்பித் தேம்பி அழுதோம்.

முபாரக் உடல் இறக்கப்பட்ட குழியில் மண் அள்ளிப் போட்டு விட்டு, மற்ற யாரிடமும் சொல்லிக்கொள்ளாமல், விறுவிறுவென வேகமாக நடக்க ஆரம்பித்தோம்.

◆

எழுத்தாளர் டெய்லர் கர்ணன்

ஜி.நாகராஜன் பற்றி அதிகம் தெரிந்து கொள்ள அவருடைய நண்பர் ஒருவரை தேடியதுண்டு. எழுத்தாளர்தான். டெய்லர். பெயர் கர்ணன்.

ஜி.நாகராஜனின் நெருக்கமான நண்பராக இருந்திருக்கிறார். அவருக்கு சி.சு.செல்லப்பாவுடன் சினேகிதம் இருந்திருக்கிறது. கர்ணனின் சிறுகதை தொகுப்பை செல்லப்பா அங்கீகரித்திருக்கிறார். அவரே வெளியிட்டிருக்கிறார் என்றும் ஞாபகம். 'பொழுது புலர்ந்தது' என்று ஒரு சிறுகதை தொகுப்பு கர்ணனுடையதுதான்.

அவரை நானும் சரவணன் மாணிக்கவாசகமும் மதுரையில் 1982இல் சேர்ந்து தேடிய முயற்சி அன்று ஈடேறவேயில்லை. டெய்லர் கடை பூட்டியிருந்தது.

இப்போது சோமு நூற்றாண்டு விழாவிற்கு வந்திருந்த கர்ணனை நிகழ்வு முடிந்தவுடன் தற்செயலாக சந்திக்க நேர்ந்தது. அபூர்வ சந்திப்பு.

பெரியவருக்கு 2004இல் எழுதிய 'அவர்கள் எங்கே போனார்கள்' புத்தகத்திற்கு தமிழக அரசு விருது கூட கிடைத்திருக்கிறது.

மதுரை சேம்பர் ஆஃப் காமர்ஸில் கூட்டம் முடிந்த பின் என்னைப் பார்த்து பிரியத்துடன் புன்னகைத்தார். நடக்க சிரமப்படுகிறார். வாக்கர் மூலம் நடக்க வேண்டிய நிலை. கழுத்தில் செர்விக்கல் காலர். அவர்தான் எழுத்தாளர் கர்ணன் என்பது தெரிய வந்த போது ஜி.நாகராஜன் நினைவு மேலெழும்பியது.

வழக்கறிஞர் பா.அசோக் மொபைலில் படம் பிடிக்க முனைந்த போது கழுத்தில் உள்ள செர்விக்கல் காலரை கழற்றி விடவா என்று கேட்டார். அசோக் அதற்குள் இரண்டு படம் எடுத்து விட்டார்.

◆

போர்ஹேஸ் எழுதிய இரண்டு கதைகள்

1. 'Dr. Brodie's Report' கதையில் வரும் யாஹூ இன பழங்குடி மக்கள் பழங்குடிக்கே உரிய நம்பிக்கை பல கொண்டவர்கள். பில்லி சூனியக்காரர்கள் விரும்பினால் யாரையும் கடல் ஆமைகளாக, எறும்புகளாக மாற்றக்கூடிய சக்தி படைத்தவர்கள். இப்படி யாஹூக்கள் உறுதியாக நம்பினார்கள். இதை பிராடி நம்ப மறுக்கும் போது ஒருவன் உடனே பரபரப்பாக தேடி அவருக்கு ஒரு எறும்பு புற்றை காட்டுவான். ஏதோ அதுதான் பிராடி நம்புவதற்கு ஆதாரம், நிரூபணம் என்பதாக. போர்ஹேஸ் சொற்ப கதைகள்தான் எழுதினார். ஒரு 24, 25 கதைகள். பெரும்பாலும் பேச்சில்தான் காலத்தை வீணடித்தார்.

2. 'The writing of the God' என்று ஒரு சிறுகதை. போர்ஹேஸ் எழுதியது. 'கடவுள் எழுதியது.' ஷினாக்கான் என்பவன் ஒரு பிரமிடின் பூசாரி. அந்த பிரமிடு கொளுத்தி எரிக்கப்படுகிறது. தீக்கிரையாக்கிய பெட்ரோ டி அல்வரடோ இந்த ஷினாக்கானை சித்திரவதைக்குள்ளாக்குகிறான். சிறையில் இவனை அடைத்து பக்கத்து செல்லில் ஒரு சிறுத்தையை அடைக்கிறான்.

ஷினாக்கான் மந்திரவாதியாக இருந்த கியாஹோலம்

பிரமிடில் கல்வெட்டு எழுத்துக்களை எவ்வளவு முறை பார்த்திருக்கிறான். எழுதப்படுவது எல்லாம் புரியவா செய்கிறது? வாசிப்பின் தேடல். Paradise will be a kind of library என்று போர்ஹேஸ் சொல்வார்.

அபூர்வமான தரிசன வரி - 'காலத்தின் முதல் விடியற்காலை'யை எண்ணிப்பார்ப்பது. கனவில் தோன்றும் ஒரு மணல் துகள் இரண்டு துகளாகி பெருகி பெருகி சிறையறை முழுவதும் நிரம்பி ஷினாக்கானை மூழ்கடித்து இவன் இறந்து விட்டதாக நினைக்கும்படியாவது, 'தண்ணீராலும் நெருப்பாலும் ஆன சக்கரம்.'

சிறை அறை - இறைச்சியும் தண்ணீர்க் குவளைகளும் கீழிறக்கப்படும் போது கொஞ்சம் வெளிச்சம் தெரிகிற அந்த சில துளி நேரத்தில் சிறுத்தைப்புலியின் மஞ்சள் தோலின் மீதுள்ள கருநிற பட்டை வரிகளில் கடவுளின் வாக்கியத்தை தேடும் ஷீனாக்கான்.

The God's Script. முழுமையான வளம் கொண்ட மந்திரம் கடவுளால் எழுதப்பட்டதை புரிந்து கொள்ள தவிக்கும் ஷீனாக்கான். அச்சொற்களை அறிந்து கொண்டதாகவே முடிவில் நினைக்கும் ஷீனாக்கான் ஒருபோதும் அதை உச்சரிக்கக்கூடாதென்றே முடிவெடுக்கிறான். சிறுத்தைப்புலி மீது எழுதப்பட்டுள்ள கடவுளின் வாக்கியத்தின் அர்த்தம் தன்னுடனேயே செத்துப் போகட்டும் என்று தீர்மானிக்கிறான்.

மாயர்களின் புராணீகத்தை பேசும் மயன் புனித நூல் Mayan book of the Dawn of life பற்றி இக்கதையில் 'மக்கள் புத்தகம்' என போர்ஹேஸ் குறிப்பிடுகிறார்.

◆

இசைப்பேரறிஞர் மதுரை சோமுவின் விழா

மதுரை சேம்பர் ஆஃப் காமர்ஸ் கட்டிடத்திற்கு நான் 1983ஆம் ஆண்டு மதுரை சோமு கச்சேரி கேட்பதற்காக போயிருக்கிறேன். அதன் பிறகு 36 வருடங்களுக்குப்பிறகு 2019 ஏப்ரல் 28ஆம் தேதி மதுரை சோமு நூற்றாண்டு விழாவில் தொடக்கவுரை நிகழ்த்துவதற்காக. எனக்கு சிலிர்ப்பு ஏற்பட்டது. Everything is governed by an intelligence and not by chance.

சோமு கச்சேரியின் போது ஜெயகாந்தன் முதல் வரிசையில். அதே வரிசையில் ஒரு இரண்டு சீட் தள்ளிதான் நானும் A.K.ரவியும் அமர்ந்திருந்தோம். சோமு பாடும் போதே பாடலில் ஒரு வரியாக 'எங்கள் ஜெயகாந்தா' என்று முன் வரிசை எழுத்தாளரை பார்த்துப் பாடினார். ஜெயகாந்தன் அதற்கு தலை வணங்கி சோமுவை அப்போது நமஸ்கரித்தார். மறக்க முடியாத காட்சி.

சோமு பாடும் போது ரொம்ப அற்புதமான அனுபவமாய் எப்போதும் இருக்கும். ஒரு கீர்த்தனையின் போது பக்கவாட்டில் ஒரு சில வினாடிகள் படுத்து விட்டார்.

'என்ன கவி பாடினாலும்' பாடினார். நாட்டக்குறிஞ்சி 'மாணிக்க மூக்குத்தி அலங்காரி'யும்.

சோமு கச்சேரி காட்சியின்பம். 'குருநாதா' என்பார். 'முருகா' என்பார். வயலின் வாசிப்பவரை பார்த்து பாராட்டாக 'ஐயோ' என்பார். எதிரே உட்கார்ந்திருப்பவரோடு பேசுவார். சமிக்ஞை செய்வார். குழந்தைமையும் கள்ளமின்மையும் கொண்ட ஜீவன்.

The child in him was battling with the man in him.

நாடகக்கலையையும் இசைப்பாட்டில் இணைத்தவர். Undoubtedly, Madurai Somu was a theatre personality.

நூற்றாண்டு விழாவில் நீதியரசர் அரங்க மஹாதேவனின் சந்திப்பு இனிய நிகழ்வு. என்னை சந்தித்தவுடன் நான் முப்பது வருடங்களுக்கு முன் எழுதிய கடிதம் பற்றி குறிப்பிட்டு என்னை ஆச்சரியத்தில் ஆழ்த்தினார்.

விழா முடிந்தவுடன் என்னிடம் "உங்களுக்கு இன்னொரு சர்ப்ரைஸ். நீங்கள் எழுதிய கடிதம் என்னிடம் இருக்கிறது" என்று நீதியரசர் சொன்ன போது என்ன பதிலும் சொல்ல முடியாமல் அசந்து போய் விட்டேன்.

அவருடைய தந்தை ம.அரங்கநாதனின் 'வீடு பேறு' சிறுகதை தொகுப்பு எத்தகைய கனமான ஒன்று. 'பொருளின் பொருள் கவிதை' என்ற மற்றொரு நூலும்.

அரங்கநாதன் நடத்திய 'முன்றில்' பத்திரிக்கையின் சந்தாதாரர் நான். க.நா.சு. முன்றில் பத்திரிக்கையில் அப்போது எழுதிய கட்டுரையொன்றில் "ஊரெல்லாம் விபச்சாரிகள் என்று தி.ஜானகிராமன் மாதிரி கதையெழுதி விடுகிறார்கள்" என்ற ஒரு வரியால் துடித்துப்போய் நான் அந்த வயதின் ஆவேசத்தை காட்டி ஒரு கடிதம் 1988 டிசம்பர் 1ஆம்தேதி அவருக்கு எழுதி அதை ஜெராக்ஸ்

செய்து முன்றில் உட்பட 200 பேருக்கு போஸ்ட் செய்தேன். டிசம்பர் 16ம் தேதி க.நா.சு. மறைந்தார் என்பதெல்லாம் மறக்க முடியுமா?

முன்றில் பத்திரிக்கையின் முழுப்பொறுப்பும் அன்று அரங்கநாதனின் மகன்தான் சுமந்தார். பிழை திருத்தம் துவங்கி தபாலில் பத்திரிக்கை பிரதிகளை சேர்ப்பது வரை பார்த்து பார்த்து பத்திரிக்கையை நடத்தியவர்தான் இன்றைய உயர் நீதிமன்ற நீதிபதி மஹாதேவன். இன்னொரு விஷயம். பிரமிளின் நெருங்கிய நண்பர். க.நா.சு.வின் 'கலை நுட்பங்கள்' நூலை மஹாதேவனுக்கு சமர்ப்பணம் செய்திருந்தார்.

விழாவில் நீதியரசர் மஹாதேவனின் பேச்சு தெளிந்த நீரோடை போல அப்படி ஒரு அருமையான பிரசங்கம். மதுரை சோமுவிற்கு முழுமையான அஞ்சலி.

என்னிடம் மொபைலில் பேசும்போது சொன்னார் "சார் என்று கூட வேண்டாம். மஹாதேவன் என்றே சொல்லலாம்." A great man is always willing to be little.

வழக்கறிஞர் பா.அசோக் என்னிடம் காட்டிய அன்பு பற்றி நான் விவரிக்கவே கூடாது. ஸ்தம்பித்துப் போய் அவரிடம் என்ன பேசுவது என்று திகைத்து நிற்கிறேன். எனக்கு ஒரு மகன்தான் அசோக். என்னை ரொம்ப நேர்த்தியாக சபைக்கு அறிமுகப்படுத்திய அழகு. 'குடத்தில் இட்ட எரிமலை ராஜநாயஹம்.'

அசோக் அவர்களின் சித்தப்பா பி.வரதராஜன் விழாவை பிரமாதமாக நடத்தினார்.

◆

கு.அழகிரிசாமி

"கு.அழகிரிசாமியின் சிறுகதைகளை தனித்தனியாக பத்திரிக்கைகளில் அவ்வப்போது படித்துப் பார்த்தபோது அவை அப்படி ஒன்றும் பிரமாதமானவையாகத் தோன்றவில்லை. ஆனால் சேர்த்து புஸ்தக ரூபத்தில் ஒன்றன் பின் ஒன்றாகப் படிக்கும் போது, சங்கீத ரஸிகர்கள் சொல்கிறார்களே அது போல் 'ஐயோ!'வென்றிருக்கிறது. எப்படித்தான் இந்தச் சிறுகதையாசிரியர் இப்படியெல்லாம் எழுதினாரோ? என்றிருக்கிறது" என்று க.நா.சு. 1959லேயே மலைத்துப் போயிருக்கிறார்.

நகுலன் "அழகிரிசாமியின் கதைகள் மனநிலைகளை நுணுக்கமாக விவரிப்பதிலும் சௌந்தரிய உணர்ச்சியின் பரிணாமத்தையும் உள் வளைவுகளையும் தாங்கியிருப்பதிலும் இவ்வளவு இருந்தும் பிரத்தியட்ச உலகின் தொடர்பு அறாமலிருப்பதிலும் நம்மைக் கவர்கின்றன, ஆனால் கு.அழகிரிசாமி கலையைப் புரிந்துகொண்டு அனுபவிப்பதற்கு வாசகனும் நுண்ணுணர்வு பெற்றவனாக இருக்கவேண்டும்."

மேலும் நகுலன் 1961இல் சொன்னார் "புதுமைப்பித்தன், கு.ப.ரா, மௌனி, இவர்களுடன் உடன் வைத்துப் பேசக்கூடிய தகுதி வாய்ந்தவர் கு.அழகிரிசாமி.

சொல்லப்போனால் இக்குறிப்பிட்ட ஆசிரியர்களின் சாயை அழகிரிசாமியிடம் ஒரு நூதன ரூபமெடுத்திருக்கின்றன. இவர்கள் அனைவரிடமிருந்தும் தனித்து நிற்கும் ஒரு பண்பும் கலைத்திறனும் அவருடைய கதைகளுக்கு உண்டு. அவருடைய கதைகளை ஒருமுறைக்கு இரு முறையாக படிப்பவர்களுக்கு சௌந்தரிய உணர்ச்சி என்பதன் தனி அர்த்தம் தெளிவாக விளங்கும்.

கதைத்தொகுதிகளை இன்று மூன்றாவது முறையாகப் படிக்கும் போது வட்டமிடும் உணர்ச்சி என்னவென்றால் அவர் கதைகளில் காணப்படும் ஒரு நூதனமான 'நகைச்சுவை'. விளக்கமாகச் சொல்லப்போனால் அவருடைய கதைகளுக்கெல்லாம் அர்த்தம் கொடுப்பது ஒரு தனிவிதச் சிரிப்புத்தன்மை. ஆனால் அவரை நாம் ஒரு பொழுதும் ஒரு நகைச்சுவை ஆசிரியராகச் சாதாரணமான அர்த்தத்தில் கருத முடியாது. ஒரு மேல்நாட்டு ஆசிரியர் ஆனந்த பாஷ்பத்தின் அடித்தளத்தில் நாம் துக்கக் கண்ணீரின் உலர்ந்த சுவட்டைக் காணலாம் என்று சொன்னார். அந்த அர்த்தத்திலும் நாம் அழகிரிசாமியின் நகைச்சுவைக்கு வியாக்கியானம் அளிக்க முடியாது. இதைச் சற்று வார்த்தைகளில் விவரிப்பது கடினம்தான்."

அழகிரிசாமி செய்த ஒரு சபதம் "குழந்தைகளை அடிக்க மாட்டேன். கம்ப ராமாயணத்தின் மீது சத்தியம்."

அவருடைய பிள்ளைகள் அதிர்ஷ்டக்காரர்கள். சாரங்கன் தன் அப்பா கையால் அடிவாங்காத மகன். கம்ப ராமாயணத்தின் மீது சபதம்.

அழகிரிசாமிக்கு மிகவும் பிடித்த எழுத்தாளர்கள் புதுமைப்பித்தன், தி.ஜானகிராமன், சுந்தர ராமசாமி, ஜெயகாந்தன் ஆகியோர். He was having some strong likes and dislikes. மௌனியையும் லா.ச.ரா.வையும் சுத்தமாக பிடிக்காது. இவர்கள் இருவரும் எழுதியவை

கதைகளாகவே தனக்குத் தோன்றவில்லை என்று கடுமையாகப் பேசினார்.

அழகிரிசாமி சிறுகதைகள் முழுப் புத்தகமாக பதிப்பாசிரியர் பழ அதியமான் அவர்களின் சீரிய முயற்சியில் காலச்சுவடு வெளியீடாக எட்டு வருடங்களுக்கு முன் வந்திருக்கிறது.

அழகிரிசாமியின் சில கதைகள் படித்து எவ்வளவு காலம் ஆனாலும் கூட சட்டென்று சிரமமின்றி நினைவின் மேலெழும்பி வரக்கூடியவை. திரிபுரம், அன்பளிப்பு, ராஜா வந்திருக்கிறார், அழகம்மாள், திரிவேணி, குமாரபுரம் ஸ்டேசன், சுயரூபம் ஆகிய கதைகள். சில கதைகளை குறிப்பிடுவதால் கொஞ்சம் நல்ல கதைகள்தான் போல என்று யாருமே எண்ணி விட வேண்டாம்.

கி.ராவுக்கு அழகிரிசாமி எழுதிய கடிதங்கள் காட்டும் உலகம். கு.அழகிரிசாமி இசையறிஞர் விளாத்திகுளம் சுவாமிகளைப் பார்த்தவுடன் கி.ராவிடம் சொன்னாராம் "கம்பர் இப்படித்தான் இருந்திருப்பார்!" இதே போல கு.அழகிரிசாமி ரசிகமணி டி.கே.சி.யைப் பார்த்தவுடன் உடனே, உடனே சொல்லியிருக்கிறார் "அடையா நெடுங்கதவு வீடுகொண்ட சடையப்ப வள்ளல் இப்படித்தான் இருந்திருப்பார்!"

1990இல் புதுவையில் ஒரு கட்டடத்தில் புத்தகக் கண்காட்சி. கி.ரா.வுடன் நான் உள்ளே நுழையும் போது செருப்பை வெளியே விட வேண்டியிருந்தது. உடனே கி.ரா., "இப்படி செருப்பை கழற்றி விட்டு செல்ல வேண்டியிருக்கும் போது அழகிரிசாமி என்ன செய்வான் தெரியுமா? ஒரு செருப்ப இங்கன போடுவான். இன்னொரு செருப்ப அங்கன போடுவான்."

திருடு போய்விடக்கூடாது என்பதற்காக!

இப்படி அழகிரிசாமி பற்றி கி.ரா. நினைவில் இருந்து அள்ளித் தெளிக்கும் விஷயங்களை கேட்கும் போது அவரை பார்க்க எனக்கு கொடுத்து வைக்கவில்லையே என்ற ஏக்கம்தான் ஏற்படும்.

திருச்சி தமிழ் இலக்கியக் கழகத்தில் அமுதன் அடிகள் என்னிடம் கு.அழகிரிசாமியின் சிறுகதைகளை அங்கே ஒரு அவ்வளவு பிரபலமில்லாத பிரபலத்திற்கு தந்துதவும்படி சொன்னார். "புத்தகங்கள் திரும்ப கிடைக்கும். நான் பொறுப்பு" என்றார். அதன்படி அந்த மனிதர் என் வீட்டுக்கு வந்து என்னிடம் இருந்த அனைத்து அழகிரிசாமி சிறுகதை தொகுப்புகளையும் வாங்கிச்சென்றார்.

அவருக்கு அழகிரிசாமி கதைகள் ஒரு கட்டுரை எழுத வேண்டியிருக்கிறதாம். ஒரே மாதத்தில் திருப்பித்தருவதாக சொன்னார். ஆறு மாதமாக தரவேயில்லை. அமுதன் தர்மசங்கடத்துடன் கையைப் பிசைந்தார். என்ன இந்த மனிதர் இப்படியிருக்கிறார் என்று வேதனைப்பட்டார்.

நான் மனந்தளரவில்லை. அவருடைய வீட்டுக்குப் போய் விட்டேன். அவருடைய மனைவிதான் இருந்தார். புத்தகத்தை திருப்பித்தர நினைவு படுத்தி விட்டு வந்தேன்.

ஒரு வாரம் கழித்து அவர் தன் மகளை அழைத்துக்கொண்டு வந்தார். முகம் விளங்கவில்லை. புத்தகங்களை திருப்பி கேட்டு அவரை அவமானப்படுத்தி விட்டதாக கருதுகிறார் என்பது அவர் முக விலாசத்தில் தெளிவாக தெரிந்தது. "நானெல்லாம் ரொம்ப கௌரவமானவன். ரோஷமானவன்" என்று சொல்லி புத்தகங்களை திருப்பி தந்து விட்டு நன்றி சொல்லாமலே திரும்பிச் சென்று விட்டார்.

◆

தாயின் பிணைத்துடன் பச்சை பாலகர்கள்

அழகான ஒரு பேரிளம் தாயும், வயது வந்த பதின்பருவ மகளும் எதிர்ப்பட்டால் ஒரு பரவசமான வாலிப உற்சாக கமெண்ட் 'தாயும் சேயும் நலம்.'

'தாய போல பிள்ள, நூலப் போல சேல' Like mother, like daughter.

பச்சை பாலகர்களை பரிதவிக்க விட்டு இறந்து போகிற பரிதாபமான தாய் பற்றிய கதை கு.அழகிரிசாமியின் 'இருவர் கண்ட ஒரே கனவு.'

மாட்டு தொழுவில் ஐந்தாறு ஓலைகளை வைத்துக் கட்டிய மறைவுக்கு இந்தப் புறம் மாடுகளும், அந்தப் புறம் வெள்ளையம்மாளும் அவளுடைய ஆறு வயதும் ஐந்து வயதும் ஆன இரு பாலகர்களும் வசிக்கிறார்கள்.

கூலி வேலைக்கு செல்லும் பெண் அவள். தொழுவில் குடியிருக்க வெள்ளையம்மாள் தொழுவின் சொந்தக்காரர் வீட்டில் இலவசமாக வேலை செய்து வர வேண்டியிருக்கிறது. அப்படி அவள் அழைக்கப்படும் தினத்தில் கூலி வேலைக்கும் போக முடியாது.

அவள் இப்போது கூலி வேலைக்கு போக முடியாததற்கு காரணம் குளிர் காய்ச்சல் மட்டுமல்ல. உடுத்திக்கொள்ளக்கூட துணி இல்லாமல் போனதும்தான். பசியில் துடிக்கும் குழந்தைகள். வேலப்பன் வீட்டில் கிடைத்த கஞ்சியையும் தரைக்கு தாரை வார்க்க வேண்டியிருக்கிறது. பசி என்பதற்காக அடுத்த வீட்டில் கஞ்சி வாங்கிக் குடிப்பது கேவலம் என்று அவர்களுக்கு அம்மா சொல்லி வந்திருந்தாள்.

தொழுவை நோக்கி ஓடி வந்தார்கள். அம்மா கிழிந்து போனபழைய கோணியின்கந்தலைப் போர்த்திக்கொண்டு கிடந்தாள். கண்கள் பாதி மூடி உடம்பில் அசைவில்லாமல்.

அம்மா எத்தனையோ தடவை செத்துப்போகும் விளையாட்டை ஆடியிருக்கிறாள். அம்மா செத்துப் போகாதே அம்மா, செத்துப் போகாதே அம்மா என்று பிணத்தைப் போட்டு அடிஅடி என்று அடித்தார்கள். செத்துப் போகாதே என்று பாலகர்கள் ஓலம்.

லோர்க்காவின் நாடகம் ‘Play without a title’.

In a small room, a woman died of hunger. Also,her two starving children were playing with the dead woman’s hands, tenderly, as if they were two loaves of yellow bread. When the night came, the children uncovered the dead woman’s breasts and went to sleep upon them while eating a can of shoe polish.

ஷூ பாலீஷை தின்று விட்டு இறந்த தாயின் முலையின் மீது படுத்து தூங்கிப்போகும் குழந்தைகள்.

இடைச்செவலாயிருந்தாலென்ன. ஸ்பெயினில் ஒரு ஊராய் இருந்தாலென்ன.

✦

தவிச்ச முயல அடிக்கிற கத

மதுரை சுற்று வட்டார ஊர்களில் நகைக்கடை பஜாருல 'கயிறு போடறது'ன்னு ஒரு Jargon உண்டு.

ஒரு நகையை விற்க வேண்டிய நிலை வரும் போது வாங்கிய கடையில் விற்றுப் பணம் வாங்குவது உடனடியாக நடக்காது.

'ஒரு பதினைந்து நாள் கழித்து வா' என்று பதில் வரும். பதினைந்து நாள் கழித்து போனாலும் ஏதாவது சால்ஜாப்புதான் பதில்.

வாங்கிய கடையில் திருப்பிக் கொடுத்தால் நல்ல விலை கிடைக்கும் என்பது ஐதீகம்.

ரொம்ப வருடத்திற்கு முன்பு வாங்கியிருந்த நகையென்றால், முந்தைய கடையே இப்போது இல்லை என்று கூட ஆகியிருக்கும்.

அல்லது அது அப்பா கடை. அண்ணன் தம்பி மச்சான் கூட பங்கு. இப்ப நான் பிரிஞ்சி இது தனி கடை என்பான்.

நகையை விற்க வருகிறவன் தலை போற பிரச்சனையில் இருப்பான். எப்படியாவது, கொஞ்சம் கொறஞ்ச விலையினாலும் கையில பணம் வந்தாதான்

ஆச்சின்ற நெலமயில தவி தவிப்பான்.

மற்ற நகைக்கடையில கேட்டு பாக்கலாம்னு நெனப்பான்.

இவன் நகை விக்க வந்த விஷயம் - எவ்வளவு பவுன், யாருன்ற விஷயமெல்லாம் பஜாரில் உடனே உடனே பரவியிருக்கும்.

இங்கதான் ‘கயிறு போடுறது’.

நகைக்கடையில மொதலாளி அந்த நகைய வாங்கி மச்சம் பாக்க கல்லெடுத்து நல்லா ஒரசிட்டு, ஒதட்ட பிதுக்கி சொல்லுவது ‘ மச்சம் ரொம்ப கம்மியாருக்கே.’

விக்க வந்த பாவப்பட்ட ஜீவன் “பாத்து குடுங்க.”

ஒரு பவுனுக்கு இவ்வளவுதான் குடுக்க முடியும்.

மீண்டும் நகைய விக்க வந்த அப்‘பாவி’ “பண மொட ஜாஸ்தி. வேற வழியில்லாமத்தான் வந்திருக்கேன்.“

“முடிவா இவ்வளவுதான் வாங்குற வில”ன்னு தீர்மானமா கடை பதில்.

இவன் வேதனயோட வெறுத்து எந்திரிச்சி கிளம்பும் போது வெல கொஞ்சம் கூடும்.

விக்க வந்தவன் “நான்தான் சொன்னனே...”ன்னு இழுக்கும் போது ‘கயிறு’.

பஜாருல எந்தக் கடைக்குமே கட்டாத அதிக வெலை. இந்தக் கடையில கயிறு போட்டு விட்டுடுவாங்கெ.

அந்த வெலைக்கு அந்த நகைய யாருமே வாங்கவே மாட்டாங்க. அவ்வளவு அதிக வெல தர்றேன்னு கயிறு போட்டு விட்டுடறது.

இவன் நிச்சயமா இத விட நல்ல வெல கெடக்கும்ற

‘அவிட்டி’யில் மூக்கு வேர்த்து கௌம்பி, அடுத்த கடைக்குள்ள நொழைவான்.

அடுத்த கட, அடுத்த கடன்னு வேர்த்து விறுவிறுக்க அலைவான்.

யாருமே இவன் மொதல்ல கேள்விப்பட்ட வெலக்கி ஒட்டிக்கூட வரவே மாட்டாங்களே.

தவிச்சி இப்ப அந்த மொதக்கடைக்கே வந்து சரண்டர் ஆகி “நீங்கதான் நியாயமா வெலை சொன்னீங்க. இந்தாங்க நகய வாங்கிக் கிட்டு பணத்த குடுங்க.”

கயிறு போட்டு பஜாருக்குள்ள விட்டாங்கென்னு இவனுக்கு எப்படி தெரியும்.

கயிறு போட்டு விட்ட இந்த மொதலாளி “அடடே, நான் சொன்ன தொகைக்கு இப்ப இன்னொரு ஆளுட்ட பழசு ஒன்ன வாங்கிட்டனே. இப்ப பணம் இல்ல. பதினஞ்சு நாளு கழிச்சி வா. பாப்பம்.”

ஓடி, ஓடி மூச்சிறைக்க தவிச்ச மொயல, கம்பால ஓங்கி தலயில அடிக்கிற கத இதுதான்.

✦

ஒன்னாங்கிளாசிலேயே சேட்டையாடா?

பெரிய குளம் பீரு கடை சர்புதின். அப்பா பேர் பீர் முகமது. பீரு கடை நாற்பது வருடங்களுக்கு முன் தென்கரையில் ரொம்ப ஃபேமஸ்.

சர்புதினின் அண்ணன் திருச்சி ஜமால் முகமது காலேஜ் ப்ரொபசர். ஆனால் சர்புதின் ஏழாவது வகுப்பு வரைதான் படித்தவர். ஆள் பார்க்க சிவாஜி சாயலில் நல்ல குண்டு. ரொம்ப குண்டு. தென்கரை பஜாரில் எம்.என்.பி. ஸ்டோர்ஸ் இவருடைய கடை.

இங்கிலீஷ் பேச ரொம்ப ஆசை.

கண்டினுவஸ் டென்ஸில் கி .சேர்த்து நிறைய ஓவர் ஆக்ஷன் செய்து அவர் பேசுவது ரொம்ப ரசிக்கும்படியாக இருக்கும்.

அவர் ம்னைவி ரொம்ப கறார் கண்டிப்பு உள்ளவர்.

“நேத்து செகண்ட் ஷோ பாத்திட்டு வீட்டுக்கு போறேன். The door was a opening.

The wife was a sleeping. I was a தட்டிங்.. 'செல்லம், செல்லம்' தட்டிங்!

The wife was a angry. The wife was a shouting? 'Why was a second show??'

'The' ரொம்ப பயன்படுத்துவார்.

'யோவ் இப்ப கடைக்கு வந்துட்டு போனாரே. அவரு யாருய்யா. என்ன செய்றாரு.'

சர்புதின் பதில் - 'தி நெல்லு, தி உருளைக்கிழங்கு, தி மிளகாய் இதுக்கெல்லாம் போடுவாங்கள்ள தி உரம்! அது தயாரிக்கிற தி கம்பெனி வச்சிருக்கார்.'

ராத்திரி பஜாரில் கரண்ட் போய் விட்டால் கடை பையன் மெழுகுவர்த்தியை பற்ற வைத்து எடுத்து வருவான். காற்றில் மெழுகுவர்த்தி அணைந்து விடாமல் இரு கையால் நெருப்புச்சுடரை மூடியவாறு சொல்வார்.

('பதற்றம்' ஓவர் ஆக்ஷன்)

"Candle.. Candle with care..Candle with care."

அப்போது நான் சென்ட்ரல் கவர்ன்மெண்ட் எம்ப்ளாயி. போஸ்டல் டிபார்ட்மெண்ட். ஆஃபீஸ் போக கிளம்பி வருகிறேன்.

சர்புதின் கடையில் இருக்கிறார். கீழே அவர் மகன் ஒன்னாங்கிளாசு படிக்கும் மகன் நயினார் முறுக்கிக்கொண்டு நிற்கிறான். 'போ.. நான் போக மாட்டேன்.'

சர்புதின் என்னைப் பார்த்ததும் நான் " யோவ் சர்பு, என்னய்யா?"

சர்பு " இங்க பாருய்யா... நயினார் பள்ளிக்கூடம் போக மாட்டேங்கிறான். நீ கொஞ்சம் சொல்லி அனுப்பி வை இவனை."

நான் பொறுப்பை சிரமேற்கொண்டேன்.

நயினார் கடும்பகையை தன் இரு கண்ணில் காட்டி என்னைப் பார்த்து 'முடியாது' என்பதாக தலையை ஆட்டினான்.

நிச்சயம் என்னை 'போடா' சொல்வான். சர்புதினே மகனுக்கு சமிக்ஞை செய்து ரகசியமாக வாயை விரித்து சத்தமில்லாமல் சொன்னார் "போடா சொல்லு..."

நான் நயினாரைப் பார்த்து சொன்னேன் " நயினாரு, ஒன்னாங்கிளாசுலேயே சேட்டையாடா? படிப்பு ரொம்ப முக்கியண்டா. சொன்னா கேளு. ஒன்னாங்கிளாசுலயே இப்படி பண்ணாத. ஒங்க அத்தா மாதிரி ஏழாங்கிளாசு வரை படிக்க வேண்டாமாடா? ஏழா...ங்கிளாசு..."

◆

Interrogation

எம்.ஜி.ஆர் ஆட்சி காலத்தில் முதல் பகுதி. மதுவிலக்கு அமுலில் இருந்தது. பெருங்குடி மக்கள் அப்போதெல்லாம் கள்ளச் சாராயத்தையே நம்பியிருந்தார்கள். ஏழைகள் (கலக்கு முட்டி)வார்னீஷ் குடித்தார்கள்.

ம்துவிலக்கு அமலில் இருந்த காலத்தில் திரைப்பட இயக்குனர் டி.என்.பாலு குடிபோதையில் கைது செய்யப்பட்டிருந்தார். மீண்டும் வாழ்வேன், ஓடி விளையாடு தாத்தா, சட்டம் என் கையில் போன்ற படங்களின் இயக்குனர். தி.மு.க.காரர். குடித்து விட்டு தூங்கிக்கொண்டிருந்தவரை எழுப்பி சிறை வைத்தார்கள்.

சர்பு தன் நண்பர்களுடன் கள்ளச்சாராயம் கிடைத்தால் குடித்து மகிழ்வதுண்டு. வடுகபட்டி பாண்டிதான் சாராய பாட்டில்கள் வாங்கி வந்து தருவான். அதற்கு அவனுக்கு கூலி, இரவு உணவுக்கு பணம் கொடுக்கிற வழக்கம். அந்த நேரத்தில் விலையும் கடுமைதான். அதோடு வாங்கி வருகிற பாண்டி எப்போதும் விலை ஏறி விட்டது என்று சொல்லி ஒரு எக்ஸ்ட்ரா தொகை கறந்து விடுவான்.

இப்படி ஒரு முறை பஜாரில் போய்க்கொண்டிருந்த வடுகபட்டி பாண்டியை கூப்பிட்டு டீல் செய்த போது பாண்டி "அண்ணே வேண்டாண்ணே. விலை இப்ப

ரொம்ப ஏத்திட்டானுங்க. போலீஸ் தொந்தரவு வேற. என்ன விட்டுடுங்க... சிக்குனா எத்தனை மாசம் உள்ள இருக்கணும் தெரியுமில்ல."

அவனை சமாதானப்படுத்தி மிகப் பெருந்தொகை கொடுத்து (கூலியும் மிக அதிகமாய் கேட்டான்.) அனுப்ப வேண்டியிருந்தது. கூட ரெண்டு பாட்டில். மொத்தம் நாலு பாட்டில். குடிப்பதற்கு அப்படி தவிக்க வேண்டியிருந்திருக்கிறது. At any cost சாராயம் வேண்டும்.

போன பாண்டி வரவில்லை. பஜாரில் கடை சாத்தியவுடன் கச்சேரி. அவனக் காணோம். விசாரிக்க ரெண்டு ஆளை அனுப்பிய பின் வடுகபட்டி பாண்டி வேர்த்து, விறுத்து சைக்கிளில் வந்தான். சரக்கு எதுவும் சைக்கிளில் இல்லை. சோகமாக பாண்டி பகர்ந்தான். "போலீஸ் ரெய்டு. பாலத்திலிருந்து நாலு பாட்டிலையும் வாய்க்கால்ல வீசிட்டேன்."

ஃப்ராடு. பொய் சொல்றான். நாலு பாட்டில் பெருந்தொகையை அடித்து விட்டு போலீஸ் ரெய்டு என்று அளக்கிறான். அவனை உடனே விட்டு விடவில்லை. குடிப்பதற்காக ஏற்பாடு செய்திருந்த அறைக்கு குடி மக்கள் பாண்டியை அழைத்துக்கொண்டு வந்தார்கள்.

"நான்தான் சொல்றனுல்லங்க... ரெய்டு... சிக்கக் கூடாதுன்னு பாலத்தில இருந்து வீசிட்டேன். சிக்கியிருந்தா இன்னேரம் உள்ள இருப்பேன்."

சர்புவின் குடிகார நண்பர் ஒருவர் அவனை அடிக்காமல், அவன் சட்டை பட்டன ஒவ்வொன்னா கழட்டி, கவனமா மிரட்டி, (கவனமில்லாம மிரட்டினா பாண்டி எகிறிடுவான்.குறுக்க திரும்பிடுவான்.) கொஞ்ச நேரத்தில உண்மைய ஒத்துக்கிட்டான்.

"ரெய்டுல்லாம் ஒன்னும் இல்ல. நான்தான் பொய்

சொன்னேன். வீட்டுல அரிசி இல்ல."

"அரிசி இல்லன்னா இவ்வளவு பெரிய தொகைய ஆட்டய போடலாமாடா?"

"..."

"பாண்டி கல்லுளி மங்கனாச்சே. எப்படியா அவன் கிட்ட இருந்து உண்மைய கறந்தீங்க."

இது மாதிரி சூழலில் சர்புவின் ஸ்டைலை வர்ணிக்க வார்த்தைகளே கிடையாது. இந்த interrogation பற்றிய சர்புவின் விவரிப்பு. சர்பு பெருந்தோரணையுடன் "The seriousity of the situation was so dangerable. சிவளைதான் அவன விசாரிச்சான்."

சிவளை: What are you?

பாண்டி: எங்கப்பா பேரு கண்ணுசாமிங்க. என் ஊரு வடுகபட்டிங்க.

சிவளை: Where are you?

பாண்டி: எடுபிடி வேலை எதுனாலும் செய்வேங்க. வீட்டுக்கு வெள்ள அடிப்பேன். காட்டு வேல எதுனாலும் கிடைச்சா செய்வேன்.

சிவளை: Why are you?

பாண்டி: எனக்கு இன்னும் கல்யாணம் ஆகலீங்க. பொண்ணு கிடைக்கலீங்க.

சிவளை: Who are you?

பாண்டி: தாமரைக்குளத்தில தாங்க சாராயம் வாங்கினேன்.

சிவளை: When are you?

பாண்டி: சத்தியமா நான் நல்லவன்தாங்க. காச்சிற

இடத்தில கொஞ்சமா குடிச்சேங்க.

சிவளை: Which are you?

பாண்டி: தெரியாம பண்ணிட்டேங்க. மன்னிச்சிக்கங்க...

பாண்டி கால்ல விழுந்துட்டான்.

ரெண்டு விரல அவன் கடவாய்க்குள்ள சிவள விட்டான்.

"பய உண்மைய கக்கிட்டான்."

✦

எனவேதான் ஆஸ்பத்திரி மற்றும்...

பெரிய குளத்தில் தென்கரை பஜாரில் அப்போது என் நண்பர் மறைந்த சர்புதின் அவர்களின் கடைக்கு போவேன். அங்கே அந்த பரபரப்பான பஜார் பல காட்சியை விரிக்கும்

அப்போது மன நிலை பாதித்த ஒருவர் நடவடிக்கை.

சில சமயம் நாள் முழுதும் வேக வேகமாக ஏதோ இப்போது அவசரமாக முடிக்க வேண்டிய ஒரு முக்கிய வேலைக்காக அலைவது போல அரக்க பறக்க பஜாரின் ஒரு முனையிலிருந்து மறு முனை வரை நடப்பார். மயத்தில் ஊரை சுற்றியும் அவசர நடை. இருபத்தி நாலு மணி நேரமும் நடை. செகண்ட் ஷோ படம் விட்டு போகும் போகிறவர்கள் கூட அப்போதும் ஊர் சாலைகளில் சாரங்கன் அவசரமாக நடை போடுவதை காண முடியும்.

சில சமயம் உறைந்த நிலையில் பஜாரில் ஒரு கடை முன் நின்று விடுவார்.

அப்படி உறைந்த நிலையில் சர்புதின் கடை முன் எதோ பிரசங்கம் செய்கிற தோரணையில் கை விரலை மட்டும் அசைத்து கொண்டு சிலை போல. சர்புதினின் சிறு வயது தோழர். திடீரென்று ஒரு அரை மணி நேரம் சென்றவுடன் உரத்த குரலில் வாய் திறந்தார்.

“எனவே தான் ஆஸ்பத்திரி மற்றும் சுகாதார நிலையங்கள் அனைத்தையுமே சீர்திருத்துவதோடு மட்டுமல்லாமல், அதோடு கூட...” நிறுத்தி விட்டார் .

சர்புதின் “டே சாரங்கா, நீ என்ன ஒரு மணி நேரம் பேசி கிழிச்சிட்டே. எனவேதான்னு ஆரம்பிக்கிறே. அதுல மட்டுமல்லாமல், அதோடு கூட ன்னு அந்தரத்திலே நிறுத்திட்டே” என கேட்டார் .

உள்ளே ஆழ் மனதில் சாரங்கன் பெரிய பிரசங்கம். அதிலும் சப்ஜெக்ட் ‘சுகாதாரம், ஆரோக்கியம், மருத்துவம்‘ பற்றிய தீவிர ஆராய்ச்சி, அலசல்... திடீரென்று லீக் ஆகி வாய் வழி “OverFlow.”

அப்புறம் சாரங்கன் மனதிற்குள் மீண்டும் பிரசங்கம் தொடர்ந்து விட்டது.

✦

மிசா ராமசாமி

என்னோடு இருந்த மற்றொரு நண்பர் சுகுமார் மூலமாக, நாங்கள் குடியிருந்த வீட்டில் தங்குவதற்காக, ராமசாமி வந்து சேர்ந்தார். அந்த எங்கள் நண்பருக்கு ஒரு பேங்க்கில் வேலை. அதே பாங்கில் வேலைக்கு வந்தவர் இந்த ராமசாமி. அவருடைய உடல் அமைப்பில் பிள்ளையாரின் அம்சங்கள் முழுமையாய் இருந்தன. உயரமும் குறைவு. குண்டு ராமசாமி.

இன்னொரு பேங்கில் வேலை பார்த்த ஒருவரும் எங்களோடு அப்போது இருந்தார். அவர் திருமணமானவர். ராமசாமி ஐயர் ஒரு பேங்க்கில் வேலை பார்த்தவர். பேங்க் வேலையில் சொந்த ஊரில் இருந்த போதே அரசியல் ஈடுபாடு கொண்டிருந்தார். எமர்ஜென்ஸிக்கு எதிராக தீவிர அரசியல் செயல்பாடுகளில் இருந்தார்.

ஆர்.எஸ்.எஸ்.காரரான ராமசாமி ஐயர் மிசாவில் சிறையில் அடைக்கப்பட்டார். மிசா கைதிகள் அனைவரும் விடுதலையான போது அவரும் விடுதலையானார். ரொம்ப சிரமத்திற்கு பிறகுதான் பேங்க் வேலை மீண்டும் அவருக்கு கிடைத்தது.

உடனே நான் உத்யோகம் பார்த்துக்கொண்டிருந்த இந்த ஊருக்கு வந்து சேர்ந்தார். நானும் அரசாங்க பணியில்

புதிதாக அப்போது சேர்ந்திருந்தேன்.

அவர் எங்கள் குடியிருப்புக்கு வந்த பின் இன்னும் இருவர் எல்.ஐ.சி. உத்யோகத்தில் இருந்த நடுத்தர வயதினர் அந்த அறைக்கு வந்து சேர்ந்தனர். அவர்களுக்கு குடும்பம் ரொம்ப தூரமான ஒரு ஊரில். இப்போது எங்கள் அறையில் ஆறு பேர். அனைவரிலும் நான்தான் இளையவன். எனக்கு மீசை கூட சரியாக அப்போது அரும்பவில்லை.

ராமசாமி திருமணமாகாதவர் என்றாலும் நாற்பது வயதை நெருங்கிக்கொண்டிருந்தார். தி.க.காரரான அழகர் பால் கடை வைத்திருந்தார். பனங்கற்கண்டு பால் சூடாக தருவார். பிரட் போல 'பன்' அவர் கடையில் இருக்கும். இரவு உணவு முடிந்தவுடன் அழகர் கடைக்கு போய் பால் சாப்பிடுவோம்.

அவர் ராமசாமியை ரமணி என்று அழைத்தார். இருவருக்கும் நெருக்கம். இந்த தி.க.காரரர் அழகரும் ஆர்.எஸ்.எஸ். ராமசாமியும் ஒரே சிறையில் மிசாவில் இருந்திருக்கிறார்கள். அங்கே மிசா கைதிகளாய் இருந்த அரசியல்வாதிகள் அனைவருமே ராமசாமியை ரமணி என்றுதான் அழைப்பார்களாம்.

ராமசாமி சொன்னார். அவருடைய ஊரில் அவருடைய சொந்த பந்தங்களும் ரமணி என்றே இவரை அழைப்பார்களாம். திராவிடர் கழகம் அழகரும், ஆர்.எஸ். எஸ். ராமசாமியும் மிகுந்த கண்ணியம் கலந்த நட்புடன் பழகுவார்கள். அழகர் முதியவர். ரமணியும், அழகரும் எதிர் அரசியல் பேசவே மாட்டார்கள்.

வழக்கம் போல் இரவு பனங்கற்கண்டு பால் சாப்பிட அழகர் கடைக்குள் நுழைவோம். அழகர் 'வாங்கய்யா' என்று எங்களை வரவேற்பவர் அடுத்து "ரமணி, வாங்க" என்பார்.

ஒரே முறை என்னிடம் அழகர் “ராஜநாயஹம், நீங்க ரொம்ப சின்ன பையன். ரமணி ஆர்.எஸ்.எஸ்.காரர். அவர் சொல்ற அரசியல நம்பிடாதீங்க, வாலிபர்களதான் ஆர்.எஸ்.எஸ்.காரங்கமாத்தபார்ப்பாங்க”என்றார்.ஆனால் ஒரு அதிசய ஆச்சர்யம். ரமணி அவருடைய கொள்கை, கருத்து எதையும் என்னிடம் பேசியதே இல்லை. இதை அழகரிடம் சொல்லி தெளிவுபடுத்தினேன்.

ஆசுவாசமான அழகர் “நான் சொன்னத மறந்துடுங்க. ரமணி கிட்ட ’அழகர் இப்படி சொன்னார்’னு சொல்லிடாதீங்க. அவர் மனம் புண்பட்டு போயிடுவார். ரொம்ப நல்ல மனுஷன்.” என்றார். இருவருக்கும் நெருக்கம் இருந்தது. ’ரமணிக்கு திருமணம் சீக்கிரம் நடக்க வேண்டும். பாவம் மிசாவில ரொம்ப கஷ்டப்பட்டுட்டார்’ என்று அழகர் கவலைப்படுவார்.

பெரியார் இறந்த அன்று நடந்த அரசியல் பற்றி நடுங்கும் குரலில் அழகர் வேதனைப்படுவார்.

”அய்யா இறந்த உடனயே, உடம்பு இருக்கும் போதே, ரெண்டு க்ரூப்பா உட்காந்துட்டாங்கங்க. எம்.ஜி.ஆர், திருவாரூர் தங்கராசு, எம்.ஆர்.ராதா ஒரு புறம். ஆமா, ராதா ஆதரவு தங்கராசுவுக்கு.

கருணாநிதி, மணியம்மை, வீரமணி இன்னொரு புறம்னு உக்காந்துட்டாங்க. ஏன் கேக்கறீங்க” தலையில் அடித்துக்கொள்ளாத குறையாக அழகர் குமுறுவார்.

ரமணி எப்போதும் உற்சாகம் கொப்பளிக்க இருப்பார். நல்ல குண்டு. ’பெரிய தூரு’ என்று அவருடைய பட்டெக்ஸ் பற்றி பஜாரில் கடை வைத்திருந்த சர்புதின் பாய் சொல்வார். சர்புதினும் ரமணி போலவே குண்டுதான். என்றாலும் ரமணியை ரொம்ப கிண்டலடிப்பார்.

ரமணி இடுப்பில் அரிசிப் பையை கட்டி விட்டால்

அவர் நடக்கும்போதே மாவாய் ஆகிவிடும் என்று சர்பு சொல்வார். க்ரைண்டர் ராமசாமி.

இப்படி ஒரு ஜோக் அடித்தால் ரமணி உடனே நின்ற இடத்தில் ஒரு அடி தள்ளி நின்று உற்று பார்ப்பார். அதன் பிறகு தான் முகத்தை மேலும் கீழும் ஆட்டி சிரிப்பார்.

நடக்கும் போது நான் ஒரு ஜோக் சொல்கிறேன் என்று வைத்துக்கொண்டால், உடனே ரமணி நின்று விடுவார். ஒரு அடி பின்னால் போவார். உற்று என் முகத்தை பார்ப்பார். மேலும் கீழும் உச்சி முதல் பாதம் வரை ஒரு ஆச்சரியப்பார்வை. அப்புறம் தலையை ஆட்டி சிரிப்பார்.

சர்பு ஒரு நாள் சொல்வார் "ராமசாமி, இன்னக்கி மரத்தில வால தொங்க விட்டு ஊஞ்சலாடுனியாமே."

மறுநாள் "யோவ் ரமணி, இன்னக்கி தும்பிக்கய ஊணி நாலு காலயும் தூக்கி சங்கு சக்கரமா சுத்துனியாமேய்யா... மூன்றாந்தல்ல..." என்பார்.

இதெற்கெல்லாம் ரமணி தன் பாணியில் உள்ளூர் வியாபாரி சர்புதினை ஏற இறங்க பார்த்து விட்டு தலையை ஆட்டி சிரிப்பார்.

ராத்திரி நாங்கள் குடியிருப்பில் ஆறு பேரும் வரிசையாக படுத்திருப்போம். படபடவென்று சத்தமாக ரமணியின் Farting. சரம் பட்டாசு போல. ஆனால் ஒரு அதிசயம். அவருடைய அபான வாயு நாற்றமே எடுக்காது. அணு குண்டு வெடிச்சத்தத்தில் அபான வாயு அவ்வப்போது வெளியேறும்.

ஒரு நாள் அவருக்கு வலது புறம் நானும், இடது புறம் சுகுமாரும் ஒரு பெரிய வெடி சத்தம் கேட்டு ஒரே நேரத்தில் பதறி இரு பக்கமும் எழுந்து விட்டோம். ரமணி "சாரி, நேக்கு தான் காஸ்ட்ரபிள். ஒன்னுமில்லை படுத்துண்டுடுங்க சாரி." என்று சொன்னார். ஒரு நாற்றம்

எடுக்காத வெடி சத்த குசு. வித்தியாசமான மறக்க முடியாத அனுபவம்.

மிசாவில் அவர் டூ டாய்லட் போகிற சூழல் பற்றி விவரிப்பார். மலக்கிடங்கு. சின்ன நீண்ட திண்டில் அங்கெங்கே அவ்வப்போது கைதிகள் வருவார்கள். உட்கார்வார்கள். உட்கார்ந்தவுடன் கீழேயுள்ள மலக்கிடங்கில் உள்ள ஈக்கள் எழுந்து இவரை மூடி விடும். முகத்தில் தேனடை போல ஈக்கள்.

"யாரு... யார் நீங்க..." சக கைதி கேட்கும் போது இவர் முகத்தில் உள்ள ஈக்களை இடது கையால் மழித்து (ஷேவ் செய்வது போல) "என்ன தெரியலியா? நான்தான் ராமசாமி. ரமணிம்பேளே..." என்பாராம்.

சிறையில் எந்த அந்தரங்கத்திற்கும் மரியாதை, மதிப்பே கிடையாது. இங்கே வேலைக்கு வந்த பின்பு, காலையில் எழுந்தவுடன் எங்கள் வீட்டில் இருந்து கிளம்பி, ரமணி எப்போதும் ஊரில் இருந்த ஒரு பிரபலமான ஹோட்டலுக்கு போய் அங்கே இருக்கும் ஃப்ளஷ் அவுட் டாய்லட்டில் காலைக் கடன் முடிப்பார்.

நாங்கள் குடியிருந்த வீட்டில் எடுப்பு கக்கூஸ். தோட்டி வந்து சுத்தம் செய்வார். எவ்வளவோ முயற்சி செய்தும் ஃப்ள்ஷ் அவுட் டாய்லட் உள்ள வீடு எங்களுக்கு கிடைக்கவில்லை. ரொம்ப சொற்பம். அதுவும் சொந்த வீட்டுக்காரர்கள்தான் அப்போது அப்படி வீட்டில்.

இரவில் தாக சாந்தி செய்யும் எங்கள் நண்பர்கள் முன் முதலில் வேடிக்கைதான் பார்த்தார். நான் மது குடிக்காவிட்டாலும் மது போதையில் இருப்பவர்கள் செய்ய வேண்டிய அத்தனை கலாட்டாவையும் செய்பவன்.

"என்ன, நாங்க தண்ணியடிச்சவங்க அமைதியா இருக்கோம். நீ ஏய்யா போதக்காரன் சேட்டையெல்லாம்

பண்ற" என்பார்கள்.

ரமணியிடம் ஒரு நாள் "ஐயரே, கொஞ்சம் சரக்கு குடிச்சி பாக்கிறீங்களா?" என்று கேட்டார்கள்.

சித்தர் போல "Why not?" என்றார்.

அவர்கள் ஒரு டம்ளரில் ஊற்றி கொடுத்தார்கள். இவர் தரையில் அமர்ந்து டம்ளரில் இருந்த பிராந்தியை மெதுவாக வாயில் வைத்து 'குடிகார அவசரமே இல்லாமல்' ஏதோ பால் சாப்பிடும் குழந்தை போல, இரண்டு கையாலும் கண்ணாடி டம்ளரை பிடித்துக் கொண்டு, சர்பத் சாப்பிடுவது போல முகச் சுளிப்பே இல்லாமல் நிதானமாக கண்ணை உருட்டி எல்லோரையும் பார்த்துக்கொண்டே குடித்தார்.

அடுத்து ஒரு டம்ளர் சரக்கையும் அதே பாணியில் தான். மது இப்படி அவரை ஆக்ரமித்து விட்டது.

நான் வேலையே பிடிக்காமல் ராஜினாமா செய்து விட்டு ஊரை விட்டு கிளம்பினேன். ஒரு வரி resignation letter. "I resign my job as the nature of work does'nt suit my temporament."

ஒரு முறை ரயிலில் சென்னையில் இருந்து நானும் என் அப்பாவும் திரும்பி வரும்போது ராமசாமியை எங்கள் கம்பார்ட்மெண்ட்டில் சந்தித்தோம். அதே உற்சாகம். அதே சிரிப்பு. என்னைப்பற்றி அப்பாவிடம் சொன்னார்: "தொர, துறு துறுப்பு. ஜாலியான டைப். ஊரில ஒவ்வொரு இடத்த பாக்கும் போது உங்க பையன் ஞாபகம் எப்போதும் வரும்." மேலும் பெருமையாக சொன்னார்.

என் அப்பாவுக்கு நான் அரசாங்க வேலையை விட்டதில் கடும் அதிருப்தி. அந்த அதிருப்தியை ராமசாமியிடமும் கவலையுடன் தெரிவித்தார்.

ராமசாமிக்கு திருமணம் ஆனது. குழந்தைகள் பிறந்தார்கள். பின்னால் மதுரைக்கு வந்த சர்புதின் சொன்னார். "ராமசாமி பேங்க் வேல முடிஞ்சி கௌம்பினாலே தண்ணிதான்யா. குடிச்சிட்டு அங்கங்க விழுந்து கெடக்கிறாப்ல." அடிக்ட் ஆகி விட்டார் ரமணி என்பது தெரிந்தது.

பின்னால் ஒரு துக்க செய்தி. மனைவி குழந்தையை விட்டு விட்டு அகால மரணமடைந்து விட்டார்.

அரசியலில் உச்சம் தொட்ட பிரமுகர் அவருக்கு இறுதி மரியாதை செலுத்தினாராம். காரணம் பிரபல பிரமுகரின் வளர்ச்சியில் ஒவ்வொரு கட்டத்திலும் ராமசாமி உழைப்பு இருந்ததாம். அவருக்காக ஊரில் ஓட்டு கேட்டு வீடு வீடாக படியேறி இறங்கியிருக்கிறார் ராமசாமி.

கல்லாய் உறைந்து போன ராமசாமி பற்றிய நினைவுகள்.

✦

மோத்தி

மோத்தி பாக்க அப்ப இருந்த நடிகர் ரவிச்சந்திரன் மாதிரி இருப்பான். எம்.ஜி.ஆர். ரசிகன். எம்.ஜி.ஆருக்கு பிரியாணி செய்து கொண்டு போய் கொடுத்ததை சொல்வான். நாகப்பட்டணத்தில ரஜூலா கப்பல் சிங்கப்பூரிலிருந்து வந்து கொண்டிருந்த காலத்தில் செழிப்பான வாழ்க்கை வாழ்ந்தவன். கொண்டாட்டமான வாழ்க்கை.

திருநெல்வேலியில் பிரபலமான ஒரு வியாபாரி மகளை கூட்டிக்கொண்டு வந்து விட்டான். ஜோதி. அவள்தான் முதல் மனைவி. இரண்டாவது மனைவி முஸ்லிம் பெண். மூன்றாவது மனைவி யாரென்றால் அந்த இரண்டாவது மனைவியின் தாய். இரண்டாவது மனைவியோடு வீட்டுக்குள் நுழைந்த அவளுடைய அம்மா சக்களத்தியாகி விட்டாள். இந்த மூன்று பேரையும் ஒரே வீட்டில்தான் வைத்திருந்தான் என்பது பெரிய அதிசயம் என்றே கருத வேண்டும்.

இது தவிர நாகையிலேயே பர்மாக்காரி ஒருத்தி மோத்திக்கு பிள்ளை பெற்றிருக்கிறாள் என்று ஊரே சொல்லும். சிங்கப்பூருக்கு அடிக்கடி ரஜூலா கப்பலில் போய் வருவான். அங்கே ஒரு சீனாக்காரி அவனுக்கு.

அவளுக்கும் ஒரு குழந்தை கொடுத்திருக்கிறான் என்பார்கள்.

ஆள் ரொம்ப கலகலப்பானவன். வெளி நாட்டு சாமான்கள் சப்ளை செய்வான்.

அவனுக்கு ஃபேமிலி ஃப்ரண்ட்ஸ் சினிமாக்காரர்களில் உண்டு. எப்போதும் கவி.கா.மு.ஷெரிஃப் பற்றி சொல்வான். 'சினிமால பாட்டெல்லாம் எழுதுவாருடா. ரொம்ப பெரிய மனுசன். மனுசன்னா அவருதான் மனுசன்."

எம்.ஆர்.ராதா மகன் வாசு இவனுக்கு நல்ல பழக்கம். அவருக்கு வெளி நாட்டு ஜாமான்கள் மோத்தி சப்ளை செய்வான். மோத்தி வீட்டுக்கே எம்.ஆர்.ஆர்.வாசு வந்ததுண்டு.

பள்ளிப் படிப்பு திருச்சி செயிண்ட் ஜோசப்ஸ். அப்போதும் அப்பா கஸ்டம்ஸில் அதிகாரியாக நாகையில் இருந்தார். லீவுக்கு வரும்போது மோத்திதான் தோஸ்த். ஏழாவது படித்துக்கொண்டிருந்தேன். 'டேய், மோத்தி' என்று தான் கூப்பிடுவேன். 'டேய் தொர' சந்தோஷமா கலகலப்பா மோத்தி சிரிப்பான்.

மூணு, நாலு பொண்டாட்டிக்காரனை நான் எப்போதும் "டேய், மோத்தி"ம்பேன். அவன் முதல் மனைவி என்னை சினிமாவுக்கு கூட்டிக்கொண்டு போயிருக்கிறாள். ஜோதி அக்கா. நெல்லை ஜோதி ஸ்டோர் ஓனர் மகள். இவளுக்கு குழந்தை கிடையாது.

ரெண்டாவது பொண்டாட்டிக்கு தலைப்பிரசவம் வீட்டிலேயே நடந்தது. அவள் பிரசவ வலி தாங்க முடியாது அய்யோ, அம்மா என்று குரலெடுத்து அழுத போது 'தொர அழுகய பார்றா'ன்னு குலுங்கி குலுங்கி சிரித்தான் மோத்தி. நான் அப்போது அவன் வீட்டில் இருந்தேன்.

“தொர, எம்.ஆர்.ஆர். வாசு இந்த இடத்தில ஒக்காந்து எத்தன தடவ சாப்பிட்டுருக்கான் தெரியுமாடா?”

”டேய் மோத்தி, அடுத்த தடவ வாசு வந்தா சொல்லுடா. நான் பாக்கணும்.”

குழந்தை பிறந்து விட்டது. குவா, குவா. ஆம்பளை குழந்தை.

”தொர, கொழந்தைக்கு நீதான் பேர் விடணும். ஒரு முஸ்லீம் பேரா வைடா”

நான் “அப்துல் ஹமீது,”

அந்த பேரில்தான் அந்த குழந்தை வளர்ந்தான்.

”அப்பா, உங்க மகன் தொரதான் எம்பிள்ளைக்கு பேர் வச்சான்.” என்னுடைய அப்பாவிடமே கலகலவென்று சிரித்தவாறு சொல்வான். மட்டுமல்ல. ஊருக்கே இதை தம்பட்டமாக சொல்வான்.

அவனை “டே மோத்தி”ன்னு நான் கூப்பிடுவதில் ரொம்ப பெருமையும் சந்தோஷமும் அடைந்தவன். “தொர, என்ன ‘டேய் மோத்தி’ன்னுதான் கூப்பிடுவான்.” பாக்கிறவர்களிடம் எல்லாம் என்னை காட்டி சொல்லி குரலெடுத்து குலுங்கி சிரிப்பான்.

ஜோதி அக்கா தன்னை மோத்தி குடி போதையில் அடித்ததாக ஒரு நாள் என்னிடம் சொன்னாள். “ஏண்டா அக்காவ அடிச்ச”ன்னு அவனுக்கு கன்னத்தில் பளார் பளார்னு நாலு கொடுத்தேன். வலிக்கும்படியான அடிதான். ஆனால் மோத்தி சிரித்துக்கொண்டே “இனிமே அடிக்க மாட்டண்டா”

‘என்னய தொர இன்னக்கி அடிச்சிட்டான்’ என்று அக்கம்பக்கத்தில் உள்ளவர்களிடமெல்லாம் அன்று சொல்லிக்கொண்டிருந்தான். மறுநாள் பத்து பேர்

பெரியவர்களே என்னிடம் கேட்டார்கள். "மோத்திய அடிச்சியா, அவன் சொல்றான்"

பெரிய படிப்பெல்லாம் மோத்திக்கு கிடையாது. ஆனால் ஆங்கில அறிவு உண்டு. சில அபூர்வமான வார்த்தைகளை பிரயோகப்படுத்துவான். "தொர, மதார் ஒரு லோஃபர்" பன்னிரெண்டு வயதில் நான் மோத்தி சொல்லிதான் Loafer முதல் முறையா கேட்டேன். (நம்ப பாசமலர் பீம்சிங் டைரக்ட் செய்த தர்மேந்திரா இந்தி படம் 'Loafer'லாம் அப்புறந்தான். இப்போது Loafer shoe நான் வைத்திருக்கிறேன்.)

மதாரும் கூட மோத்தி வயசுதான். மதாரையும் 'டேய், மதார்' என்பேன்.

ஒரு தடவை அப்பா அடித்த போது கடலில் விழப் போகிறேன் என்று ஓடினேன். மதாரை அப்பா என்னை பிடிக்க சொல்லி அனுப்பினார். மதார்தான் சமாதானப்படுத்தி மீண்டும் என்னை வீட்டுக்கு அழைத்து வந்தவன்.

கரூருக்கு ட்ரான்ஸ்ஃபர் ஆன போது மதார் தேம்பி, தேம்பி அழுதான். அதன் பிறகு அப்பா கரூர், மதுரையை அடுத்து நாகைக்கு மீண்டும் ட்ரான்ஸ்பரில் வந்த போது நான் கல்லூரி படிப்பு முடித்திருந்தேன்.

மோத்தியை அவனுடைய முஸ்லிம் மனைவி தலாக் சொல்லி விலகி இன்னொருவனை திருமணம் செய்து கொண்டு விட்டாள். அவள் அம்மா (மோத்தியின் மூன்றாவது மனைவியும் மாமியாருமானவள் இறந்து விட்டாள்). ஜோதி இடையில் ஒருவனோடு ஓடிப் போய் விட்டாள். மீண்டும் அவள் நாகைக்கே திரும்பி (இரண்டாவது மனைவியின் மகன்) அப்துல் ஹமீதை மகனாக ஏற்றுக்கொண்டு மோத்தியை மறுதலித்து

விட்டாள். அப்துல் ஹமீதுக்கு தன் தாயையும் பிடிக்கவில்லை. அப்பாவையும் பிடிக்கவில்லை. அம்மாவின் புதிய கணவனையும் பிடிக்கவில்லை. அவன் அப்பாவின் முதல் மனைவி ஜோதியைத்தான் 'அம்மா' என்று ஒட்டிக்கொண்டான்.

மோத்தி இப்ப சாப்பாட்டுக்கே வழியில்லாத Loafer. எப்படியோ கள்ளச்சாராயம் அவனுக்கு கிடைத்துக்கொண்டிருந்தது. எங்கள் வீட்டு திண்ணையில் வந்து உட்கார்ந்து மோத்தி "பசிக்கிது, சாப்பாடு வேணும்" என்று ஒப்பாரி. நான் வெளியே வந்து பார்த்தேன். நல்ல போதையில் மோத்தி. அவனுக்கு சாப்பாடு வீட்டில் என் அம்மாவிடம் வாங்கி வந்து கொடுத்தேன்.

"இனி மேல் குடித்து விட்டு எங்க வீட்டுக்கு வரக்கூடாது. சாப்பாடு வேண்டுமென்றால் குடிக்காமல் வாடா."

ஆள் எப்படி நடிகர் ரவிச்சந்திரன் போல இருப்பான். இப்ப பிச்சைக்கார கோலம்.

மறுபடியும் குடித்து விட்டு திண்ணைக்கு வந்து "சாப்பாடு வேண்டும்" என்றான். நான் அடித்து விட்டேன்.

"இருடா, அப்பா கிட்ட சொல்றேன்" என்று கஸ்டம்ஸ் ஆஃபிஸ் போய் "தொர என்ன அடிச்சிட்டாம்ப்பா" என்று அழுதிருக்கிறான்.

ரோட்டில் எங்கே பார்த்தாலும் அவனை சாப்பிட வைப்பேன்.

"டேய் தொர, என்ன நீ அடிச்சில்ல. ஏன்டா சின்னப்பயலா இருக்கும்போதே நீ என்ன கன்னத்திலே அடிச்சவன்தான?" என்று மழலையாக போதையில் உளறுவான்.

என் திருமணத்திற்கு பிறகு ஒரு முறை சின்ன டூரில் காரில் நாகை வந்தேன். மதார் ஓடி வந்து அழுதான். “தொர, நீதான்டா என் தம்பி, நீதான்டா நல்லவன்” மோத்தி பரிதாபமான தோற்றத்துடன். மிகவும் மெலிந்து மோசமான நிலையில்.

மதார், மோத்தி இருவருமே என் மனைவியிடம் “நாங்க வளத்த புள்ளமா ஒன் புருஷன். டேய்னுதான் கூப்பிடுவான்” என்று பெருமையாக சொன்னார்கள்.

என் மாமனாரிடம் மோத்தியை காட்டி “மாமா, மோத்தியும் உங்கள மாதிரி எம்.ஜி.ஆர். ரசிகன்தான். இவன் மூனு பொண்டாட்டிய ஒரே வீட்டில வச்சி குடும்பம் நடத்துனவன்” என்று நான் சொன்ன போது,

மிகவும் அனுபவசாலியான அவர் அவனை ஆச்சரியமாக பார்த்து விட்டு “என்ன மாப்ளே சொல்றீங்க. இவனா? நிஜமாவா? மூனு பொண்டாட்டிய ஒரே வீட்டில வச்சிருந்தானா? நம்பவே முடியலயே, அது முடியவே முடியாதே.ஏம்ப்பா மோத்தி, ஒன் மேல எனக்கு ரொம்ப மரியாத வர்துடா. நீ ரொம்ப பெரிய ஆள்டா” என்றார்.

மோத்தி ரொம்ப நாள் உயிரோட இருக்க மாட்டான் என்பது பார்த்தாலே அப்போது தெரிந்தது.

✦

The Significant Other

திரையுலகத்திற்கு கொஞ்சமும் குறைந்ததல்ல அந்தக்கால சங்கீத உலக Gossips. ஜி.என்.பாலசுப்ரமண்யம் 'சகுந்தலை' படத்தில் எம்.எஸ்.சுப்புலட்சுமியுடன் ஜோடியாய் நடித்த போதே இருவருக்கும் காதல், தொடர்பு என்று சங்கீத உலகம் முணுமுணுத்தது.

'சகுந்தலை' படத்தில் ஆணழகன் ஜென்டில்மேன் ஜி.என்.பாலசுப்ரமணியமும் இசைக்குயில் எம்.எஸ் சுப்புலக்ஷ்மியும் இணைந்து பாடும் காதல் பாடல்.

எம்.எஸ்.: பிரேமையில் யாவும் மறந்தேனே

ஜி.என்.பி.: ஜீவனமுனதன்பே

எம்.எஸ்.: என் அன்பே

ஆயிரம் முறை கேட்டாலும் திகட்டாத பாடல்.

ஜி.என்.பி.யை அவருடைய சிஷ்யை எம்.எல். வசந்தகுமாரியுடன் இணைத்தே பேசப்பட்டதுண்டு.

There is an optical illusion about every celebrity.

நாதஸ்வர சக்ரவர்த்தி டி.என்.ராஜரத்தினம்பிள்ளைக்கு எம்.எஸ். மீது இருந்த sexual obsession. தூக்கிக்கொண்டு போய்விட்டார். அப்புறம் தான் கல்கி சதாசிவம் கல்யாணம்

செய்து கொண்டார் என்று மிகப்பெரியவர்களே இன்று சொல்வதுண்டு.

அந்தக்காலத்தில் Me too பரபரப்பு புகார்களுக்கு முகாந்திரம், மார்க்கமிருக்கவில்லை?

மதுரை மணி ஐயர். தி.ஜானகிராமன் இவருடைய ரசிகர். இதை திருச்சி ரசிகரஞ்சனி சபாவில் மெம்பராய் இருந்த போது வையச்சேரி தேவாரம் பாலசுப்ரமண்யம் என்னிடம் உறுதிப்படுத்தினார். எனக்கு சிலிர்ப்பாய் இருந்தது. தி.ஜா. போலவே எனக்கும் மதுரை மணி ஐயர் பாட்டு ரொம்ப பிடிக்கும்.

அவருடைய பாடல் கேசட் இருபதுக்கு மேல் என்னிடம் இருந்தன. அவர் குரலில் வராளி கா வா வா, கரகரப்ரியாவில் சக்கனி ராஜா, மோகனம் கபாலி, சௌராஷ்ட்ரா ராக சூர்யமூர்த்தெ, இன்னும்... எப்போ வருவாரோ, தாயே யசோதா... இப்படி கேட்க காதுகளுக்கு என்ன பாக்யம்.

மதுரை மணி ஐயர் இந்த பூவுலகில் ஒரு ஐம்பத்தாறு வருடங்கள்தான் இருந்தார். ஒரு அரை நூற்றாண்டு வாழ்க்கையில் அந்த சாதனை இன்னமும் சுகிர்தமாக, சாசுவதமாக.

பிரபல கல்லூரி முதல்வராய் இருந்த ஒரு மாமி ஒரு தகவலை சொன்னார். அவர் ரிட்டயர் ஆன பிறகு இன்னொரு தனியார் கல்லூரியில் முதல்வரானார். அவருடைய இளைய சகோதரர் கூட எனக்கு கல்லூரியில் ஆசிரியராய் இருந்திருக்கிறார். அந்த கல்லூரி முதல்வரின் பெற்றோர் மதுரையில் பெருமாள் கோவில் தெருவில் குடியிருந்திருக்கிறார்கள். குழந்தையாக இருக்கும் காலம் தொட்டு மதுரை வாசி அவர்.

கல்லூரி முதல்வர் சிறுமியாக ஒன்றாம் வகுப்பு,

இரண்டாம் வகுப்பு படிக்கிற காலத்தில் அங்கே பக்கத்தில் ஒரு வீட்டில் ஒரு மாமி இருந்திருக்கிறார். அவர் சங்கீதம், பரதநாட்டியம் இவற்றில் தேர்ந்தவர். குழந்தைகளிடம் மிகவும் அன்பாய் இருப்பார். குழந்தையாய் இருந்த இந்த முதல்வருக்கு அந்த பக்கத்தாத்து மாமியை மிகவும் பிடிக்குமாம். குழந்தையும் தெய்வமும் கொண்டாடும் இடத்தில் தானே.

ஆனால் ஒரு சிக்கல். பிரின்சிபால் மாமியின் தாயாருக்கு அந்த குறிப்பிட்ட பக்காத்தாத்து மாமியை சுத்தமாய் பிடிக்காதாம்.

குழந்தையை “எங்கடி போயிருந்தே அபிஸ்டு... சொல்லேன்டி ஜடம்.” ஒன்றாம் வகுப்பு படிக்கும் குழந்தை முகம் கலவரமாகி என்ன சொல்லலாம் என்று தவிக்கும் போதே “வாயில என்னடி பட்சணம் ஒட்டிண்டிருக்கிறது. ஏண்டி அவ ஆத்துக்குத்தானே போயிருந்தே..கிரகசாரம்.” குழந்தை பயத்தோடு தலையை ஆட்டும். உடனே அம்மா தொடையில் நல்லா கிள்ளி விட்டு “இனிமே அவ ஆத்துக்குப்போவியா? எத்தன தடவ சொல்லியிருக்கேன். போகாதடின்னு... ஏண்டி” என்று மீண்டும் நறுக்கென்று தொடையில் கிள்ளி விடுவாராம்.

நான் கேட்டேன். “ ஒங்க தாயாருக்கு ஏன் அந்த பக்கத்தாத்து மாமி மேல இவ்வளவு துவேசம்?”

காலேஜ் பிரின்சிபால் சொன்னார். “ அந்த மாமி சங்கீத வித்வான் மதுரை மணி ஐயரின் Concubine. மணி ஐயர் அந்த மாமியை வச்சிண்டிருந்தார். His significant other.

அவ ரொம்ப நல்லவ. எனக்கு ரொம்ப பிடிக்கும். ஆனா என்ன செய்ய. Social Stigma. குழந்தையா இருக்கறச்ச எனக்கு என்ன தெரியும். அப்புறம் ரகசியமாதான் அம்மாவுக்கு தெரியாமதான் அந்த மாமியை போய்

பார்ப்பேன். அவ விளயாட்டு ஜாமானெல்லாம் எனக்கு தருவா. பட்சணமெல்லாம் ரொம்ப ருசியாயிருக்கும். நல்லா நெறய்ய கதைகள் சொல்வா. ரொம்ப நல்ல மாமி...” இதை சொல்லும்போதே கல்லூரி முதல்வரின் கண்கள் குளம் கட்டி விட்டன.

“மணி ஐயருக்கு குஷ்டம் உண்டு. அப்படியிருந்தும் எங்க தெருவில் இருந்த பக்கத்தாத்து மாமிக்கு அவர் மீது பிரேமை என்பதை விட பக்தி... ரொம்ப நன்னாயிருப்பா. எவ்வளவு பெரிய தியாகம்.”

தி.ஜானகிராமன் ‘மணம்’ என்ற ஒரு சிறுகதை எழுதியிருக்கிறார் என்பது நினைவுக்கு வந்தது. அந்தக் கதையில் வருகிற நீலா என்ற துணை நடிகை ஒரு Sex worker. அவள் ஒரு இரவு இருட்டறையில் சந்தித்த மனிதர் குஷ்டரோகி என்பது மறு நாள் தெரிய வரும்போதே அதிர்ச்சியாகி அருவருப்பினால் தவிப்பாள்.

நீலாவுக்கு நெஞ்சை அடைத்து, தொண்டை வலித்து, கண்ணீர் தளும்பி, உதட்டை கடித்து, அழுகை பீறிக்கொண்டு வரும். ஒரே ஒரு இரவுக்கே அப்படி.

Madurai Mani Iyer’s significant other was a saint, precisely.

✦

பிடில் வாத்தியார்

எட்டாங்கிளாஸ் ஃபிடில் வாத்தியார். வயலின் வாசிப்பவர் அல்ல. உடம்பை அடிக்கடி சொறிவார். அதனால் பிடில் என்று பெயர். இந்தப் பெயர் அவருக்கு எந்தக் காலத்தில் பள்ளி மாணவர்களால் வழங்கப்பட்டதோ?

Conjugation. 'See' verb. I see என்று present tense-இல் ஆரம்பித்து future perfect continous tense வரை மாணவர்கள் எழுத வேண்டும். ப்ளாக் போர்டில் பிடில் To see எழுதி விட்டு கட்டை தொண்டையில் சொல்வார்.

"எழுது. Conjugation. 'I'க்கும் 'We'க்கும் 'Shall'. மத்ததுக்கெல்லாம் 'Will', ம்... ம்... எழுது" என்று future tense பற்றி மட்டுமே சொல்வார். திரும்பத் திரும்ப 'I'க்கும் 'We'க்கும் 'Shall'. மத்ததுக்கெல்லாம் 'Will' சொல்லி குறுக்கும் நெடுக்குமாக நடப்பார்.

அடக்க முடியாமல் சிரித்து விட்டேன். குனிய வைத்து முதுகில் பட, படவென்று பிடில் கையால் அடித்து "முன்னால போய் முழங்கால் போடு." நான் முழங்கால் போட்டவாறே காஞ்சுகேசன் எழுதும் போது ஒரு பையன் எழுந்து சந்தேகம் கேட்க ஆரம்பித்தான்.

"சார். இந்த ப்ரசண்ட் பெர்ஃபெக்ட் கண்ட்டினுவஸ் டென்ஸ்ல..." அவன் வார்த்தையை முடிக்கு முன்னரே "அதத்தான் நான் சொல்லிக்கிட்டிருக்கேன்... இவனுக்கு சிரிப்பு வருது" என் முதுகில் மீண்டும் நான்கைந்து அடி.

"எழுது. 'I'க்கும் 'We'க்கும் 'Shall'. மத்ததுக்கெல்லாம் 'Will' எழுது". கட்டைத் தொண்டையில் கத்தினார்.

உடம்பில் விலா பகுதியில் சொறிந்து விட்டு 'I'க்கும் 'We'க்கும் 'Shall'. மத்ததுக்கெல்லாம் 'Will'." என் முதுகில் மீண்டும் ரெண்டு அடி. 'ஐ'க்குக்கும், 'வி'க்கும் ஷால். மத்ததுக்கெல்லாம் வில்.

வகுப்பில் முதல் வரிசை பெஞ்சில் இரண்டு குட்டை பையன்கள். இருவருக்குமே Funny face. ஒவ்வொரு வாரமும் ஒரு க்ளாஸ் Non - detailed.

சிலபஸில் ராபின்சன் குருசோ நாவல். அந்த இரண்டு பையன்களில் ஒருவனுக்கு குருசோ என்றும் இன்னொருவனுக்கு ஃப்ரைடே என்றும் பிடில் பெயர் வைத்தார். ராபின்சன் குருசோ பாட வகுப்பு என்றால் அந்தப் பையன்கள் இருவர் முகமும் அன்று முந்திய வகுப்புகளிலேயே பதட்டமாகி இருளடைந்து விடும். கதையில் ஃப்ரைடே செய்யும் முட்டாள்தனங்களுக்கு வகுப்பில் உள்ள ஃப்ரைடே முதுகில் அடி விழும்.

'இப்படி முட்டாப்பயல கூடவே வைத்திருக்கானே குருசோ' என்று பிடில் கோபப்பட்டு புத்தகத்தை கீழே வைத்து விட்டு வகுப்பில் உள்ள குருசோ முதுகிலும் நாலு சாத்து சாத்துவார். "மூள கெட்ட பயல கூடவே ஏன் வச்சிக்கிட்டுருக்கற நீ? இடியட், ஃபூல், ராஸ்கல்."

'Presence of Mind' வார்த்தையை பிடில் சொல்லிதான் முதலில் கேள்விப்பட்டோம்.

திருச்சியில் இருந்து பிடில் சென்னை போய்

இருக்கிறார். பாரீஸ் கார்னர். ஹை கோர்ட் எதிரில் பிடில் போகும் போது எதிர் ப்ளாட்ஃபார்மில் ஒருவர் தெரிந்த ஆள் போல இருந்திருக்கிறார். நின்று, அவரைப் பார்த்து இங்கிருந்து கை தட்டியிருக்கிறார். கை தட்டல். எல்லோரும் திரும்பி பார்த்திருக்கிறார்கள்.

எதிர் ப்ளாட் ஃபார்மில் போய்க்கொண்டிருந்தவர்கள் மட்டும் இல்லாமல் ரோட்டை க்ராஸ் செய்து கொண்டிருந்தவர்கள், மற்றும் இவர் நின்ற ப்ளாட் ஃபார்மின் பாதசாரிகளும் நின்று பார்த்திருக்கிறார்கள். (ந.முத்துசாமி சொல்வார் "கைதட்டலுக்கு ராணுவ கட்டளைக்குள்ள பலம் இருக்கு.") மீண்டும் எதிர் ப்ளாட்ஃபார்மை பார்த்து பிடில் கை தட்டியிருக்கிறார். எதிர் ப்ளாட்ஃபார்மில் போய்க் கொண்டிருந்த ஒவ்வொருவரும் நின்று நானா? நானா? என்று கை சைகையால் கேட்டிருக்கிறார்கள்.

இவர் 'அந்த குடைக்காரர்' என்று சைகைகளால் சொல்லியிருக்கிறார். குடைக்காரரும் 'நானா' கேட்டுக் கொண்டிருந்தவர், மற்றவர்களால் "உங்களைத்தான்" என்று அறிவுறுத்தப்பட்டு சிரமப்பட்டு வாகனங்கள் ஓடிக் கொண்டிருந்த அந்த பெரிய ரோட்டை க்ராஸ் செய்து இவரை நோக்கி வர ஆரம்பித்திருக்கிறார். அவர் பாதி ரோட்டை க்ராஸ் செய்யும் போது பிடில் வாத்தியாருக்கு பகீர் என்று ஆகி விட்டது. அவர் தெரிந்த மனிதர் அல்ல. வேறு யாரோ?

உடனே பிடில் 'Presence of Mind' வேலை செய்ய ஆரம்பித்தது. கையில் சுளுக்கு போல நடிக்க ஆரம்பித்திருக்கிறார். முக பாவத்தில் வேதனை வரவைத்து அவரை நோக்கியே கை தட்டி, மேல் நோக்கி குடை போல் நீட்டி, கை விரல்களை மடக்கி கையை நீவி, நீவி விட்டிருக்கிறார். திரும்ப, திரும்ப கை தட்டி, மேல்

நோக்கி நீட்டி, கை தட்டி கையின் முன் பகுதியை நீவி, நீவி விட்டு...

குடைக்காரர் பக்கத்தில் வந்து உற்று பார்த்து விட்டு, மீண்டும் ரோட்டை க்ராஸ் செய்து கொண்டே முனகியிருக்கிறார். "பாவம் கையில சுளுக்கு. அங்க இருந்து பாக்க கூப்பிடுவது போல தெரிஞ்சிருக்கு."

வகுப்பில் பிடில் தலைப்பொட்டில் தட்டிக்காண்பித்து "ப்ரசன்ஸ் ஆஃப் மைண்ட் வேணும்டா."

ஸ்கூல் பிக்னிக் ஒன்றிற்காக அதிகாலை ஆறரை மணிக்கு திருச்சி டவுன் ஸ்டேசனில் ரயிலில் ஏறி ஒரு நூறு பேர் உட்கார்ந்திருக்கிறோம். ஒருத்தன் "டேய் பிடில் பார்றா. வெளிக்கி இருக்குதுடா." எட்டிப்பார்த்தால் ஸ்டேசனை ஒட்டிய முள் காட்டில் பிடில் வாத்தியார் 'Nationalize' பண்ணிக்கொண்டிருந்தார்.

"பிடில் மாமா, பிடில் மாமா இங்க பாருங்க, உங்க பிடில் கம்பி அந்து போனா என்ன பண்ணுவீங்க" என்று கோரஸாக பாடும் போதுதான் கவனித்து எழுந்து ஒரு முள் மரத்தின் பின் ஒளிந்து மறைந்து கொண்டு ரயிலில் எவனெல்லாம் பாடுறான், சிரிக்கிறான்னு நோட்டம் விட்டார்.

எனக்கு என் அப்பாவிடம் இருந்து ஒவ்வொரு மாதமும் மணியார்டர் வருவதுண்டு. பாக்கெட் மணி. பிடில் பீரியடில் மணியார்டர் வந்தால் தொலைந்தேன். பீரியட் முடிந்ததும் முழங்கைகளை சொறிந்து கொண்டே பிடில் "சம்பளம் வாங்க கையெழுத்து போடணும். பணம் தேவை".

கணிசமாக என்னிடம் இருந்து பணம் கறந்து விடுவார். இவர் சம்பளம் வாங்க கையெழுத்து போட பணம் தர வேண்டுமா? அதற்கு நான் ஏன் தர வேண்டும்? இப்படி

ஒரு எச்சிக்கலைத்தனம் பிடிலுக்கு உண்டு. பணத்தை திருப்பி தரவே மாட்டார். கோபமாய் அடிக்க வரும்போது அவருடைய சட்டை பாக்கெட்டில் ஒரு எட்டணா போட்டு விட்டால் அடிக்க மாட்டார்.

நீதி போதனை வகுப்பில் ஜெரால்ட் ஒரு பேனாக்கத்தி வைத்திருப்பதை கண்டு பிடித்த ஆசிரியர் ஒருவர் அதை பிடுங்கி மேஜையின் டிராயரை திறந்து உள்ளே வைத்து விட்டார். அடுத்த வகுப்பில் உள்ளே வந்த பிடில் டிராயரை திறந்தவர், கத்தியை நைசாக இடுப்பில் வேட்டியில் செருகிக் கொண்டார். இதை எல்லோருமே பார்த்து விட்டார்கள். ஜெரால்ட்டை அடுத்த வகுப்பில் மன்னித்த நீதி போதனை ஆசிரியர் கத்தியை திருப்பி தர ட்ராயரை திறந்தால் கத்தியில்லை. அவர் க்ளாஸ் டீச்சரிடம் கம்ப்ளெயின்ட் செய்ய வலியுறுத்தி விட்டு சென்றார்.

பிடில் வந்ததும் க்ளாஸ் லீடர் சொன்னான். "சார் எவனோட்ராயர்ல இருந்த கத்திய தேட்டா போட்டுட்டான் சார்." பிடில் நீளமாக அட்வைஸ். கையையும் காலையும் சொறிந்து கொண்டே "டேய் இந்த வயசில தேட்டைய போடுற புத்தி இருந்தா உருப்பட மாட்ட. மரியாதயா உண்மைய சொல்லு."

குண்டு நஸீருதின் எழுந்து "அத தேட்டா போட்டவன் கை குஷ்டம் பிடிச்சிடும் சார். அழுகிப்போயிடும்." பிடிலுக்கு ஜிவ்வென்று கோபம். "இங்க வா." மலை போல எழுந்து ஆடி ஆடி முன்னால் வந்த நஸீருதினை அடி வெளுத்து விட்டார். "உன்ன கேட்டனா நான்? அதிகப்ரசங்கி."

மூக்கு கண்ணாடியை கீழிறக்கி, பிடில் ஒவ்வொருவர் பெயராக சொல்லி அட்டெண்டன்ஸ் எடுக்கும் போது "ப்ரசண்ட் சார்" சொல்வதற்கு பதிலாக "போட்டுக்க சார்." வேகமாக பையன்கள் சொன்னால் என்ன சொல்கிறான்

என்பதெல்லாம் அவருக்கு புரியாது. ப்ரசண்ட்தான் சொல்கிறான் என்று நினைத்து அட்டெண்டண்ஸ் ரிஜிஸ்டரில் மெக்கானிக்கலாக 'டிக்' அடிப்பார்.

பேனாக்கத்தி தொலைந்த நிகழ்வுக்கு பிறகு ஊட்டி குன்னூர் சிரில் வின்சண்ட் "தேட்டா போடாத சார்" என்று படுவேகமாக சொல்வான். அதற்கும் 'டிக்' அடித்துக்கொண்டிருந்தார். எல்லோரும் சிரிப்பதை கண்டு பிடித்து விட்டார். சிரில் வின்சண்ட் பெயரை சொல்லி விட்டு காதை தீட்டி ஒரு நாள் கவனம் செலுத்தினார். இது எங்க கண்டு பிடிக்கப்போகுது என அன்று சிரில் வின்சண்ட் ரொம்ப அழுத்தம் கொடுத்து ஒவ்வொரு வார்த்தையாக, நிதானமாக கொஞ்சம் ராகம் போட்டுசொன்னான் "தேட்டா... போடாத... சார்..."

பிடில் அட்டண்டன்ஸ் ரிஜிஸ்டரை கீழே வைத்து விட்டு மூக்கு கண்ணாடியை கழற்றி வைத்து விட்டு "இங்க வா." அழைத்தவர் குரலுக்கு வர வேண்டிய நிர்ப்பந்தம் சிரில் வின்சண்ட்டுக்கு. பிடில் அடி வெளுத்து விரிய கட்டி விட்டது. English Hand writing note book-இல் என்ன எழுதப்பட்டுள்ளது என்று வாசிக்காமல் கையெழுத்து போடுவார்.

"பிடில் மாமா பிடில் மாமா எங்க போறீங்க, உங்க பிடில் கம்பி அந்து போனா என்ன பண்ணுவீங்க" என்பதை இங்க்ளீஷில் அப்படியே fiddle mama fiddle mama enga poreenga-ன்னு எழுதி நான் கையெழுத்து வாங்கி எல்லோருக்கும் காட்டியிருக்கிறேன்.

மறக்க முடியாத ஆளுமை பிடில் வாத்தியார். நகைச்சுவை உணர்வு மிக அதிகம். வயதானவர்தான். ஆனாலும் பெருமையோடு சொல்வார். 'டேய். உங்க எம்.ஜி.ஆர். என்ன விட வயசானவன்டா."

பிடில் வாத்தியார் நல்ல நீல வான நிறத்தில் பளிச்சென்று சட்டை அயர்ன் செய்து அணிந்திருப்பார். கறுப்பு ஃப்ரேம் சின்ன வட்ட சைசில் மூக்குக் கண்ணாடி அணிந்திருப்பார். தோளில் ரெண்டாக மடித்த துண்டு ஒரு பகுதியை கழுத்துக்கு அந்தப்புறம் முதுகில் தொங்கும்படி விட்டிருப்பார். தினமும் ஷேவ் செய்திருப்பார். ஒல்லியான உடல் வாகு. நல்ல உயரம்.

அமிதாப் பச்சனை பற்றி அறிந்திருந்தால் ஒரு வேளை "டேய் உங்க அமிதாப்பை விட நான் ஹைட்டுடா" என்று கட்டை தொண்டையில் சொல்லியிருப்பார். அவருடைய குரல் நிச்சயம் எம்.ஆர்.ராதா குரலல்ல என்றாலும் அது விசேஷமான கரகரத்த கணீர் குரல். ரிட்டயர்ட் ஆன பிறகும் பள்ளியில் சில ஆசிரியர்களுக்கு நிர்வாகம் தொடர்ந்து வேலை தருவதுண்டு. அப்படி ஒருவர்தான் பிடிலும்.

'பிடில் மாமா, பிடில் மாமா, பிடில் வாசிங்க,

உங்க பிடில் கம்பி அந்து போனா என்ன பண்ணுவீங்க.'

தமிழ் வாத்தியார் ஒருவர் ரொம்ப அள்ளி விடுவார். அவர் பெயர் அல்ப்பி. திருச்சியில் ரீல் ஓட்டுனா வட்டார வழக்கு 'அல்ப்பி.' மதுரையில் கதை விட்டா 'குதாம் குல்ஃபி'. அல்ப்பி குட்டையாக இருப்பார். அல்ப்பியும் பிடிலும் ஒரு வகையான love and hate relationship-இல் எப்போதும் இருப்பார்கள். குட்டையான அல்ப்பியின் தோளில் பிரியத்துடன் கையை போட்டுக்கொண்டு படியில் ஏறி பிடில் வரும் காட்சி கண்ணுக்குள்ளேயே இருக்கிறது.

அல்ப்பி வகுப்பு நடத்தும் போதே அவருடைய நண்பர்கள் அவரை காண வருவதுண்டு. மாணவர்களும் ரசிக்கட்டும் என்று அவர்களிடம் பேசும் போதே 'கவனிங்கடா' என்று முகத்தை திருப்பி மாணவர்களை

பார்த்து சிரிப்பார். வந்த நண்பர்கள் கிளம்பும் போது “நூறாண்டு காலம் வாழ்க, நோய் நொடியில்லாமல் வளர்க” என்று நாடகத்தனத்துடன் பாடுவார்.

நான் இதுதான் சாக்கு என்று வகுப்பின் முன் வந்து அந்த பாட்டிற்கு டான்ஸ் ஆடுவேன். வந்தவர்கள் எப்போதும் வெட்கப்பட்டு, முகமெல்லாம் சிவந்துதான் பிரியா விடை பெறும்படி இருக்கும்.

”ஐயா, மல வேதனை, பிரசவ வேதனை, மரண வேதனை இம்மூன்றும் அடக்கவே முடியாது. தாங்க முடியாதது” என்பார். அதனால் அவரிடம் பையன்கள் எப்போதும் வகுப்பில் பாடம் நடத்தும் போது ‘ரெண்டுக்கு வருதுய்யா” என்று சொல்லி வெளியேறி சுற்றுவார்கள். வகுப்பு முடியும் வரை வரவே மாட்டார்கள்.

பிடிலுக்கும் அல்ப்பிக்கும் அடிக்கடி மனஸ்தாபம் வந்து விடும். அல்ப்பி தமிழ் வகுப்பில் “ பனை மரம் மாதிரி வளந்தவனுக்கு உடம்பெல்லாம் விஷம். விஷப்பய. அயோக்கிய பயல நம்புனேன். கழுத்தறுத்துட்டான்.”

பிடில் “டேய் கள்ளன நம்பலாம். ஆனா குள்ளன நம்பக்கூடாது. வாயில வர்றதெல்லாம் பொய்தான்டா. அவன் புழுத்துத்தான் சாவான்.” இந்த அரசியல் பற்றி விளக்க எந்த கழுகாரும் தேவையேயில்லை.

பசங்க இடைவேளையில் பேசிக்கொள்வோம். “டேய் பிடிலுக்கும் அல்ப்பிக்கும் சண்டடா. அதான் இப்படி திட்டிக்குதுங்க.”

அடுத்த மாதம் பிடில் அல்ப்பியின் தோளிலும், அல்ப்பி அதே சமயம் பிடிலின் இடுப்பிலும் கை போட்டுக்கொண்டு சிரித்து பேசிக்கொண்டே ஃபேகல்ட்டி ரூமில் இருந்து வெளி வருவார்கள். பசங்க “டேய், பிடிலும் அல்ப்பியும் மறுபடியும் சேந்துடுச்சிங்கடா.”

பள்ளிக்கு இன்ஸ்பெக்ஷன் என்றால் ஒரு பரபரப்பு தொற்றிக்கொள்ளும். ஒரு மாதத்திற்கு முன்னிருந்து ஆசிரியர்கள் படு சீரியஸ் ஆகி விடுவார்கள்.

இன்ஸ்பெக்டர் வருகிற தேதியில் இன்று இல்லை. இன்னும் நான்கு நாள் கழித்து வருகிறார் என்று தகவல் வரும். டிரஸ் கோட். வெள்ளை சட்டை, மெரூன் ட்ரவுசர் அயர்ன் செய்து போட்டுக்கொண்டு வர வேண்டும். காலுக்கு ஷாக்ஸ் போட்டு வெள்ளை கான்வாஸ் ஷூ படு சுத்தமாக இருக்க வேண்டும். ப்ளே க்ரவுண்ட்டுக்கு போகிற P.T க்ளாஸ் கூட கேன்சல் ஆகி விடும். இன்ஸ்பெக்டர் வகுப்பறைக்குதான் வருவார் என்பது வழக்கமாய் இருந்ததாம்.

ஒவ்வொரு சப்ஜெக்ட் டீச்சரும் ரெடிமேடாக சில கேள்வி பதில்களை முதல் தர மாணவர்களை வைத்து தயார்ப்படுத்துவார்கள். இன்ஸ்பெக்டர் வரும் போது வகுப்பறைகளுக்கு வெள்ளையடிக்கப்பட்டு ப்ளாக் போர்ட் கறுப்பு சேர்க்கப்பட்டு பிரமாதமாய் இருக்கும். இன்ஸ்பெக்டர் வந்தால் நடக்க வேண்டிய விதம் பற்றி ரிகர்சல் கூட நடத்தப்படும்.

தலைமையாசிரியர் ஒவ்வொரு வகுப்பாக வந்து ஆசிரியர்களை எச்சரித்துக்கொண்டே இருப்பார். மாணவர்களிடம் கேள்விகள் கேட்பார். இத்தனைக்கும் பள்ளி மிகவும் பெயர் போன பள்ளி. ஒவ்வொரு வருடமும் பொதுத்தேர்வில் நல்ல ரிசல்ட் தரும் பள்ளி.

சரியாக எட்டாம் வகுப்புக்கு பிடில் வாத்தியார் க்ளாசில்தான் இன்ஸ்பெக்டர் வகுப்பறையில் அன்று நுழைந்தார். அவருடன் தலைமையாசிரியர் கூடவே. பையன்கள் அனைவரும் மரியாதையாக எழுந்து நின்றார்கள். நான்காவது வரிசையில் ஒரு மாணவன் டெஸ்க்கில் தலை வைத்துப் படுத்து தூங்கிக்கொண்டு

இருந்தான். எல்லோரும் எழுந்து நிற்கும்போது ஒருவன் மட்டும் எழுந்து நிற்கவில்லை. அதோடு தூங்கிக்கொண்டும் இருக்கிறான்.

இன்ஸ்பெக்டர் அவனை கவனித்து விட்டார். தலைமையாசிரியர் அவமானத்துடன் பிடிலை கோபப் பார்வை பார்த்தார். அர்த்தம்: 'யோவ், என்னய்யா க்ளாஸ் நடத்துற.' அதற்குள் பல மாணவர்கள் தூங்கிக் கொண்டிருந்தவனை பெயர் சொல்லி "எழுந்திருடா டேய்" என்கிறார்கள். இரு பக்கத்தில் இருந்த இரு பையன்கள் அவனை தட்டி எழுப்புகிறார்கள். அவன் பதறிப்போய் எழுகிறான்.

பிடில் ஒரு வினாடி கூட தாமதிக்காமல் "டேய் நீ படு, படுறா" என்கிறார். "பேசாம படு." பக்கத்தில் நின்று கொண்டிருந்த தலைமையாசிரியர் திகைப்புடன் பிடிலை பார்க்கிறார்.

"ஃபாதர், அவனுக்கு ஃபீவர். ஹைஃபீவர். சூசையிடம் ஒரு ரிக்ஷா கொண்டு வரச்சொல்லியிருக்கிறேன். அவன வீட்டுக்கு அனுப்பனும். இன்ஸ்பெக்ஷன் என்பதால் காய்ச்சலோட ஸ்கூலுக்கு வந்துட்டான் முட்டாப்பய. ஒடம்பு ரொம்ப முடியலன்னா லீவு போட வேண்டியதுதானே. இன்ஸ்பெக்ஷன் அன்னக்கி லீவு போடக்கூடாதேன்னு பொறுப்பா வந்திருக்கான். பாவம்."

தலைமையாசிரியருக்கு ஆசுவாசம். பிடில் சமாளிப்பு அவருக்கும் புரிந்தது. இன்ஸ்பெக்டர் கேள்வி கேட்டார். சில பையன்கள் பதில் சொன்னார்கள். வெரி குட் சொல்லி விட்டு அடுத்த வகுப்பிற்கு கிளம்பினார். தலைமையாசிரியர் கிளம்பு முன் தலையை ஆட்டி பிடில் கண்களைப் பார்த்து தன் கண்ணாலேயே நன்றி சொன்னார்.

நான் நன்றி சொல்வேன் உன் கண்களுக்கு...

தலைமையாசிரியருடன் இன்ஸ்பெக்டர் கிளம்பிய உடன் மாணவர்கள் ஆசுவாசமாக ஆகும் போது பிடிலின் திறனை உணர்ந்து சந்தோசமாக சிரித்தார்கள். பிடில் தன் வலது பக்க நெற்றிப் பொட்டில் கை வைத்து சொன்னார் "Presence of Mind." எல்லா பையன்களும் சிரித்து ரிலாக்ஸ் ஆனோம். நாங்கள் தூங்கிக்கொண்டிருந்த அந்த பால் மோகனைப் பார்த்து சிரித்தோம். அவனும் சிரித்தான்.

'நான் தான் இன்னக்கி இங்க ஹீரோ' என்ற தோரணையில் பெருமையாக சிரித்தான். பிடிலைப் பார்த்தும் சிரித்தான்.

பிடில் "இங்க வா". பால் மோகன் தலையை குனிய வைத்து முதுகில் பலமாக சட,சட என அடித்தார். "நீயுமா சிரிக்கற. நீயும் சிரிக்கற.கொழுப்பு." விடவில்லை. அடி வெளுத்து விட்டார்.

◆

‘ஏசுவின் அடிமை’யின் ஜெபக்கூட்டம்

*1993*இல் திருச்சி அருண் ஹோட்டலில் ஏ.வி.எம். ராஜன் செய்த கிறித்துவ பிரார்த்தனை. வெள்ளை வேட்டி வெள்ளை ஜிப்பாவுடன் சுத்தமாக ஏ.வி.எம் ராஜன். ஏசுவின் அடிமை என்ற புதிய பெயரில். “ஸ்திரியே உனக்கும் எனக்கும் என்ன?” புதிய ஏற்பாட்டில் ஜீசஸ் தன் தாயிடன் கூறிய இந்த வார்த்தைகளை எடுத்து அதற்கு relevant ஆக பழைய ஏற்பாட்டில் இருந்து சில பகுதிகளை மேற்கோள் காட்டினார்.

இவர் கூட உதவியாக நின்ற பாஸ்டர் அவசரத்தில் வேறு வசனங்களை வாசித்த போது, ‘அன்பார்ந்த சகோதரரே, நான் உங்களை வாசிக்கச் சொன்னது எசக்கியேல் ஆகமத்தில் இரண்டாவது அதிகாரத்தில் இரண்டாவது மூன்றாவது, மூன்றாவது நான்காவது வசனம். ஆனால் நீங்கள் வாசிப்பது ஜெரோமியாவில் நான்காவது அதிகாரத்தில் ஏழாவது, எட்டாவது வசனங்கள்’ என்று தவறை சுட்டிக்காட்டினார். பைபிளை கரைத்துக் குடித்து விட்டார் என்று தெளிவாகத் தெரிந்தது.

அடுத்தது ரூத் ஆகமம் முதல் அதிகாரம் பத்தாம், பதினொன்றாம், பன்னிரெண்டாவது வசனம். பிரார்த்தனைக்கு வந்திருந்த ஒரு சிறுமி உடனே

அதை வாசிக்க ஆரம்பித்தாள். ராஜன் முகத்தில் ஒரு டென்ஸனான புன்னகை. தொடர்ந்துபுதிய ஏற்பாட்டில் லூக் எழுதிய நற்செய்தியில் மூன்றாவது வசனம் என்று ராஜன் சொன்னவுடன் அதே சிறுமி அந்த வசனத்தை (Unless you repent you will all perish) தமிழில் உடனே சத்தமாக வாசிக்க ஆரம்பித்தாள்.

உடனே ராஜன் அந்த சிறுமியைப் பார்த்து சொன்னார். "அன்பார்ந்த சகோதரி, உன் போன்றவர்களுக்குத்தான் ஏசப்பாவின் ராஜ்ஜியத்தில் இடம் நிச்சயம். உன் மீது ஏசப்பா தன் கொடைகளைப் பொழிவார். என்றாலும் கூட இங்கே நமக்கு எல்லோருக்கும் கேட்கும்படி வாசிக்க ஒரு பாஸ்டர் மேடையில் என்னோடு நிற்கிறார். எனவே நீ இனிமேல் அமைதியாக இருப்பாயா? வாசிக்காமல் நிறுத்திக்கொள்கிறாயா?' என்று சொன்னவுடன் அந்த சிறுமி தன் தலையை சந்தோஷமாக ஆட்டினாள். அதன் பின் வாசிப்பதை நிறுத்திக்கொண்டாள்.

'ஏவிளம் ராஜன் செத்துவிட்டான். இங்கே உங்களோடு ஜெபிப்பது ஏசுவின் அடிமை. ஒருவன் செத்துவிட்டால் என்ன சொல்வீர்கள். பிணம் என்றுதானே. என்னை மட்டும் எப்படி ஏவிளம் ராஜன் என்று சொல்ல முடியும்?'

ஏசுவின் அடிமை சின்ன பையனாய் இருக்கும் போது சர்க்கஸ் சென்று அந்த வித்தை செய்யும் பெண்களைப் பார்த்து விட்டு அவர்கள் கூடாரத்திற்கு மறுநாள் காலையில் சென்று ஓவென்று அழுதேன். அதில் ஒரு பெண் 'தம்பி ஏன் அழுகிறாய்? அழாதே' என்று என்னைத் தேற்றும் போது சிறுவனான நான் கேட்டேன் "அக்கா, நீ அந்தரத்தில் ஆடுகிறாயே. நீ கீழே விழுந்து விட்டால் என்ன ஆகும் என்று எனக்கு பயமாகவும் கவலையாகவும் இருக்கிறது" என்று மீண்டும் ஓவென்று அழ ஆரம்பித்த போது அவள் சொன்னாள் "அழாதே தம்பி.நான் சிறப்பான பயிற்சி

பெற்றவள். எனவே உயரத்திலிருந்து ஆடினாலும் நான் விழவே மாட்டேன்' என்று என் கண்ணீரைத் துடைத்து ஆறுதல் சொன்னாள்.

என் அன்பார்ந்த சகோதரர்களே, உங்களுக்கு இன்று நான்சொல்கிறேன். பக்தியும்ஒருபயிற்சிதான். ஏசப்பாவின் மீது நாம் வைக்கும் பக்தியும் கூட ஒரு பயிற்சிதான். இந்தப் பயிற்சியின் மூலம் நாம் வீழ்ந்துவிடாமல் இருப்போம். அடிமை கும்பிடாத சாமி இல்ல. ஒரு முறை இந்த மைக் கை கூட கும்பிட்டிருக்கிறேன். அடிமையிடம் ஒரு காலத்தில் நிறைய கார் இருந்தது. என் வீட்டில் என் மனைவி கேட்டார். 'ஏங்க நிம்மதி கிடைத்ததா?' 'இல்லை, இல்லை.

அடிமை அழுதுகொண்டே பல நாள் ஒரு அறையில். வெளியே வராமல் அந்த அறையிலேயே. பல நாள் கழிந்தவுடன் ஒரு நாள் அறை வாசலில் ஒரு தேவதை. என் மனைவிதான்!அன்றைக்குதான் தரிசனம் கிடைத்தது.' அதன் பிறகு ஒரு நாள் சிகரெட் பிடித்துக்கொண்டு நான். என் மனைவி கேட்டார் 'ஏங்க இது இன்னும் தேவையா?' அடிமை மீண்டும் தேம்பி தேம்பி அழுது...'

ஏவிஎம் ராஜன் பேசிக்கொண்டிருக்கும்போதே சிலர் எழுந்தார்கள். சிறுநீர் கழிப்பதற்காக. ஏவிஎம் ராஜன் அவர்களைப் பார்த்து 'சைத்தான் யாரையெல்லாம் அழைக்கிறானோ அவர்களெல்லாம் தயவு செய்து சென்று விடுங்கள். அம்பத்தொன்பது வயசு கிழவன்யா நான். காலையிலிருந்து பச்சைத் தண்ணி குடிக்காமல் தொண்டத்தண்ணி வத்த கத்திக் கொண்டிருக்கிறேன். அம்பத்தொன்பது வயசு கிழவன்.' ஏசப்பாவுடன் உடன்படிக்கை' இரவு பத்து மணிக்குத்தான். (ராத்திரிதான் சாப்பாடுசாப்பிடுவாராம். உணவைத்தான்'ஏசப்பாவுடனான உடன்படிக்கை என்று சொல்கிறார்!) சைத்தான் அழைப்பு

யாருக்கெல்லாமோ அவர்கள் எழுந்து செல்லலாம்.'

அவசரமாய் ஒன்னுக்கு முடுக்கி எழுந்தவர்கள் எல்லாம் One Toilet சாத்தானை மிகுந்த பிரயாசையுடன் அடக்கிக்கொண்டு உட்கார்ந்து விட்டார்கள். 'ஏசு அனந்த கோடி சூரியப் பிரகாசன்.அல்லேலுயா, அல்லேலுயா' ராஜன் அவ்வப்போது சொல்லும் போது 'அல்லெலுயா' என்று ஆர்ப்பரிக்கும் ஆண்களும் பெண்களுமான பக்தர் கூட்டம். பெரும்பாலோர் குளிக்கவில்லை என்பது பார்த்த போதே தெரிந்தது. பலர் கண்களில் பூளை இருந்தது.

அங்கே அந்த ஜெபக்கூட்டத்தையும் ராஜனையும் 'வேடிக்கை' பார்த்துக்கொண்டிருந்த எனக்கு ஏனோ திடீரென்று அதற்கு முந்திய வருடம் திருச்சி ஸ்டார் ஹோட்டல் ஒன்றில் நல்ல போதையில் லிஃப்ட்டில் இருந்து இறங்கிய நடிகர் ஜெய்சங்கர் லாபியில் நின்று கொண்டிருந்த House keeping Superviser ஒருவரைப் பார்த்து "யோவ், ரூம்ல ஏசியை போட்டு வைங்கய்யா" என்று கத்தியது நினைவுக்கு வந்தது.

"ஏசி போட்டுத்தான் சார் இருக்குது" என்ற பதிலுக்கு "ம்... மண்ணாங்கட்டி" என்ற ஜெய்சங்கர், திரும்பி ரிஸப்சனிஸ்ட் ஆக இருந்த என்னை அரை நிமிடம் வைத்த கண் வாங்காமல் பார்த்தார். அதன் பின் கூட வந்தவர்கள் தாங்கிப் பிடித்துக்கொள்ள தள்ளாடி நடந்து போய் காரில் ஏறினார். ஏவிஎம் ராஜன் - ஜெய் சங்கர் இருவரும் Contemporaries. 1965இல் கே.எஸ்.ஜி.யின் 'என்ன தான் முடிவு' படத்தில் ஏசுவைப் பற்றி ஒரு டயலாக்கில் ராஜன் குறிப்பிடுவார். அப்போது அவர் நினைத்துப் பார்த்திருக்கவே மாட்டார். பின்னால் 'ஏசுவின் அடிமை' ஆகப்போவதைப் பற்றி.

✦

புதிய கூண்டு

வைகோ பெரியாரின் பிரமாண்ட படத்தை வீட்டில் வைத்திருக்கிறார். வைகோவின் மகன் துரை வையாபுரியின் மனைவி கோவிலுக்குப்போவார். வைகோவின் ஒரு மூத்த சகோதரி dedicated christion. மகள்களில் ஒருவர் கிருஸ்தவராகவே மாறிவிட்டார். கணவர் பெயர் ஜான் புஷ்பராஜ்.

ஜீன் மெஸ்லியரின் மரணசாசனம், பெர்ட்ரண்ட் ரஸ்ஸலின் 'நான் ஏன் ஒரு கிருஸ்தவனல்ல?' போன்ற கிருஸ்தவத்திற்கு எதிரான நூல்களை மொழிபெயர்க்கச் சொல்லி பெரியாரே பதிப்பித்திருப்பதை, வைகோ அறியாதவரல்ல.

கோவில் கோவிலாக ஏறி இறங்கும் மன்னார்குடி குடும்பங்கள். திடீரென்று ஆவியானவரால் ஆசீர்வதிக்கப்பட்டு சசிகலா வெள்ளையுடை உடுத்தி பைபிளை எடுத்துக்கொண்டு "ஏ, பாவிகளே, விரியன் பாம்புக் குட்டிகளே," என்று கூவினால் பிரமிக்க வேண்டியதே இல்லை.

உமா சங்கர் ஐ.ஏ.எஸ். அதிகாரி பைபிளை கையில் எடுத்து 'ஏசு என்னிடம் பேசினார். அல்லேலூயா' என்று இப்போது சொல்லிக்கொண்டிருக்கிறார்.

ஆட்டோ சங்கர் தூக்கில் இடப்படுவதற்கு முன் பைபிளை படித்து மதம் மாறி விட்டாராம். தூக்கிலிட்ட பின் ஆட்டோ சங்கருக்கு நாமம் போட்டிருந்தார்கள். அவர் மனைவி அல்லேலூயா பிரச்சாரகராய் இருந்தார்.

கமல்ஹாசனின் அண்ணன் சாருஹாசன் பெந்தகோஸ்ட் கிறிஸ்டியன் என்று சொல்லப்பட்டது. சாருஹாசன் பிரசங்கம் செய்யும் D.V.D. வேண்டுமா என்று ஒரு கிருஸ்தவர் என்னிடம் நூல் விட்டுப்பார்த்தார். எனக்கெதற்கு? மறுத்து விட்டேன். சாருஹாசன் மதம் மாறியது பொய் என்றால் இப்படி ஒரு வதந்தி எப்படி பரவியது? ஒரு பிராமணன் கிருத்துவனாக மாறுவதாக "அஸதோமா சதகமயா" படத்தில் அவர் நடித்ததால் பரவி விட்டதா?

'எனக்கு இன்னும் தெய்வ நம்பிக்கையே வரவில்லை. அதற்குப்பின் தானே மதம் மாற வேண்டும்'. இப்படி சாருஹாசனே சொல்வதால் அவர் மதம் மாறியதாக பரவிய செய்தி வதந்திதான் என்று தெரிகிறது.

கமல்ஹாசன் பற்றி கே.பாலச்சந்தர் "அவன் நாத்திகனாகவே இருந்து விட்டுப்போகட்டும். ஆனா இதையே ஏன் எப்பவும் சொல்லிக்கிட்டே திரியறான்?" ஆத்திகப்பிடிவாதம்,மத வைராக்கியம் போல நாத்திக வைராக்கிய பிடிவாதமும் கூட ஒரு 'கூண்டு'தான்.

திருப்பூரில் நான் ஸ்போக்கன் இங்க்லீஷ் டீச்சராய் இருந்த போது மூன்றாம் வகுப்பில் படிக்கும் அபிநயா என்னிடம் அழுதாள். "My auntie has met with an accident and she is now in an hospital" நான் அவளை சமாதானப்படுத்தினேன். "Let us pray for her."

குழந்தைகள் அனைவரும் கண் மூடி கை கூப்பி நான் சொன்னதை திருப்பிச் சொன்னார்கள் "Oh God,

Our Abinaya's auntie should get well soon." அபிநயா சந்தோஷமாகிவிட்டாள்.

அடுத்த வாரம் அவளுடைய அம்மாவின் சகோதரி குணமாகி வீட்டிற்கு வந்தபோது வீட்டில் பெருமையாக "எங்க க்ளாஸில நாங்க எல்லோரும் ராஜநாயஹம் சார் கூட சேர்ந்து ப்ரேயர் செய்தோம்." அவள் க்ளாஸுக்கு நான் மறுபடி போன போது என்னிடம் சந்தோஷமாக ஆண்ட்டி குணமான விஷயத்தை சொன்னாள். I love the way of grace.

அந்தக்காலத்தில் டாக்டர் கி.வேங்கடசுப்ரமண்யத்தின் Cousin ஜெஸ்விட் பாதிரியார் லாரென்ஸ். வெள்ளைக்காரன் காலத்திலேயே திருநெல்வேலியில் நான்கு பிராமணக்குடும்பங்கள் கிருஸ்தவ மதத்தை தழுவி விட்டார்கள்.

புதுமைப்பித்தன் கிருஸ்தவ மதத்தின் ஊடுருவல் பற்றி பிரமாதமான ஒரு கதை எழுதியிருக்கிறார். அந்தக்கதை 'புதிய கூண்டு'. ஆஹா என்ன ஒரு தலைப்பு. என்ன அழகாக மதமாற்றம் பற்றி ஆறே எழுத்தில் சொல்லிவிட்டார்.

என்னுடைய உறவினர் தம்பதியரை பல வருடங்களுக்கு முன் ஒரு முறை சமயபுரம் கோவிலில் சந்தித்தேன். "மருமகனே, மாரியம்மா ஆயிரம் கண்ணுடையாள். சக்தி வாய்ந்த தெய்வம்" என்றார் அந்த தூரத்து அத்தை. ஆறு மாதத்தில் திருச்சியில் என்னிடம் "அய்யா, மருமகனே, சொன்னாக் கேளுங்கய்யா. ஏசப்பாவை நம்புங்க. ஏசுதான்யா உண்மையான தெய்வம்." அந்தத் தம்பதியர் தீவிர கிறிஸ்தவர்கள் ஆகியிருந்தார்கள். வைகோவின் வார்த்தைகளில் சொல்வதானால் dedicated christians.

'மகமாயி மகமாயி' என்று புலம்பிய ஏ.வி.எம்.

ராஜன்தானே ஏசுவின் அடிமை. தி.மு.க. பேச்சாளர் குமரிமுத்து அதோடு கிறிஸ்தவ பிரச்சாரகருமாக கடைசி காலத்தில் இருந்தார். இவருடைய அண்ணன் நம்பிராஜன். அண்ணி தாம்பரம் லலிதா.

நடிகை அம்பிகாவை 'அவன் இவன்', 'ஜிகர்தண்டா' படங்களில் பார்த்தபோது யார் சாயலோ தெரிகிறதே எனத் தோன்றியது. ஆங், வயதானவுடன் அம்பிகா இப்போது தாம்பரம் லலிதா போலத்தெரிகிறார். ஷோபா நடித்த 'பசி'யில் தாம்பரம் லலிதாவைப் பார்த்த மாதிரியே என் அம்மா அம்பிகா இருக்கிறார்.

ஜூனியர் பாலையா மாலை போட்டு என்னிடம் சபரிமலை ஐயப்பன் பெருமை பேசியது இன்னும் நினைவிருக்கிறது. அவர் இப்போது பெந்தகோஸ்ட் கிறிஸ்டியன்.

மதமாற்றும் முயற்சி பலிக்காத நிலையில் "சைத்தான்கள்... ஞானியாக ஏசப்பா இவர்களை தெரிந்தெடுக்கவில்லை. அஞ்ஞானிகள்" என்று கிறித்துவ பாதிரிகளும் பிரச்சாரகர்களும் சலித்து சாபமிடுவார்கள். வறுமையில் உள்ளவர்களை சுலபமாக மதமாற்றம் செய்ய முடியும். பிரச்சனைகள், பிரச்சனைகள்.

பொருளாதார வீழ்ச்சியடைந்தவர்கள், பெரும் நம்பிக்கை துரோகங்களை சந்தித்தவர்கள், ரத்த உறவின் மரணம் தரும் மீளாத்துயரம், நோயாளிகள், சிறைக் கைதிகளில் ஆயுள் தண்டனை, மரண தண்டனை பெற்றவர்கள், கோர்ட், கேஸ், சிறை என்று நொம்பலப்படுபவர்கள், பெரும் துயரத்தில் இருப்பவர்கள். மனம் இவர்களுக்கு மிகவும் பலகீனமாக இருக்கும். இவர்களை சுலபமாக மதமாற்றம் செய்ய இயலும்.

◆

உருளக்கெழங்கு

அதிகமாக ஒரு பொருள் விற்பனையானால் Selling like hot potato என்றும் சொல்கிறார்கள். (Selling like hot cakes - இப்படியும்) அதுவே makes everyone feels uncomfortable எனும்போது அது Hot potatoes.

Hot potatoes means a controversial topic. சிக்கலான அரசியல் பிரச்னை Hot potatoes. Political hot potatoes. பதினாறாம் நூற்றாண்டில் ஐரோப்பாவுக்குள் உருளைக்கிழங்கு முதன் முதலாக உருண்டு வந்த போதில் அது காமத்தை தூண்டும் வஸ்துவாக கருதப்பட்டதாம்.

சேக்ஸ்பியரின் 'மெர்ரி ஒய்வ்ஸ் ஆஃப் வின்சர்' நாடகத்தில் ஃபால்ஸ்டாஃப் பேசும் வசனத்தில் உருளைக்கிழங்கு மழை பொழிய வேண்டும் என்பான். "Let the sky rain potatoes."

உருளைக்கிழங்கு எனக்கு பூரியை நினைவுபடுத்தும். எனக்கு மிகவும் பிடித்த காலை உணவு பூரி கிழங்கு. மற்ற பட்சணங்களை விட பூரி கிழங்கு ரொம்ப பிடிக்கும். தோசைன்னா மூனு, இட்லின்னா நாலஞ்சு. ஆனா பூரி கிழங்குன்னா இப்ப கூட வீட்ல எட்டு சாப்பிட்ருவேன். ஒரு பிடி பிடிச்சுடுவேன்.

மூன்று வயது குழந்தையாய் இருக்கும்போது பூரி கிழங்கு ருசியாக எனக்கு செய்து கொடுத்த ஒரு அத்தையை நான் 'பூரியத்தை' என்று அடையாளமிட்டேன். நான் வைத்த அந்த பெயர் சாசுவத மதிப்பு பெற்றது. எங்கள் குடும்பங்களில் அவருக்கு பெயரே பூரியத்தைதான். இன்று அவர் இறந்த பின்னும் அவரை குறிப்பிட வார்த்தை 'பூரியத்தை'தான்.

பூரியென்றால் உருளைக்கிழங்கோடுதான் சேர்க்க வேண்டும். இப்போது சென்னா மசாலா என்று பூரியோடு சேர்ப்பதை வெறுப்பவன் நான். என் மகன்களுக்கு பூரியோடு சென்னா மசாலா வேண்டியிருக்கிறது. Generation gap.

பெரும் செல்வநதரான தந்தை சவ்வாஸ் சாகுல் ஹமீது ராவுத்தர் பற்றி சவ்வாஸ் அக்பர் "எங்கப்பா முதன்முதலா செய்த பிசினஸ் உருளைக்கிழங்கு வியாபாரம். பன்னிரெண்டு வயசிலயே எங்க ஊர்லருந்து மேட்டுப்பாளையம் போய் உருளைக்கிழங்கு வியாபாரத்துல நொழஞ்சார். உருளக்கிழங்குல ரொம்ப காலம் நெறய்ய சம்பாரிச்சவர் எங்க அத்தா."

கனவுல உருளைக்கிழங்க பாக்குறது ரொம்ப யோகம்னு ஒரு நம்பிக்கை. மன நிம்மதி, வசதியான வருவாய் இரண்டுக்கும் 'கனவில் உருளைக்கிழங்கு' கியாரண்டி!

கெழவி ஒருத்தி உருளக்கெழங்கு குமுச்சிப்போட்டு யாவாரத்துக்கு ஒக்காந்திருந்திருக்கா.

ஒரு எளந்தாரி அவ கிட்ட கேட்டான் "எப்டி உருள?"

கெழவியின் sarcastic reply "நீ எப்பிடி வேணாலும் உருளு... இப்டி உருளு. அப்டி உருளு"

✦

J.D.Salinger's Catcher in the rye

ஜான் லென்னனை சுட்டுக்கொன்றவன் அப்போது படித்துக்கொண்டிருந்த புத்தகம் - Catcher in the rye. முன்னாள் அமெரிக்க ஜனாதிபதி ரொனால்ட் ரீகன் ஒரு கொலை முயற்சியில் இருந்து தப்பினார். சுட்டவன் கையில் இருந்ததும் இந்த Catcher in the rye நாவல்தான். ஜே.டி.சாலிஞ்சர் எழுதிய ஒரே நாவல். 1951இல் வெளி வந்தது. லட்சக்கணக்கில் இன்னும் விற்றுத்தீரும் நாவல்.

There is a marvellous peace in not publishing என்பார். I write for myself and my own pleasure.

அமெரிக்க நாவல் ரொம்ப பிரபலமாகும் போது திரைப்படம் ஆகாமலிருந்ததுண்டா? அது இந்த நாவல்தான். 'நாவலின் நாயகனாக நான்தான் நடிக்க முடியும்' என்று எழுதியவர் பிடிவாதம் பிடித்தால் என்னதான் செய்ய முடியும்?

ஹோல்டன் கால்ஃபீல்ட் கதை நாயகன். மெண்டல் ஹாஸ்பிடலில் சிகிச்சை பெறுகிறவன். Dont ever tell anybody anything.If you do, you start missing every body. கால்ஃபீல்ட் மாசிலா குழந்தைமையின் இனிமையான உலகில் இருக்க விரும்புபவன். ஆனால் பெரியவர்களின் வேஷம் நிறைந்த குரூர உலகை கண்டு பயப்படுபவன்.

An Icon for teenage rebellion.

To be a Catcher in the rye means to save children from losing their innocence.

காலஃபீல்ட் செங்குத்தான மலையுச்சியில் விளிம்பின் அருகே விளையாடிக்கொண்டிருக்கும் குழந்தைகளின் காவலனாக தன்னைப் பாவிக்கும் ஒரு பதின்பருவத்தான். அவனுடைய வேலை மலை விளிம்பின் அருகே அதல பாதாளத்தில் விழுந்து விடாமல் குழந்தைகளை கவனமாக காப்பாற்றுவது. அதல பாதாளத்தில் குழந்தை விழுந்து விடும் முன் பிடித்துக்கொள்வதுதான்.

1950 காலத்தையொட்டி நிகழ்கிற கதை. ஹோல்டன் காலஃபீல்ட் மூன்று பள்ளிகளில் ஃபெயில் ஆகி நான்காவதாக பதினாறு வயதில் பென்சி ப்ரெப் ஸ்கூலில் சேர்ந்தவன்.

I have left schools and places I didn't even know I was leaving them.

I dont even know what I was running for- I guess I just felt like it.

In my mind, I'm probably the biggest sex maniac you ever saw.

*ஜே.டி.சாலிஞ்சர் வாழ்க்கையில் நடந்த ஒரு காதல் பற்றி சொல்ல சார்லி சாப்ளினினுடைய மாமனார் பற்றி சொல்ல வேண்டும். யூஜின் ஓ நீல் என்ற அமெரிக்க நாடகாசிரியர். புலிட்சர் விருது,நோபல் பரிசு வாங்கியவர். (*The Reds *(1981) படம்.வாரன் பீட்டி இயக்கி கதாநாயகனாக நடித்தார். இதில் யூஜின் ஒநீல் கதாபாத்திரத்தை ஜாக் நிக்கல்சன் செய்தார்.)*

இந்த யூஜின் ஓ நீல் மகள் 'ஊனா ஓநீல்'தான் சாலிஞ்

சரின் காதலி. ஊனா ஒநீலுக்கு நீண்ட கடிதங்கள் சாலிஞ்சர் எழுதியிருக்கிறார்.

1941,ல் நூல் விட்டுக்கொண்டிருந்தார் சாலிஞ்சர். ஆனால் சார்லி சாப்ளினை விதி வசமாக ஊனா ஒநீல் சந்திக்க நேர்ந்த பிறகு விதி விளையாடியது. சார்லி சாப்ளின் வாழ்வில் நடந்த நான்காவது திருமணம் இந்த ஊனா ஒநீலோடுதான்.

நான்காவது திருமணமா என்று ஏளனமாக எண்ணி விடக்கூடாது. இந்த திருமணம் தான் சாப்ளின் சாகும் வரை நிலைத்து நின்றது. (1943-1977) அது மட்டுமல்ல. இந்த ஒநீல் மூலம் சாப்ளினுக்கு எட்டு குழந்தைகள். இதில் முதல் மகள் 1965ல் வந்த டாக்டர் ஷிவாகோ படத்தில் ஷிவாகோவின் மனைவி டோன்யா வாக நடித்த ஜெரால்டைன் சாப்ளின்.

✦

ஆர்தர் ரைம்போ

பிரஞ்சு கவிஞன் ஆர்தர் ரைம்போ 16-லிருந்து 19 வயது வரைதான் கவிதை எழுதினான். குழந்தை ஷேக்ஸ்பியர் என்ற பெயர் பெற்றவன். 37 வயது வாழ்ந்து 'கவிதை எழுதுவதை நிறுத்திய கவிஞன்' என்று அடையாளமும் காணப்பட்டவன். ஆங்கிலக் கவிஞன் கீட்ஸ் அவன் எழுதிய மொத்த கவிதைகளில் அவன் புகழுக்கு காரணமான கவிதைகளை எல்லாம் ஒரு ஒன்பது மாதத்திற்குள்தான் எழுதினான். Baby of the poets. 26 வயதிற்குள் இவன் வாழ்வே முடிந்துவிட்டது . 'ஆடு புழுக்கை போடுவது போல அப்பப்ப மொத்தம் மொத்தமா தொடர்ந்து போடும்' கவிஞர்கள் எப்போ நிறுத்தபோறான்களோ?

One of the first truly dissent voices to emerge in French poetry. The poet who stopped writing poetry. ரைம்போ - A White nigger. 'My life was nothing but sweet stupidities'

'Ah! To return to life! To stare at our deformities.' ஆர்தர் ரைம்போ முழங்காலில் புற்று நோயால் 37வயதில் இறந்த பின்தான் அவன் சகோதரி இசபெல் ஒரு உண்மையை அறிய நேர்ந்தது. தன் சகோதரன் ஒரு கவிஞன்

என்பதை அவள் ரைம்போவின் மரணத்தில்தான் தெரிந்து கொண்டாள். ரைம்போ சிறுவனாக இருக்கும்போதே ஊர் சுற்றக் கிளம்பிய Boy genius. An infant Shakespeare. Baby of the French poets. உடல் இச்சையை மறுத்த கிறிஸ்துவத்தை வெறுத்தவன். தன் பெற்றோரை வெறுத்தவன். 'You, my parents, have ruined my life, and your own.'

பிரஞ்சு கவிஞன் வெர்லைன் தன் கருவுற்ற மனைவி பாரிசில் தன் தகப்பன் வீட்டுக்கு சென்ற போது ரைம்போவை தன்னுடன் வாழ அழைத்தான். அப்போது ரைம்போவுக்கு 17வயது .வெர்லைன் 27 வயது இளைஞன். அதன் பின் இருவரும் காதலர்கள் ஆகி விட்டார்கள். வெர்லைன் தன் மனைவியை திட்ட ஆரம்பித்தான்.

The devastating love affair of Verlaine and Rimbaud... there were reestablishing of cordial relations and partings with wife Mathilde and Partings and reconciliations with Rimbaud.

சுருக்கமாகச் சொன்னால் வெர்லைன் தாம்பத்தியம் ஒரு சர்க்கஸ் போல ஆகிவிட்டது. ஒரு கட்டத்தில் வெர்லைன் துப்பாக்கியால் ரைம்போவை சுட்டு விட்டு ஜெயிலுக்கு போனான். இறந்து கிட்டதட்ட 80 வருடங்களுக்குப் பின் ஆர்தர் ரைம்போ 1968இல் பிரஞ்சு கலகக்கார மாணவர்களால் வழி பாட்டுக்குரிய புரட்சிக்காரனாக ஏற்றி உயர்த்தப்பட்டான். ஆர்தர் ரைம்போவாக லியோனார்டோ டி கேப்ரியோ நடித்து Total Eclipse என்ற படம் 1995ல் வெளிவந்திருக்கிறது. ரைம்போ-வெர்லைன் இருவருக்கிடையேயான வன்மையான உணர்வுப்பூர்வமான ஓரின உறவைப் பற்றிய படம்.

✦

சப்தஸ்வரங்களும் நாரதரும்

நாரதர் ஒரு நாள் தியாகப் பிரும்மம் முன் தோன்றினார். 'ஸ்வரார்ணவம்' என்ற சங்கீத இலக்கண நூலை தியாகராஜருக்கு அளித்து விட்டு பின் மறைந்தே போனார். கர்நாடக சங்கீதத்துக்கு நூற்றுக்கணக்கான கீர்த்தனைகள் 'ஸ்வரார்ணவம்' கிடைக்கப் பெற்ற தியாகராஜா மூலம் அதன் பின் கொடையாக கிடைத்தன. இது ஐதீகம்.

சங்கீதம் ஐந்தாவது வேதம். கந்தர்வ வேதம். சாஸ்திரீய சங்கீதம் நாரதருக்கே கூட அத்தனை எளிதாக கைகூடி விடவில்லை. Not a cakewalk for him even. Classical Music is not an easy accomplishment. ரொம்ப அவமானப் பட்டிருக்கிறார்.

மிகவும் பெருமையாக வீணை வாசித்துக் கொண்டிருந்தார் நாரதர். பனி சூழ்ந்து வீணையை மீண்டும் எடுக்கவே முடியவில்லை. ஹனுமான் பாடிய ராமகீர்த்தனைதான் பனியை உருக வைத்து வீணையை திரும்பவும் நாரதர் கையில் எடுக்க வகை செய்தது.

சங்கீத கலாநிதி நாரதருக்கு சங்கீத ஞானம் அவ்வளவாக இல்லாத ஹனுமான் பாடிய கீர்த்தனைதான் உதவியது என்பது ருசிக்கவில்லை. நாரதருக்கு கொஞ்சம் வருத்தம்தான்.

ஒருமுறை சிவன், பார்வதியோடு சங்கீத சாம்ராட் நாரதர் ஒரு சின்ன 'வாக்' போகும் போது எதிரே சப்தஸ்வரங்களும் கை வேறு, கால் வேறு, தலை வேறு பிய்ந்த நிலையில் பார்க்க நேர்ந்து விட்டது.

ஏழு ஸ்வரங்களும் தேம்பியழுதவாறு பார்வதியிடம் முறையிட்டன "எங்கள் கதியை பார்த்தீர்களா? நாரதன் எங்களை அக்கறையின்றி அலட்சியமாக கையாண்டு விட்டதால் இப்படி சின்னாபின்னப்பட்டுப் போய் விட்டோம். தேவி! நீங்கள் ஒரு வார்த்தை சொல்லி அருளினால் நாங்கள் முழு உருவம் பெறுவோம்."

பார்வதி நாரதரை முறைத்து "என்ன நாரூ! இதெல்லாம்...?" என்று கடிந்து கண்டித்து விட்டு சப்த ஸ்வரங்களையும் ஆசீர்வாதித்து ஒவ்வொரு ஸ்வரமும் முழு உருவமாக மீண்டும் வழி வகை செய்தாள் என்றால் பார்த்துக்கொள்ளுங்களேன்.

தும்புருவுடன் சங்கீத சவாலுக்குப் போன போது கூட போட்டி என்பதால் நாரதர் சங்கீதத்தை பதற்றத்துடன் கையாள நேர்ந்து விட்டது. அப்போதும் சப்த ஸ்வரங்கள் படுகாயப்பட்டு சிதைந்து குற்றுயிரும் குலையுயிரும் ஆகிப் போனதை கண் கூடாக நாரதரே காண வேண்டிய துர்பாக்கியம் ஏற்பட்டுப் போனது.

அவமானத்தால் குன்றிப் போய்விட்ட நாரதரை மகாவிஷ்ணுதான் "கொஞ்சம் பொறுப்பா பாடனும்ப்பா நாரூ! சரி சரி விடு. இனியாவது சாஸ்த்ரீய சங்கீதத்தை ஒழுங்கா நல்லா பயிற்சி செய்து ஆலாபனையிலிருந்து கவனமா செய்யப் பாருப்பா" என்று தேற்றினாராம்.

பிறகு நாரதர் மனிதனாகவே பிறக்கிறார்! எங்கே? பிருந்தாவனத்தில்.

கிருஷ்ணாவதார யுகம். கிருஷ்ணனின் கைடன்சில் முறைப்படி முழுமையாக லாங் ட்ரைனிங் மூலம்தான் சாஸ்த்ரீய சங்கீதத்தில் விற்பன்னர் ஆகி அங்கீகாரம் பெற முடிகிறது.

...

ஒரு பிரபல வித்துவான் கச்சேரி நடக்கையில், தி.ஜா.வின் நண்பரும் கு.ப.ரா.வின் சிஷ்யர்களில் ஒருவரும் ஆகிய சுவாமிநாத ஆத்ரேயன் அவர்கள் பாபநாசம் சிவன் அருகில் அமர்ந்திருந்தாராம்.

சிவன் சொன்னாராம் "கீர்த்தனைகளுக்கும் ஜாதகம் உண்டு." சுவாமிநாத ஆத்ரேயனுக்கு முதலில் புரியவில்லை.

பாபநாசம் சிவன் என்ன சொல்லவருகிறார்? சிவன் தொடர்ந்தாராம் "இந்த கீர்த்தனை எந்த வேளையில் இயற்றப்பட்டதோ பாவம். இந்த வித்துவான் வாயில் என்ன பாடு படுகிறது பாருங்கள்!"

உண்மைதான். ஹம்சத்வனியை இப்போது ஹிம்ச த்வனியில் பாடுகிறவர்கள் இருக்கத்தானே செய்கிறார்கள்.

சுப்புடு சொல்வார்: ரொம்ப சபாக்களில் காரியதரிசிகள் அரங்குக்கு வெளியேதான் நிற்பார்கள். 'உள்ளே நடக்கும் அக்கிரமங்களுக்கு நான் பொறுப்பு இல்லை' என்பது போல.

✦

Christ never laughed

'Hell is heaven seen from the other side' - இந்த வார்த்தைகள் உம்பர்ட்டோ ஈக்கோ 'Name of the Rose' நாவலில் எழுதியது.

'Christ never laughed' என்ற விஷயம் குறித்து அந்த நாவலில் வரும் வில்லியம் என்ற பாதிரி சொல்வது "Laughter is proper to man, it is a sign of his rationality."

Men are animals but rational, and the property of man is the capacity for laughing.

Library - The place of Forbidden Knowledge.

ஈடன் தோட்டத்து ஆப்பிள் விலக்கப்பட்ட கனி.

Heaven எப்படிப்பட்ட இடம் என்று தீர்க்கமாய் யோசித்து அது நிச்சயம் ஒரு Library ஆகத்தான் இருக்க முடியும் என்றே அனுமானித்தார் போர்ஹே.

பஸோலினி 1964இல் எடுத்த இத்தாலிய படம் 'The Gospel According to St. Matthew' பார்ப்பது ஏதோ கால யந்திரத்தில் ஏறியது போல ஒரு விஷேச அனுபவம். இந்தப் படத்தில் கூட ஜீசஸ் வாய் விட்டு ஒரு முறை கூட சிரிக்கவே இல்லை.

பஸோலினி ஏன் மேத்யு எழுதிய சுவிஷேசத்தை தேர்ந்தெடுக்க வேண்டும்? அவர் கண்ணோட்டத்தில் லூக் எழுதிய சுவிஷேசம் ரொம்ப sentimental. மார்க் எழுதிய சுவிஷேசமோ ரொம்ப vulgar. ஜான் எழுதியது மிகையான mystical சுவிஷேசம்.

Jesus was alright, but his disciples were thick and ordinary. It's them twisting it that ruins it for me.

- John Lennon

'பைபிளுக்கு இதுவரை மிகச் சரியான மொழிபெயர்ப்பு வரவில்லை.' - டி.என்.ராமச்சந்திரன்.

✦

சீதை

Sita - The Silent Pillar of Strength.

சீதையின் அக்னிப்பிரவேசம் - கதைகளிலும், கவிதைகளிலும், மேடைகளிலும் அதிகம் பேசப்பட்ட விஷயம்.

லா.ச.ரா.: 'சீதை குளித்த நெருப்பு.

நெருப்பின் புனிதம் சீதைக்கா?

சீதையின் புனிதம் நெருப்புக்கா?'

சீதை பற்றி நான் படிக்க நேர்ந்த இன்னொரு விஷயம். யார் சொன்னது என்று நினைவில்லை. அந்த வார்த்தைகள் மட்டும் மறக்கவே முடியவில்லை.

"சேறு தெளித்த தாமரை போல

சீதை பிரகாசமாகவும் இருந்தாள்.

சோகமாகவும் இருந்தாள்."

இப்படி ஒரு பெண்ணை ஏழு வருடங்களாக பார்த்துக் கொண்டு இருந்திருக்கிறேன்.

அருணாம்பிகை. The Silent Pillar of Strength.

ஸ்ருதி, மதுமஞ்சரி ஆகிய இரண்டு கன்னி

தெய்வங்களின் தாய் அருணாம்பிகை.

அதனாலும் இந்த வரிகள் மறக்க முடியவில்லை. யார் சொன்னது...?

கண்டேன் சீதையை.

பல மாதங்களாய் நான் மூளையை கசக்கி விடை தெரியாமல் இரண்டு நாளாய் பரண் மேல் தேடி ஒரு வழியாய்... கண்டேன் சீதையை.

"சேற்றுத்துளி தெளித்த தாமரை போல்

சீதை பிரகாசமாகவும் இருந்தாள்.

பிரகாசமாக இல்லாமலும் இருந்தாள்."

தி.ஜானகிராமன் இதை 'ஆரத்தி' சிறுகதையில் சொல்கிறார்.

கம்பன் சொன்னதைத்தான் மேற்கோள் காட்டியிருக்கிறாரா? ராமாயண பாகவதரின் மகன் தி.ஜா.

சீதை பற்றி தி.ஜா. 'கடைசி மணி' கதையில் சொல்கிற விஷயம் இன்னொன்று. திரிசடை கண்ட 'கவித்துவமான கனவு'.

"சீதை வெள்ளை யானை மீது ஏறி நின்று சந்திரனைத் தொட்ட மாதிரி திரிசடை கனவு கண்டாளாம்."

◆

கலைஞர், தேங்காய் சம்பந்தப்பட்ட ஒரு சம்பவம்

காலக்கண்ணாடி கடந்த கால நடப்பு ஒன்றை திடீரென ஞாபகச் சிறையில் இருந்து மீட்டு விடுதலை செய்து எந்த காரணமும் இன்றி கண்ணில் காட்டும். 1980களின் முன்பகுதி கோபாலபுரம் கலைஞர் மு.கருணாநிதி வீட்டின் முன் நான் நிற்கிறேன். எம்ஜிஆர் ஆட்சி இரண்டாவது காலம்.

முன்பகல் பதினொரு மணி. தேங்காய் சீனிவாசன் காரை அங்கே கலைஞர் வீட்டு பக்கவாட்டில் நிறுத்தி விட்டு கோவிலுக்குள் போகிறார். கொஞ்ச நேரத்தில் மாநகராட்சியின் துப்புரவு ஊழியர் குப்பை வண்டியை கார் அருகில் நிறுத்தி விட்டு தன் வேலையை பார்க்கிறார்.

அங்கே வீட்டின் முன் சில நடுத்தர வயது ஏழைப் பெண்கள் மூவர் நிற்கிறார்கள். கலைஞர் கார் முன் பக்க சுவரையொட்டி நிற்கிறது. வீட்டிற்குள் இருந்து மு.க.தமிழ் வெளிப்படுகிறார். அப்பொழுதெல்லாம் அப்பாவுக்கு சாரதி இந்த மகன்தான். அருள்நிதியின் அப்பா.

காரை நெருங்கி தயாராகும் மு.க. தமிழைப் பார்த்து அங்கு நின்று கொண்டிருந்த பெண்களில் ஒருவர்

'நல்லாயிருக்கியா கண்ணு' என்று வாஞ்சையுடன் கேட்கிறார். தமிழ் தலை நிமிர்ந்து புன்னகையுடன் தலையசைக்கிறார்.' 'என்னைத் தெரியுதாப்பா?' என்கிறார். மீண்டும் புன்னகையுடன் தலையசைப்பு. அந்த அம்மாள் இவரை சிறுவனாக இருந்த போதே அறிந்தவராய்த்தான் இருக்க வேண்டும். ஒருவேளை கலைஞர் வீட்டில் முன்னர் வேலை பார்த்தவராய்க் கூட இருக்கலாம்.

இப்போது கலைஞர் வீட்டிற்குள் இருந்து வெளி வருகிறார். தேங்காய் சீனிவாசன் சாமி கும்பிட்டு விட்டு கோவிலில் இருந்து வெளி வருகிறார். கலைஞர் கிளம்புகிறார் என்பது தேங்காய் சீனிவாசனுக்கு தெரியத்தான் செய்கிறது. கலைஞருக்கும் கோவிலில் இருந்து தேங்காய் சீனிவாசன் வெளி வருவது புரியாமல் இல்லை.

தேங்காய் சீனிவாசன் உரக்க ஒரு கூப்பாடு. "யாருப்பா என் கார் முன்னால இந்த வண்டிய நிறுத்துனது. நான் கார எப்படி எடுக்கறது. என்னடா இது."

அந்த துப்புரவு தொழிலாளர் ஓடி வருகிறார். தேங்காய் நல்ல சத்தமாக "வண்டிய ஏன்யா இப்டி விட்ட. கார இப்ப நான் எடுக்க வேண்டாமா? ஏம்ப்பா... சீக்கிரம் எடுய்யா வண்டிய?" இதைக் கண்டும் காணாமல் கலைஞர் காரில் ஏற வருகிறார். அவர் பார்வை என்மீதோ, அங்கு நின்றிருந்த மற்ற மூன்று பெண்கள் மீதோ விழவில்லை. மகன் கார் கதவை திறந்து அப்பா ஏறியவுடன் மகன் டிரைவர் சீட்டில் அமர்கிறார். கலைஞர் கார் புறப்படுகிறது.

துப்புரவு பணியாளர் குப்பை வண்டியை அகற்றியதும் தேங்காய் சீனிவாசன் மீண்டும் கோபமாக சிடு, சிடு என்று திட்டிக் கொண்டேதான் காரை எடுக்கிறார்.

◆

திருச்சியின் கலாச்சார அடையாளம்

மலைக்கோட்டை உச்சிப் பிள்ளை, ஸ்ரீரங்கன் போல இந்த செயின்ட் ஜோசப்ஸ் சர்ச் லூர்து மாதாவும்தான் திருச்சி நகர கலாச்சார அடையாளம்.

திருச்சி செயின்ட் ஜோசப்ஸ் பள்ளி மாணவ பருவத்தில் இந்த சர்ச் என் யௌவன நினைவுகளில் எத்தகைய இடம் பெற்றிருந்தது. எத்தனை எண்ணிலடங்கா முறை இதனுள் புகுந்து புறப்பட்டிருக்கிறேன்.

The hymns I sang with an open throat.

அந்த சிலிர்க்க வைக்கும் பவித்ர கீர்த்தனைகள்

Joy was in my heart when I heard them say 'Let us go to God's house.'

'Oh come, let us adhore him'

'Tantum Ergo Sactamentum'

'மாதாவே சரணம், உந்தன் பாதாரம் புவிக்காதாரம்
மாசில் உன் மனமும் யேசுவின் உளமும்
மாந்தரின் தவறால் நோவுறக் கண்டோம்.'

'தியாகத்தின் தருவே, திரு உருவே

தினம் தினம் நாவில் வரும் அமுதே.'

'ஆண்டவரே, நீர் எவ்வளவோ பெரியவர் அழகான மகத்வமுள்ளவர் மகிமை உள்ளவர்.'

ஒரு முறை உச்சியிலுள்ள சிலுவையில் கழுகு சிக்கி சில நாட்கள் தவித்து துடித்து உயிர் விட்டது. அதன் பின்னர் அது அழுகி, மெல்ல மெல்ல காற்றில் ஆடி, ஆடி கொஞ்சம் கொஞ்சமாக, பகுதி பகுதியாக மறைந்தது. சிறுவனாய் நான் கண்ட நிகழ்வு.

கடந்த காலங்களில் எப்போதெல்லாம் திருச்சி மெயின் கார்ட் கேட் சென்றாலும் அந்த சிலுவையில் உயிர் நீத்த அந்த கழுகு நிழலாடும். அண்ணாந்து சிலுவையை திகைத்துப் பார்த்து நினைவில் திளைத்து நிற்பேன்.

இறந்தவர்களின் உடலை சர்ச்சில் வைத்து பிரார்த்தனை, பூஜை செய்து கல்லறைக்கு எடுத்துச் செல்வார்கள்.

குருவானவர்கள் கோவிலின் கீழே பாதாள பகுதியில் புதைக்கப்படுவார்கள். கோவிலேயே கூட புதைப்பதை பார்த்திருக்கிறேன். எத்தனையோ சாவு பிரார்த்தனைகளில் நான் சிறுவனாக பங்கேற்றிருக்கிறேன்.

விட்ட குறை தொட்ட குறையாக திருச்சியில் 2001ஆம் ஆண்டு கூட என் கிறிஸ்தவ நண்பன் மகன் அகால மரணம் அடைந்த போது பிரார்த்தனை பூஜையில் கலந்து கொண்டு சர்ச்சில் இருந்து உடலை நானும் சுமந்து வெளி வந்து கல்லறைக்கு செல்லும் ரதத்தில் வைத்த துயர நிகழ்வு மறக்க முடியாத அனுபவம்

◆

மௌத்ஆர்கன்

சிறுவனாய் இருந்த காலத்தில் ஒர் விளையாட்டுப் பொருளாகவே பார்த்த ஒரு வாத்தியம் மௌத்ஆர்கன். இதை ஒரு விளையாட்டு சாமானாக பயன்படுத்தாத குழந்தைப் பருவம் இருந்திருக்க முடியாது. The best selling musical instrument. பழைய படங்களில் முக்கிய இடம் பெற்ற இசை வாத்தியம்.

'கொஞ்சி கொஞ்சி பேசி மதி மயக்கும் வஞ்சகரின் உலகம் வலை விரிக்கும்'

'பச்சை மரம் ஒன்று, இச்சைக்கிளி ரெண்டு'

'முத்துச்சிப்பி மெல்ல மெல்ல பிறந்து வரும்'

படங்களில் ஒரு கதாபாத்திரமாக மௌத் ஆர்கன் இடம் பெற்று க்ளைமாக்ஸை கலக்கும். 'ஆசைமுகம்' எம். ஜி.ஆர். மௌத்ஆர்கன் வாசிப்பார். எம்.ஜி.ஆராக மாஸ்க் போட்டு வேஷம் போடும் எஸ்.வி.ராமதாஸுக்கு இது பின்னடைவை ஏற்படுத்தும். 'ஷோலே' அமிதாப் பச்சன் மௌத்ஆர்கன் தீம் மியூசிக்.

நான் சிறுவனாக இருக்கும்போது பக்கத்து வீட்டில் இருந்த ஒரு பையன் எனக்கு சீனியர். பலராமன். ஐந்தாம் வகுப்பு படித்துக் கொண்டிருந்த என்னிடம் 'ஆறாம்

வகுப்பு ரொம்ப கஷ்டம்' என்று பயமுறுத்துவான். இவனால் எனக்கு இன்னொரு சிரமமும் ஏற்பட்டதுண்டு.

Balaraman bought a mouth organ and taught himself. இந்த மௌத்ஆர்கன் என்னுடைய பெரிய எதிரி.

"இப்ப நான் வாசிக்கிற சினிமா பாட்டு என்ன பாட்டுன்னு கண்டுபிடி" என்று மௌத்ஆர்கனை வைத்து வாசிப்பான். அவன் மௌத்ஆர்கனில் வாசிக்கிற பாட்டை நாரதர் கேட்டாலும் கண்டுபிடிக்க முடியவே முடியாது.

நான் எவ்வளவோ பெரு முயற்சி செய்து 'இந்த பாட்டு தானே?' என்பேன்.

'தப்பு, நீதான்டா தோத்த, என்னடா இந்த பாட்டு தெரியலையா?' என்று நோஸ்கட் செய்வான்.

இந்த பாட்ட கண்டுபிடி. கண்டுபிடின்னு பலராமன் பிடிவாதம் பண்ணிக்கிட்டே இருப்பான்.

பின்னால் நிஜமாகவே மௌத்ஆர்கன் நன்றாக வாசிக்கிற எத்தனையோ பேரைப் பார்த்திருக்கிறேன். ஒருத்தன் மூக்காலேயே வாசிச்சி அதை 'Nose Organ' ஆக ஆக்கியிருக்கிறான்.

MouthOrgan - the most voice like instrument. A great instrument.

ஸ்டீவி ஒன்டர். பாடகர். Talking Book ஆல்பத்தில 'You are the Sunshine of my life' பார்வையிழந்தவர். பிரமாதமாக பாடுவார்.

ஆனால் பாடுவதைக் காட்டிலும் ஸ்டீவி ஒன்டர் மௌத்ஆர்கன் அற்புதமாக வாசிப்பார் என சொல்வார்கள்.

✦

தவிட்டெண்ணெயும், தியேட்டர் முதலாளியும்

1987. பழனியில் ரைஸ் ப்ரான் ஆயில் ஏஜென்சி எடுத்திருந்த நிலையில் தவிட்டெண்ணைக்காரர் என்றுதான் எனக்குப் பெயர். ஆயில் விளம்பரத்துக்கே பெரும் தொகை செலவழித்தேன். ஓட்டல்கள், பஜார் கடைகள், லாலா மிட்டாய் கடைகள் எல்லாவற்றிற்கும் ராஜநாயஹம் 'தவிட்டெண்ணெய்க்காரர்'. பழனி மலை மேல் தேவஸ்தானம் கேண்ட்டீனுக்கு கூட எண்ணெய் கொடுத்திருக்கிறேன்.

நான் குடியிருந்த தெருவில் என் வீடுதான் பெரிய வீடு. அதனால் தெருவில் ராஜநாயஹம் 'பெரிய வீட்டுக்காரர்'.

What a piece of work is a Man! - Hamlet

பழனி வள்ளுவர் தியேட்டருக்கு போய் நான் விற்பனை செய்கிற ரைஸ் ஆயில் அங்கே கேண்ட்டீனுக்கு சப்ளை செய்ய முடியுமா என்பதற்காக முதலாளியை சந்தித்தேன். பாப்கார்னுக்கு நான் கொடுத்த சாம்பிளை உபயோகப்படுத்தி பாப்கார்ன் பொரித்து எடுக்கச் சொன்னார்.

"இது என்ன எண்ணை? புதுசா இருக்கு?"

"அரிசித் தவிட்டிலிருந்து தயாரித்த ரீபைண்ட் ஆயில். ரைஸ் ப்ரான் ஆயிலை ரீஃபைன் பண்ணி தயாரான எண்ணெய்ங்க."

"தவிட்டெண்ணெய்யா? என்ன அநியாயம்? தவிட்டெண்ணெய சாப்பிடுற பலகாரங்களுக்கு ஒபயோகிக்கிறதா?"

அதற்குள் பாப்கார்ன் மிஷினில் பொரிந்து விட்ட பாப்கார்ன் அவரிடம் கொடுக்கப்பட்டது. அதை வாயில் எடுத்துப் போட்டு விட்டு என்னிடம் வள்ளுவர் தியேட்டர் முதலாளி நடராஜன் கேட்டார். "நிலக்கடலைய சாப்பிடுவீங்க. எவ்வளவு ருசியாருக்கு. அதில இருந்து கடலை எண்ணெய். தேங்காய் சாப்பிடுறோம். அதிலருந்து தேங்காய் எண்ணெய். எள்ளு பலகாரங்கள்ள சேக்குறோம். நல்லெண்ணெய். தவிட்ட நான் ஒங்களுக்கு குடுத்தா சாப்பிடுவீங்களா? புரியுதா? தவிட்ட மாடு தான் சாப்பிடும். தவிட்ல எண்ணெய்னு விக்க வர்றீங்களே."

2020. இந்த தியேட்டர் முதலாளி நடராஜன்தான் இப்ப பழனியில துப்பாக்கியால ரெண்டு பேர சுட்டவர். அதில் ஒருவர் இறந்திருக்கிறார்.

பழனிக்காரரான கவிஞர் தேவேந்திர பூபதி சார் இன்று செல்பேசியில் பேசிய போது இதை நினைவு கூர்ந்து சொன்னேன்.

தேவேந்திர பூபதி: "துக்கத்தைக் கூட வலியின்றி கடத்தல். தொடர்ந்து வாசித்து வருகிறேன். அனுபவத்தை மீறின அறிவில்லை. பகிருங்கள். அறிந்து கொள்கிறோம், R. P. ராஜநாயஹம் சார். Data bank R. P. sir."

◆

சக்ரவாகமா? சரஸாங்கியா?

சக்ரவாகம் 16ஆவது மேளகர்த்தா ராகம். ஹிந்துஸ்தானி ஆஹிர் பைரவ். வயலினில் எல்.சுப்ரமணியம் இந்த ராகத்தை இழைத்து இழைத்து வாசித்திருப்பதை கேட்கலாம். ‘எதுலோ ப்ரோதுவோ’ என ஜான் ஹிக்கின்ஸ் பாடியிருப்பதை கேட்டு ஆனந்தப்படலாம். சரஸாங்கி 27ஆவது மேளகர்த்தா ராகம். இதனுடைய ஜன்ய ராகங்கள் தான் நளினா காந்தி, கமல மனோகரி.

சரஸாங்கி ஹிந்துஸ்தானியில் நாட்பைரவ். ‘மெனு ஜூச்சி மோஸ போகவ மானஸா’ தியாகராஜ கீர்த்தனை சரஸாங்கி. Don’t be deceived by looking at the body (of women) ‘ பொம்பள ஒடம்ப பாத்து ஏமாந்து போயிடாத.’

சினிமா பாடல்னா ‘மீனம்மா மீனம்மா’ன்னு ரஜினி பாட்டு சரஸாங்கி ராகம். ‘சின்ன ராசாவே கட்டெறும்பு உன்ன…’ சரஸாங்கிதான். காலகாலமா சக்ரவாகம்னு இசையமைத்த விஸ்வநாதன் கூட சொல்லிக்கொண்டிருந்த பாடல் ‘உள்ளத்தில் நல்ல உள்ளம் உறங்காதென்பது வல்லவன் வகுத்ததடா.’

“இந்தப் பாடல் சக்ரவாகம் அல்ல. சரஸாங்கி” என்று கர்நாடக சங்கீத பாடகர் டி. என். சேஷ கோபாலன் பல வருடங்களுக்கு முன்பு சொன்னார். அவரை விட பெரிய

சங்கீத சமுத்திரம்தான் இதற்கு மறுப்பு தெரிவிக்க முடியும். சங்கீத கலாநிதி சேஷகோபாலன்.

இங்கே கர்நாடக சங்கீதம் கேட்க ஆரம்பிப்பதற்கு முன்பே பலருக்கும் 'ராகத்தை எப்படி கண்டு பிடிக்கறது'ங்கற கவலை ஏன்?

பலரும் சக்ரவாகம் என்று நம்புவதை சரஸாங்கி என்று இன்னொரு விற்பன்னர் கூறி விட்டார். சித்திரமும் கைப் பழக்கம், செந்தமிழும் நாப்பழக்கம். பழக, பழக வரும் இசை. கேட்க கேட்கத்தான் புரியும் ராகம். காதில் விழ, விழ ராகங்களின் ஜாடை, அடையாளம் தெரியும்.

சக்ரவாகத்தில் பிரபலமான சில சினிமா பாடல்கள் உண்டு. 'நீ பாதி, நான் பாதி கண்ணே' - வஸந்த் படப் பாடல். 'தெய்வத்தின் தேரெடுத்து தேவியை தேடு' சக்ரவாகம். சங்கராபரணம் படத்தில் கர்நாடக சங்கீதம் தெரியாத எஸ்.பி.பாலசுப்பிரமணியம் அட்சர சுத்தமாக பாடினார். சங்கராபரணத்திற்கு இசையமைத்தவர் கே.வி. மகாதேவன்.

மகாதேவன் மாமா அப்போது அடக்கத்துடன் சொன்ன விஷயம் பலரையும் அதிரச் செய்தது. அவர் அப்படி சொல்லாமல் மேட்டிமைத்தனத்துடன் பாராட்டுகளுக்கு பெருமிதப் புன்னகையையே பதிலாக தந்திருக்கலாம்.

ஆனால் அவர் கர்வமேயில்லாமல் வெள்ளந்தியாக சொன்னார்: "எனக்குகர்நாடக சங்கீதத்தில் பதின்மூன்று ராகங்கள் தான் தெரியும்"

சத்குரு. எந்தரோ மஹானுபாவலு, அந்தரிக்கி வந்தனமு.

✦

ஐம்பம்

ஒரு திருமணம். பெண், மாப்பிள்ளை இருவருக்குமே இரண்டாவது திருமணம். இருவருமே ஏற்கனவே விவாகரத்து பெற்றவர்கள். பெண்தான் எனக்கு உறவு. அதே ஊரில் பெரிய திருமண மண்டபத்தில் அவளுடைய முதல் திருமணம் ஐந்து வருடம் முன் தடபுடலாக நடந்திருந்தது. இந்த இரண்டாவது திருமணம் அவள் பெற்றோருக்கு மட்டுமல்ல உறவினர் எல்லோருக்கும் ஆசுவாசத்தை தந்திருந்தது.

திடீரென்று பெண்ணின் தகப்பனாரும் மற்றவர்களும் என்னை வாழ்த்திப் பேசச் சொன்னார்கள். ஏற்கனவே பெண்ணின் தாத்தா, தாய் மாமன் பேசியிருந்தார்கள். நான் பேசினேன் "இது வழக்கமான கல்யாணம் அல்ல. ஒரு மீட்சி. Second Marriage is a grand success after a miserable experience...a resurrection from the worst sorrow.

தொடர்ந்து பையனின் பெற்றோர், பெண்ணின் பெற்றோர் இவர்களுக்கு மன ரீதியாக ஏற்பட்ட காயங்களுக்கு மருந்து, பெண், பையன் இருவரின் கடந்த கால கசப்பு, மன உளைச்சலுக்கும் இந்த மண வாழ்க்கை ஒரு விடுதலை என்பதையும் கூறி மணமக்களுக்கு என்

நெஞ்சார்ந்த வாழ்த்துக்களையும் தெரிவித்தேன்.

பெண்ணின் அம்மா, சித்திமார்களுக்கு முகம் விளங்கவில்லை. 'இதையேன் பேசணும்.'

மாப்பிள்ளை வீட்டில் அவருடைய அக்கா இந்த பேச்சுக்கு பின்னர் கடும் எதிர்ப்பு தெரிவித்தாராம். "இது என்ன இப்படி பேசிவிட்டார். நாங்க பெண்ணுக்கு இது இரண்டாம் கல்யாணம் என்பதை எங்க தாய் மாமா குடும்பத்திற்கே தெரியப்படுத்தவில்லை. நாங்க பத்திரிகை கொடுக்கும் போது எங்கள் சொந்தக்காரர்கள் யாருக்குமே பெண் ஏற்கனவே திருமணமாகி விவாகரத்து பெற்றவர் என்பதை மறைத்துதான் அழைத்திருந்தோம். எங்க தம்பிக்கு புதுசா ஒரு பெண் தான் என்று எங்க உறவெல்லாம் நம்பியிருந்தவங்க இனிமே 'பெண்ணும் உன் தம்பி மாதிரி ஏற்கனவே கல்யாணம் ஆனவள்தானாமே' என்று எங்களை குத்தி குத்தி கேட்பாங்களே. எங்க கௌரவமே போச்சே. எங்களுக்கு கேவலமாயிடுச்சு. ஏன் இவர் இப்படி பேசினார்? யார் இவரு?எப்படி இப்படியெல்லாம் பேசலாம்.... '

பையனின் அக்கா சங்கு சக்கர சாமி வந்து திங்கு திங்குன்னு ஆடிய கதையாய் பெண் வீட்டாரிடம் ஆடி தீர்த்து விட்டடாராம். மாப்பிள்ளையின் அக்கா எடுத்த எடுப்பிலேயே எப்படி பெண் மீது சேறு அடிக்கிறாள். தம்பி மனைவி இவளிடம் என்ன பாடுபடுவாள். Social stigma-வின் ஊற்றுக்கண்ணே இவள்தான்.

மணப்பெண் வாழ்க்கையை எப்படி தங்கள் வசதிக்கு திரிக்க முடியும்? பின்னால், ஏற்கனவே இந்தப் பெண் திருமணமானவள் என்கிற விஷயம் மாப்பிள்ளையின் தாய் மாமனுக்கும், இவர்களுடைய ஏனைய உறவுகளுக்கும் தெரியவராமலா போய் விடும்?

முழு பூசணிக்காயை காலா காலத்திற்கும் மறைக்க முடியும் என்ற ஜம்பம், வரட்டு கௌரவம்.

Hypocrisy. False prestige.

கண் மூடிக்கொண்ட பூனைகள்.

மாப்பிள்ளையின் பிராமண நண்பரின் மனைவி என்னிடம் வந்து "என்ன இப்படி... உங்க பேச்சு அவாளை ரொம்ப கோபப்படுத்திடுச்சு "

மாப்பிள்ளை வீட்டாருக்கு கோபம்... அதனால் பெண் வீட்டாருக்கும் ரொம்ப கோபமும் வருத்தமும்.

ஊர் வந்து சேர்ந்த பின் பெண்ணின் அப்பா போனில் தன் மனஸ்தாபத்தை வெளியிட்டார்.

✦

சிலராமன்

அவன் பேரு பலராமன் இல்ல. சிலராமன். ஸ்பெல்லிங் மிஸ்டேக் இல்ல. சிவராமனோன்னு கொழப்பிக்க வேண்டாம். சிலராமன். Some Rama. ராமன் எத்தனையோ ராமன். என்னா வகைறான்னா கல்யாண ராமன் இல்லயா... போல இவன் காதல் ராமன்.இவன் முழுப்பேரு கம்பன் சிலராமன்.

கவிங்கன்தான். (கம்பம் போல் நல்லா நெடு, நெடுன்னு வளந்திருப்பான். அதனால் கம்பன் என்ற பெயர் பொருத்தம்தான். இதனால் பெரும்பாலும் கம்பன் என்றே பலரும் அழைத்தார்கள்.) இவனோட தோஸ்துங்க மூணு பேர். அப்புறம் என்ன, அவங்களும் கவிங்கர்களே.

கவியரங்கம், பிரசங்கம் என்ற தவிப்பில் பட்டப் படிப்பையும் சேர்த்து காக்டைல் பண்ணிக்கிட்டு இருந்தானுங்க. சிலராமனின் ஃப்ரென்ஸுங்க மூணு பேருக்கும் கவித எழுத காதலிங்க லிங்க் கெடச்ச விஷயம் தெரிய வந்ததும், இவனும் கனவு, கற்பனை கூட்டி ஏட்டுச்சுரைக்காய் காதலி ஒன்றை உருவாக்கி கத உட்டான்.

ஏனைய கவிஞர்களின் காதலியரை விட தன் காதற்கிழத்தி பேரழகி என பீலா உட்டான் சிலராமன் உராங்குட்டான்.

“உங்கள் நண்பர்கள் வளையாபதி, குண்டலகேசி, சீவகன் மூவரும் நலம் தானே? அவர்களுக்கு என் அன்பை சொல்லுங்கள்” என்று இவன் காதலி மேகலை எழுதிய கடிதம் ஒன்றைக்கூட காட்டினான்.

கடிதத்தில் மேகலையின் கையெழுத்து கூட சிலராமன் கையெழுத்து போலவே இருப்பது கண்ட கவிங்க சகாக்கள் புல்லரித்து, செடியரித்து, மரம் அரித்து வியந்தார்கள். ‘ஆஹா, என்ன ஒரு அபூர்வ பொருத்தம்.’

சிலராமன் சிற்சில கவிதைகளைக் காட்டி ‘மேகலை எழுதியவை’ என்று விளம்பிய போதுதான் அவர்கள் வெட்கி தலை குனியும்படியானது ‘ச்சே, சிலராமன் நம்மள அம்மணமாக்கிட்டானே.’ குண்டலகேசி, வளையாபதி, சீவகன் மூவரின் காதலியர்க்கும் கவிதை எழுதவே தெரியாது. காதலியோடு தியேட்டருக்கு நாளை படம் பார்க்கப் போவதாக சில சமயமும், நேற்று படம் பார்த்ததாக சில சமயமும் சிலராமன் சொல்லிக் கொண்டே இருந்தான்.

பிப்ரவரி வந்தது. கவிங்கர்கள் வேலண்டைன்’ஸ் டே அன்று மதுர கோஸி ஹோட்டலில் காதலியரோடு விருந்துண்ண முடிவெடுத்தனர். சிலராமன்தான் அந்த யோசனையை முதலில் முன் வைத்தான்.

பிப்ரவரி 14ஆம் தேதி மாலை கோஸி ஹோட்டல் திறந்த வெளியில் ஏனையோர் காதலியரோடு ஆஜர். சிலராமன் தன் ஜோடியோடு வரவில்லை.

டின்னர் கிட்டத்தட்ட முடிகிற நேரத்தில் தேம்பிக் கொண்டே கம்பன் சிலராமன் வந்தான். விக்கியழுதான்.

“மேகல செத்துட்டாடா. வேலண்டைன் டே அன்னக்கே என்னய உட்டுப்போயிட்டாளேடா.”

✦

குசு வந்த சிங்

சந்தோஷம் என்பது ஒவ்வொரு காலத்திற்கும் வெவ்வேறாக இருக்கும்.

குஷ்வந்த் சிங் 90 வயது வாக்கில் தெளிவாகச் சொன்னார்: 'குசு விடுவதுதான் ஆகச்சிறந்த ஆனந்தம். நீண்ட, திருப்தியான குசு விடுகிற பாக்கியம்.

'I do not desire sex;

instead I pray for a long, satisfying fart.

Farting is one of the greatest joys of life.

Farting now tops my list of life's pleasures.'

Art is fart.

இது ஒரு புறமிருக்க குஷ்வந்த்சிங்குக்கு Fart is art.

குசு வந்த சிங்.

...

மலச்சிக்கல் உள்ள ஒருவன்

ஒரு பாலத்தின் கீழே உட்கார்ந்து

முக்கி, முக்கி பார்த்திருக்கிறேன்.

ஒரு புழு பூச்சி கூட வரவில்லை.

அந்த நேரம் பாலத்தின் மேல் வந்து ஒருவன் உட்கார்ந்திருக்கிறான். இவன் நிமிர்ந்து பார்க்கவும் அவன் விட்டை போடவும் சரியாய் இருந்திருக்கிறது. மலச்சிக்கல்காரன் தலையிலேயேதான் பாலத்தின் மேல் இருந்தவன் பேண்ட பீ விழுந்திருக்கிறது. இவனுக்கு மேலிருந்து பேண்டவன் மேல் கோபம் வரவில்லை.

பேல மறுக்கும் தன்னுடைய குண்டியை ஓங்கி ஓங்கி அடித்து அடித்து மேலே பார்த்து "அது அல்லவோ குண்டி, அது அல்லவோ குண்டி... குண்டின்னா குண்டி அதுவல்லவோ குண்டி!" என்று பாராட்டினானாம்.

'வானத்தில் திரியும் பறவைகளைப் பற்றி

மட்டும் பாடாதீர்கள்.

மலத்தில் நெளியும்

புழுக்களையும் பாடுங்கள்.'

- ஐம்பது வருடத்திற்கு முந்தைய ஒரு புதுக்கவிதை. எங்கள் ஆங்கில பேராசிரியர் ஆர்.நெடுமாறன் அடிக்கடி சொல்வார்.

◆

Ignorance with wings

ரொம்ப வசதியான அந்தப் பெரியவர் ஒரு பிரபல சாமியாரின் கண்மூடித்தனமான பக்தர். சாமியார் பிரபலமாவதற்கு முன் அவரிடம் பழகியவர். இவர் இளவயதில் ஏழையாய் இருந்த காலத்தில் அவரைப் பார்த்து சாமியார் சொன்னாராம். "You are a rich man." இவர் பணக்காரராகவே ஆகிவிட்டார்.

சாமியாரைப் பார்க்க அந்தக்காலத்தில் ஒரு முறை போன போது அவருடைய வீட்டில் இருந்து கிளம்பி காலைக்கடன் முடிக்க வெட்ட வெளியில் ஒதுங்கிய போது நடந்ததை அந்தப் பணக்கார பெரியவர் சொன்னார்.

"சாமி ஒரு பக்கமும் நான் ஒரு பக்கமுமாக ஒக்காந்து இருக்கோம். சாமி சிகரட்ட பிடிச்சிக்கிட்டே வெளிக்கி போன பின் எந்திரிச்சி நடந்தாரு. நான் என்ன செஞ்சேன் தெரியுமா? அவர் பேண்ட பீய போய் பாத்தேன். கொஞ்சமா பிள்ளையார் மாதிரி இருந்த பீய கையில எடுத்தேன். ஈரப்பசையே இல்ல. மோந்து பார்த்தேன். கொஞ்சம் கூட நாத்தமே இல்ல. பிரசாதம்தான அது. கொஞ்சம் வாயில போட்டுக்கிட்டேன். கொஞ்சம் கூட கொமட்டவே இல்ல..."

✦

ஆண்டாளே

ஹெச். ராஜாவின் கலாச்சார போலீஸ்தனம். We have an awful time to be alive. பி.ஜே.பி. mindset வெளிப்படையாக Sex worker-க்கு எதிரானது. விளிம்பு நிலை மனிதர்களைக் கொண்டாடும் மனநிலை கிடையாது. கெட்டார் தம் வாயில் எளிதில் கிளைத்து விடும். பட்டார் தம் நெஞ்சை விட்டு பல நாள் அகலாது.

கண்ணன் தூது வந்த போது விதுரன் வீட்டில் தங்கினான் என்பதற்காக துரியோதனன் கொந்தளித்து "protocol தெரியாதா? நீ எப்படி உன் வீட்டில் கண்ணனை உபசரிக்கலாம். சக்கரவர்த்தியாகிய என் வீட்டில்தானே கிருஷ்ணன் சாப்பிட வேண்டும்? தேவடியாள் மகனே " எனும் போது விதுரன் தன் வில்லை முறித்துப் போடுகிறான்.

திட்டமிட்டு அரசியல் செய்து விதுரன் குடிசைக்கு போய் அதிதி நாடகமாடிய கல் நெஞ்சக்காரன் கண்ணனே உடைந்து போய் விதுரனை 'தாசி மகன்' என்று துரியோதனன் சொன்னதற்காக கண்ணீர் விடுகிறான். பி.ஜே.பி.காரர்களும், வைரமுத்துவும் 'நதிமூலம், ரிஷிமூலம் பார்க்கக்கூடாது' என்பதை சௌகரியமாக மறக்கிறார்கள். Proud people breed sad sorrows.

ஒரு இஸ்லாமியக் கவி பாடினாள் 'தேவடியாள் என்

தாயாக வேண்டும். நான் தேவடியாள் வீட்டு நாயாக வேண்டும்' என்று! எப்பேர்ப்பட்ட உன்னத மனநிலை.

இவர்கள் இகழும் இஸ்லாத்திலிருந்து இப்படியும் ஒரு குரல் வந்துள்ளது.

சீதா, சீதா என்று மீண்டும் மீண்டும் சொல்லும் போது தாசி என்று மாறும். தாசீ, தாசீ எனும் போது சீதா என்று ஒலிக்கும்.

தமிழில் ஆண்டாள்தான் first ever feminist. Women liberator. இந்த விஷயங்களெல்லாம் நிச்சயமாக ஹெச். ராஜாவுக்கும் பி.ஜே.பி.க்கும் சிலாக்கியமானதல்ல.

'என் தடமுலைகள் மானிடவர்க்கென்று பேச்சுப்படில் வாழ்கிலேன்' என்றவள் ஆண்டாள்.

'இனித்தான் எழுந்திராய் ஈதென்ன பேருறக்கம்.' குறியீடாக பெண்ணினத்தை தட்டி எழுப்பியவள்.

திருப்பாவை படித்தாலும், பாடக் கேட்டாலும் சிலிர்க்கும்.

ஆண்டாள் எப்பேர்ப்பட்ட மகத்தான கவிஞர்!

Literature will take over the function of religion in the future.

தெய்வ நம்பிக்கை இப்போது இல்லையென்றாலும் எந்த அதிர்ச்சி ஏற்பட்டாலும் என் வாயில் உடனே 'ஆண்டாளே, ரங்கமன்னாரே' என்ற வார்த்தைகள் வரும்.

தொட்டில் பழக்கம். நான் சாகும்போது கூட அனிச்சையாக 'ஆண்டாளே' என்று சொல்லி உயிர் விட நேரலாம்.

◆

ஜாதி அரசியல்

Obsession is the single most wasteful human activity, because with an obsession you keep coming back and back and back to the same question and never get an answer. - Norman Mailer

ஆண்டாள் பிரச்னை மத அரசியலாகத்தானே இருந்தது.

பாரதிராஜா எழுந்து வைரமுத்துவுக்கு ஆதரவு தெரிவிக்கிறார். Nepotism. அவர் சொல்வதன் Subtext:

"நாங்கள்ளாம் தேவர் ஜாதி. நாங்க சிங்கம்டா. ஆயுதத்த கீழ வச்சிருந்தோம். திரும்ப எடுத்தோம்னா நாறிடும்டா. எங்களுக்கெல்லாம் எந்திரிச்சிச்சுன்னு வச்சுக்க மடக்கறதுக்கு இந்தியாவிலேயே ஆளு கிடையாதுடா..."

'வேதம் புதிது' படத்தில் பாலுத்தேவரை சின்னப் பையன் கேட்பானே. "பாலு உங்க பேரு. தேவர் என்ன பட்டமா?"

என்னா படம் காமிச்சாரு அன்னக்கி. இன்னக்கி இப்படி ஜாதிய சொல்லி மிரட்டுறாரு. மதவெறி ஹெச். ராஜாவை இப்படி ஜாதி அரசியலாலா கண்டிப்பது? Comedy of Errors.

திருமாவளவன் இதற்கு எதிர்வினையாக பாரதிராஜாவை கண்டித்தாரா? “ஹெச்.ராஜாவை உள்ள தூக்கி போடுங்க”ன்றார். ஹெச்.ராஜா பரமசிவன் கழுத்துல இருக்கற பாம்புன்றதாலதான இந்த சண்டியர்த்தனம். அந்த சண்டியர்த்தனத்தை பாரதிராஜா எதிர்க்கிற வல்லமை பெற்றவரா?

ஜாதி அரசியல் சரியான கவசம் என நினைத்து விட்டார். ‘Convictions are more dangerous foes of truth than lies.’ - Friedrich Nietzsche

இப்பவே மறைமுகமாக மோடி அன் கோ ஆட்சிதான்னு சொல்றாங்க. ஒரு வேளை தமிழ் நாட்டில் ஜனாதிபதி ஆட்சி வந்தால் ... ifs and buts...

ஹெச்.ராஜாதான் கவர்னருக்கு மந்திரி. தமிழிசையும்தான். பவர் இவங்க கையிலதான்.

அப்பவும் பாரதிராஜா நாக்க மடிச்சி கடிச்சி ஹெச். ராஜாவ பாத்து விரல ஆட்டுவாரா?

நாற்பத்தைந்து வருடங்களுக்கு முன் எம்.ஜி.ஆர். மதுரை திமுக மாநாட்டில் ‘அலை ஓசை’ பத்திரிக்கையை தூக்கி வீசி “ராணுவத்தை சந்திக்கத் தயார்” என்று மத்திய அரசுக்கு சவால் விட்ட அபத்தம் மாதிரிதான் பாரதிராஜாவின் சவடாலும்.

எம்.ஜி.ஆரோடு பாரதிராஜாவை ஒப்பிட்டு விட்டேன் என்பதல்ல. 'ராணுவத்தை சந்திக்க தயார்' என்ற வார்த்தைகளோடுதான் பாரதிராஜாவின் Subtextஐ ஒப்பிடுகிறேன்.

✦

டாக்டர் செந்தில்வேலன் I.P.S.

செந்தில்வேலன் சகோதரியின் பூப்பு நீராட்டு விழாவுக்கு அன்று என் எதிர்கால மாமனாருடன் நான் சென்ற போது செந்தில்வேலனின் அப்பா அர்ஜுனன் ரொம்பவும் நெகிழ்ந்து சொன்னார். "நீங்க ரொம்ப மக்னானிமஸ். நான் அழைப்பிதழ் தராமலே எங்க வீட்டு விசேஷத்துக்கு வந்திட்டீங்க. தேங்க்ஸ்." மீண்டும் இதையே சொன்னார்.

அப்போது செந்தில்வேலன் சிறுவன்.

என் திருமணப் பத்திரிக்கையை கொடுக்க கேப்ரன் ஹால் எதிரே இருந்த அர்ஜுனன் வீட்டிற்கு சென்ற போது பத்திரிக்கையை ஓடி வந்து செந்தில்வேலன் வாங்கியது இப்போதும் கண்ணுக்குள் இருக்கிறது.

பட்டாளம் என்று எங்களால் அன்போடு அழைக்கப்படும் சிவசங்கரன் (செந்தில்வேலனின் அப்பாவின் உடன் பிறந்த சகோதரர் சிவசங்கரன் என் மாமனாரின் சகோதரி கணவர்.) இறந்த வீட்டில் நடந்த நிகழ்வு.

என் மூத்த மகன் கீர்த்தி அப்போது இரண்டு வயது குழந்தை. எதற்கோ கோபப்பட்டு அழுகையை அடக்க

முடியாமல் அழகாக உதட்டைப்பிதுக்கினான். அதை ரசித்து செந்தில்வேலனின் சகோதரிகள் கீர்த்தியின் அந்த முகபாவத்தை ரசித்த போது அங்கே சிரித்துக்கொண்டு நின்ற சிறுவன் செந்தில்வேலன்.

செந்தில்வேலனின் அப்பா அர்ஜுனன் மதுரையில் பிரபலமான பொது ஜன தொடர்பு அதிகாரி. அடிக்கடி பத்திரிக்கையில் அவர் புகைப்படம் வரும். எப்போதும் ஒயிட் பேண்ட், ஒயிட் சர்ட்டில் ஸ்மார்ட்டாக இருப்பார்.

ஸ்ரீவில்லிபுத்தூர் வந்திருந்த அர்ஜுனன் உடல் நலக்குறைவால் அவருடைய மாப்பிள்ளை குணசேகரன் மனைவியின் ஆஸ்பத்திரியில் அட்மிட் ஆகியிருந்த போது அவரைப் போய் பார்த்து விட்டு அவருக்கு படிப்பதற்கு இந்தியா டுடே மாகசின் கொடுத்து விட்டு வந்தேன்.

குணசேகரனின் டாக்டர் மனைவியாரின் ஆஸ்பத்திரியில்தான் என் மகன்கள் கீர்த்தி, அஷ்வத் இருவருமே பிறந்தார்கள்.

குணசேகரன் ஸ்ரீவில்லிபுத்தூரில் நான் இருந்த போது என்னுடன் நட்போடு பழகிய நல்ல உறவினர்.

பட்டாளம் சிவசங்கரன் மறைந்த சில வருடங்களில் மதுரையில் செந்தில்வேலனின் அப்பா அர்ஜுனன் திடீர் மறைவு எல்லோருக்குமே அதிர்ச்சி. அப்பாவை இழந்த பிள்ளைகளை ஆசிரியையான அவருடைய அம்மா வளர்த்து ஆளாக்கினார்.

செந்தில்வேலன் எம்.பி.பி.எஸ். படித்ததும் பின் ஐ.ஏ.எஸ். பாஸ் செய்ததும் ஐ.பி.எஸ்.தான் வேண்டும் என்று தேர்ந்தெடுத்ததும் எனக்கு செவிவழிச்செய்தி.

காவல் துறை சாதனைகள் பத்திரிக்கையில் பார்க்க கிடைத்தன. அவருடைய நேர்மை ரொம்ப பெருமையாயிருக்கிறது.

தூத்துக்குடியில் செந்தில்வேலன் காவல் துறை கண்காணிப்பாளராக இருந்த போது என் சொந்த அத்தை மகனின் மகன் திருமணம் அங்கே நடந்தது. அத்தை மகனின் மகளின் கணவர் செந்தில்வேலனின் மனைவியின் சகோதரர்.

திருமணத்திற்கு வந்திருந்த செந்தில்வேலனை என் அத்தை மகன் சீனிக்குமார் அறிமுகம் செய்த போது அந்த எஸ்.பி.யின் தாயார் என் மனைவியைப்பார்த்து வியந்து சொன்னார். "சின்ன மலர் எங்களுக்கு எப்போதுமே சின்ன பொண்ணுதான். சின்ன மலர ஒரு பொம்பளயாவே நினைச்சிப்பாக்க முடியல. சின்ன மலருக்கு மா வயசாகுது."

என் மனைவி மலர்விழியை உறவினர்கள் அனைவருமே சின்ன மலர் என்று தான் சொல்வார்கள்.

செந்தில்வேலனின் மாமனார் போஸ் நல்ல கான்வர்சேஸனலிஸ்ட்.

என் தகப்பனார் மறைந்த போது செந்தில்வேலனின் மாமனாரும் மாமியாரும் துக்கம் விசாரிக்க வந்திருந்தார்கள்.

✦

டாக்டர் ச.வீரப்பிள்ளை

பாண்டிச்சேரி போன புதிதில் டாக்டர் ச.வீரப்பிள்ளை எம்.பி.பி.எஸ். பெயர் இலக்கிய உலகில் அடிக்கடி கேள்விப்பட்ட போது கடா மீசையோடு ஜிப்பா, வேட்டியோடு ஒரு உருவம்தான் மனதிற்குள் தோற்றம் கொண்டது.

தி.ஜா. நினைவு கூட்டம் சேம்பர் ஆஃப் காமர்ஸ் பில்டிங்கில் நடந்த போது நேரில் சந்தித்தேன். ஒரு மென்மையான கெசட்டட் ஆஃபீசர் போன்ற ஒருவரை வீரப்பிள்ளை என அர்த்தம் கொள்ள சிரமமாயிருந்தது.

ஒரு எம்.பி.பி.எஸ். டாக்டர் எப்படி இலக்கிய உபாசகராக இருக்கமுடியும். இவர் புதுவை அரசாங்க ஆஸ்பத்திரியில் மெடிக்கல் ஆஃபீசராய் இருந்தார். மாலை நான்கு மணிக்கு ஆஸ்பத்திரி விட்டு வந்து விட்டால் மற்ற டாக்டர் போல கிளினிக் பிசினஸெல்லாம் கிடையாது. முழுக்க இலக்கிய வாசிப்பு.

அவருடைய மனைவி ஒரு டாக்டர். இரண்டு பேருக்கும் ஒரு மகன், ஒரு மகள். ஆனால் இருவரும் பிரிந்து விட்டார்கள். பள்ளியில் படிக்கும் பிள்ளைகள் இருவரும் அம்மாவோடு.

வீரப்பிள்ளை அவருடைய மனைவியை மெடிக்கல் காலேஜில் காதலித்து திருமணம் செய்து கொண்டவர்.

பொதுவாக இந்த காதல் திருமணம் செய்கிற பல பேரை நான் பார்த்த அளவில்,

'தேடி தேடி தேரைய பிடிச்சிருக்கானே'

'இந்த டப்பா தாட்டிக்கு இவ்வளவு மெனக்கெட்டிருக்கானே'

'கொஞ்சமாவது இவனுக்கு பொருத்தமில்லையே'

இப்படி சலித்து சொல்லும்படியாகத்தான் இருந்திருக்கிறது.

ஆனால் வீரப்பிள்ளையின் திருமண ஆல்பம் பார்த்த போது அந்த டாக்டரம்மா ரொம்ப அழகாக, மெஜஸ்டிக்காக, 'ஆகா, டாக்டர் எப்படிப்பட்ட அதிர்ஷ்டசாலி' என எண்ணும்படியாக தெரிந்தார்.

வீரப்பிள்ளை சொல்வதுபடி பார்த்தால் அந்த அம்மா கிறிஸ்தவர் என்பதால் அது பிரிவுக்கு வித்திட்டு விட்டதாகத் தெரிந்தது.

திருமணத்தின் போதே டாக்டரம்மாவின் அப்பா பிடிவாதமாகமாப்பிள்ளைவீரப்பிள்ளையைகிறிஸ்தவராக மாற வேண்டும் என்று வற்புறுத்தியிருக்கிறார். இவர் மறுத்து விட்டார்.

வீரப்பிள்ளை தன் தம்பிக்கு பண உதவி செய்திருக்கிறார். பெரிய தொகை. இதை டாக்டரம்மா விரும்பவில்லை. நேரம் பார்த்து டாக்டரம்மாவின் அப்பா ' இதுக்கு மேல அவன் கூட இருக்காதே. வந்துடு' என்று தூபம் போட்டு பிரித்து விட்டார்.

இவருடைய மகனும் மகளும் இவர் தோளிலேயே

தொங்கி விளையாடுபவர்கள். அவ்வளவு பிரியம். அவர்கள் கூட டாக்டரம்மாவுடன் போய் விட்டார்கள்.

டாக்டர் வீரப்பிள்ளைக்கு மற்ற டாக்டர்கள் போல பிராக்டிஸ் செய்யவோ, பணம் சம்பாதிக்கவோ பிரியமில்லை. எனக்குத் தெரிந்து நான் பார்த்து கிளினிக் வைக்காத டாக்டர் இவர் இரண்டாமவர்.

மதுரையில் ஒரு 'கஞ்சா குடிக்கி' டாக்டர் மெடிக்கல் காலேஜில் ஆசிரியர். வேலை முடிந்ததும் வீட்டுக்கு வந்ததும் எப்போதும் சல்லிகள் புடை சூழ கஞ்சா புகை சூழ போதையில்தான் இருப்பார். இவரும் கிளினிக் வைக்க விரும்பாமல்தான் இருந்தார்.

பாண்டிச்சேரி டாக்டர் வீரப்பிள்ளைக்கு எந்த கெட்ட பழக்கமும் கிடையாது. 'மருத்துவர்கள் கிளினிக் சம்பாத்தியமெல்லாம் நியாயமில்லாத விஷயம். பணம் சம்பாதிக்க நல்ல வழி. ஆனால் பெரிய மோசடி வியாபாரம்' - உறுதிபட சொல்வார்.

மிகப்பழைய 'கணையாழி' இதழ்களில் இவருடைய கவிதைகள் வெளியாகியிருக்கின்றன. துரையரசன் என்ற பெயரில்.

என்னைப் போல இவருக்கு குடும்பத்தில் செல்லப் பெயர் 'துரை'.

வெளியூர்க்காரர்களான கி.ரா.விற்கும் எனக்கும் அவர் ஒரு நல்ல நண்பராக அன்று இருந்தார்.

கி.ரா. புதுவை பல்கலைக்கழக 'வருகைதரு' பேராசிரியராக நாடோடி கருத்தரங்கம் நடத்திய போது 'ராஜநாயஹம், இந்தாங்க நம்ம டாக்டர் நண்பரிடம் இந்த அழைப்பிதழை கொடுத்துடுங்க" என்றார். நான் கருத்தரங்க அழைப்பிதழை வாங்கினேன்.

"டாக்டர் வீரப்" என்று எழுதியிருந்தார்.

கி.ரா. சொன்னார் 'இருக்கட்டுமே. திலீப், பிரதீப் மாதிரி இவர் வீரப்"

பிள்ளை என்ற ஜாதிப்பெயரில் டாக்டர் இருக்கிறாரே என்ற கிண்டல்.

நான் வீரப்பிள்ளையிடம் வீட்டிற்குப் போய் கொடுத்தேன். அவரும் வெட்கப்பட்டு 'டாக்டர் வீரப்' அழைப்பிதழைப் பார்த்து சிரித்தார். "ஐயோ, நான் என்ன செய்ய? எனக்கு இப்படி ஜாதியை சேர்த்து பிறக்கும்போது பெயர் வைத்து விட்டார்கள்."

செல்ஃப் குக்கிங் செய்வார். மட்டன் வாங்கி விட்டு, இஞ்சி வாங்கிக்கொண்டு இருந்த போது நான் போனேன். பேசிக்கொண்டே வீட்டுக்கு போய் சமையலை ஆரம்பித்த போது இஞ்சியை எடுத்துப்பார்க்கிறார். கெட்டுப்போன இஞ்சி. இஞ்சி இல்லாமல்தான் மட்டனை சமைத்தார்.

கி.ரா.வும் நானும் பேசிக்கொள்ளும் போது இவருடைய வாழ்க்கையில் இப்படி ஒரு பிரிவுத்துயரம் பற்றி வருத்தப்படுவோம்.

நான் கி.ரா.வைக் கேட்டேன். "ஐயா! நீங்க இதில் தலையிட்டு சமரசம் பேசி தம்பதியரை இணைக்க முடியாதா?" என்று கேட்டேன்.

"இந்த மாதிரி விஷயத்தில் யாராலும் சமரசம் செய்ய முடியாது. அவர்களாக இணக்கமாகி இணைந்தால்தான் உண்டு."

எனக்கு டாக்டரும் டாக்டரம்மாவும் இணைவார்கள் என்ற நம்பிக்கை இருந்தது.

"மாலைப்பொழுதின் மயக்கத்திலே நான் கனவு கண்டேன் தோழி" பாக்யலக்ஷ்மி படத்தில் சௌகார்

ஜானகிக்காக சுசிலா பாடிய பாடல் வீரப்பிள்ளைக்கு மிகவும் பிடிக்கும்.

கணையாழியில் இவருடைய கவிதை ஒன்று.

'என்னுடைய வானத்தில்

எத்தனை நட்சத்திரங்கள் இருந்தாலும்

முழு நிலவு நீதான்.'

நான் புதுவையில் இருந்த போது அசோகமித்திரன், தேனுகா போன்றோரை அழைத்து பல இலக்கிய நிகழ்ச்சிகள் இவர் வீட்டில்தான் நடத்தப்பட்டிருக்கிறது.

பல வருடங்களுக்கு முன் கி.ரா. தொலைபேசியில் பேசும்போது டாக்டர் வீரப்பிள்ளை புதுவையிலிருந்து காரைக்காலுக்கு ட்ரான்ஸ்பரில் போய் விட்டதாகச் சொன்னார். மனைவி குழந்தைகளோடு சேரவேயில்லை என்பதையும் சொன்னார்.

சில வருடங்களுக்கு முன் போனில் பேசிய போது காரைக்காலில் வீரப்பிள்ளை இறந்து விட்ட தகவலை கி.ரா. வேதனையுடன் சொன்னார்.

அவர் இறந்துவிட்ட விஷயம் ரொம்பதாமதமாகத்தான் மற்றவர்களுக்குத் தெரிய வந்திருக்கிறது. கட்டிலை விட்டு கீழே விழுந்த நிலையில் அவர் பிணம்.

நொண்டியா இருக்கலாம். ஆனா ஒண்டியா இருக்கக்கூடாது.

◆

லல்லு லொள்ளு

மூன்று கூடாரங்கள். மூன்று போட்டி.

மூன்றிலும் லல்லு வென்றாக வேண்டும்.

1. முதல் கூடாரத்தில் ஒரு மது பாட்டில்.

காக்டைல் சரக்கு. கடுமையானது. ஒரு மூன்று அவுன்ஸ் குடித்தாலே பயங்கரமாக ஏறிவிடும்.

ஆனால் இந்த பாட்டிலில் முப்பது அவுன்ஸ். விஸ்கி, ரம், பிராந்தி, எல்லாம் கலந்த மது பாட்டில். அந்த மது கலவையை raw ஆக மிச்சம் வைக்காமல் முழுதாக குடித்து விடவேண்டும்.

2. இரண்டாவது கூடாரத்தில் ஒரு சிங்கம். பல் வலியால் துடிக்கிறது. அதன் சொத்தை பல்லை பிடுங்க வேண்டும்.

3. மூன்றாவது கூடாரத்தில் ஒரு வீராங்கனை. கராத்தேயில் பல மெடல்கள் வாங்கியவள். அவளுடன் உடலுறவு கொள்ள வேண்டும். ஆனால் அவள் சம்மதிக்கவே மாட்டாள். எங்கனமாயினும் அந்த பெண்ணை புணர்ந்து விட வேண்டும்.

கவனமாக மூன்று போட்டிகளையும் லல்லு

மூளையில் ஏற்றிக்கொண்டார். பொதுவாக என் மனசு தங்கம். ஒரு போட்டியின்னு வந்து விட்டா...

லல்லு முதல் கூடாரத்தில் நுழைந்து முழு பாட்டிலையும் காலி செய்ய இருபது நிமிடங்கள் ஆயிற்று.

கூடாரத்தை விட்டு வெளியே வந்தார். பிஹாரிகள் ஆரவாரம் விண்ணை பிளந்தது என்றால் மிகையாகாது.

பயங்கர போதையில் சிறுமூளை பாதிக்கப்பட்டுள்ள நிலையிலும் கையை அசைத்து பாராட்டுக்களை லல்லு பெற்றுக்கொண்டு இரண்டாவது கூடாரத்திற்குள் தைரியமாக நுழைந்தார்.

சிங்கம் கர்ச்சனை. 'டே அயோக்கியா.' கோபமாகப் சிங்கம் போராடும் சத்தம்.

'என்னை விடுறா' சிங்கத்தின் பயங்கர கூப்பாடு.

'கொலை வெறி ஆயிடுவேண்டா'

'ச்சீ... ச்சீய்... அசிங்கம் பிடிச்சவனே... விடுறா என்னை...'

'உங்கொப்பன் மகனே நான் ஆம்பள சிங்கம்டா. டேய் படுக்காளி, நான் ஆம்பள சிங்கம்டா.'

பிஹாரிகள் பிரார்த்தனை செய்ய ஆரம்பித்தார்கள்.

'அவசரத்துலே அன்டாக்குள்ளேயே கை போகாது. சிங்கம் வாய்க்குள்ளே சொத்தைப் பல்லு. நல்ல போதையிலே கவனமா எப்படி புடுங்கப் போறாரோ தெரியலெயே. லல்லுவுக்கு உயிராபத்து ஏற்பட்டு விடக்கூடாது கடவுளே, பொல்லாத சிங்கம் அவரை கொன்று விடக்கூடாது.'

கடைசியில் பல நிமிடங்கள் நிசப்தம். ஒரே சஸ்பென்ஸ். கூடாரத்தினுள் என்ன ஆயிற்று...? முப்பது

நிமிடம் கடந்தது. லல்லு இரண்டாவது கூடாரத்தில் இருந்து ரொம்ப களைப்பாக தள்ளாடியவாறு வெளியே வந்தார்.

பிஹாரிகள் கரகோஷம் மீண்டும் விண்ணைப் பிளந்தது என்பதை சொல்லவும் வேண்டுமோ.

லல்லு வணங்கிய பாவனையில் த்லைகுனிந்து கையை கூட்டத்தை நோக்கி ஆட்டி விட்டு குழறியவாறு கேட்டார். "அந்த பல்லு பிடுங்கவேண்டிய பொம்பளை எங்கே?"

அந்தோ, Misplan.

அறியப்படும் நீதி: குடி போதையில் குழப்பமில்லாமல் முக்கிய காரியங்களை, சவால்களை திட்டமிடுதல் மிகவும் சிரமம். வெற்றிகரமாக சவால்களை ஜெயிப்பதும் துர்லபம்.

...

இந்த 'பல்லு புடுங்க வேண்டிய பொம்பளை' ஜோக் ரொம்ப ரொம்ப பழசு. ஓஷோ ரஜ்னீஷ் சொன்னது.

மறைந்த சுஜாதா பல வருடங்கள் முன் இந்த ஹைதர் காலத்து அரத பழசை பெரிய பத்திரிகையில் எழுதி மகிழ்ந்திருந்தார்.

இப்போது இங்கே 'ஆர்ட் புச்வால்ட் சாயம்' பூசப்பட்டு வேற்றுரு கொண்டு விட்டது. ஆர்ட் புச்வால்ட் இந்த பாணியில்தான் அந்தக் காலத்தில் அமெரிக்க அரசியல் பற்றி எழுதுவார்.

✦